અસ્પૃશ્ય કોણ હતા?

અને તેઓ અસ્પૃશ્ય કેવી રીતે બન્યા?

ડૉ. ભીમરાવ આંબેડકર

ડાયમંડ બુક્સ

www.diamondbooks.in

પ્રકાશક : ડાયમંડ પૉકેટ બુક્સ પ્રા. લિ.
X-30, ઓખલા ઇંડસ્ટ્રિયલ એરિયા, ફેઝ-II,
નવી દિલ્હી-110020
ફોન : 011- 40712200
ઈ-મેઈલ : wecare@diamondbooks.in
વેબસાઈટ : www.diamondbooks.in
સંસ્કરણ : 2025

અસ્પૃશ્ય કોણ હતા? (Asprishya koun hata)
Achhut Koun The (Gujrati)
by *Dr. B.R. Ambedkar*

ભૂમિકા

આ પુસ્તક એક રીતે મારા બીજા પુસ્તક "શુદ્રો કોણ હતા અને તેઓ હિન્દી આર્ય સમાજના ચોથા વર્ણ કેવી રીતે બન્યા?" (એટલે કે શુદ્રોની શોધ) નો બાકીનો ભાગ છે. જે 1946માં પ્રકાશિત થયું હતું. આજે હિંદુ સભ્યતાએ વધુ ત્રણ સામાજિક વર્ગોને જન્મ આપ્યો છે, જેમને જોઈએ તેટલું ધ્યાન આપવામાં આવ્યું નથી. તે ત્રણ સામાજિક વર્ગો છે.

1. જરાયમ- ગુનેગાર જાતિઓ જેની વસ્તી લગભગ બે કરોડ છે;
2. આદિવાસી જનજાતિઓ જેની વસ્તી આશરે બે કરોડ છે;
3. અસ્પૃશ્યો જેમની વસ્તી લગભગ પાંચ કરોડ છે.

તે એક વિડંબણા છે કે આજે પણ આ જાતિ વર્ગો યથાવત છે અને એક કલંક છે. જો હિન્દુ સંસ્કૃતિને આ વર્ગોના જન્મદાતા તરીકે જોવામાં આવે તો તેને 'સંસ્કૃતિ' બિલકુલ કહી શકાય નહીં. તે માનવતાને દબાવવા અને તેને ગુલામ રાખવાનું શેતાનનું કાવતરું છે. તેનું સાચું નામકરણ 'શૈતાનિયત' હોવું જોઈએ. એ સંસ્કૃતિને આપણે બીજું શું નામ આપીએ, જેણે મોટી સંખ્યામાં આવા લોકોને જન્મ આપ્યો છે, જેમને શીખવવામાં આવે છે કે ચોરી કરીને આજીવિકા મેળવવી એ આજીવિકા કમાવવાનો માન્ય 'સ્વધર્મ' છે. બીજી મોટી સંખ્યાને, સંસ્કૃતિની મધ્યમાં તેમની પ્રારંભિક અસંસ્કારી સ્થિતિને જાળવી રાખવા માટે છોડી દેવામાં આવી છે, અને ત્રીજી મોટી સંખ્યા, જે સામાજિક વર્તણૂકની બહાર માનવામાં આવે છે, અને જેનો માત્ર સ્પર્શ પણ લોકોને 'અશુદ્ધ' બનાવે છે.

જો આવા વર્ગો અન્ય કોઈ દેશમાં અસ્તિત્વમાં હોત, તો ત્યાંના લોકોએ તેમના હૃદયને ઢંઢોળ્યા હોત અને તેના મૂળ કારણો શોધવાનો પ્રયાસ કર્યો હોત. પણ હિંદુઓ બેમાંથી એકેય વિચારી શકતા ન હતા. કારણ સ્પષ્ટ છે;

હિન્દુઓને નથી લાગતું કે આ વર્ગોનું અસ્તિત્વ તેમના માટે ક્ષમાયાચના કરવા જેવું કે શરમ કે લજ્જા અનુભવવાનું કારણ છે. તે આ બાબત વિશે અફસોસ કરવાની કે તેના મૂળ અને વિકાસ અંગે સંશોધન કરવાની જવાબદારી માનતા નથી. બીજી તરફ, દરેક હિંદુ એવું માને છે કે તેની સભ્યતા માત્ર સૌથી પ્રાચીન જ નથી પરંતુ ઘણી બધી બાબતોમાં

અનન્ય અને શ્રેષ્ઠ પણ છે. હિંદુ આ વાતોને ગર્વથી કહેતા ક્યારેય થાકતા નથી. હિંદુ સંસ્કૃતિ અતિ પ્રાચીન છે તે સમજી શકાય તેવું છે. અને માની પણ શકાય છે, પણ એ સમજાતું નથી કે હિંદુઓ પોતાની સભ્યતાને અદ્વિતીય ક્યા અધિકાર પર કહે છે? હિંદુઓને તે ગમશે નહીં, પરંતુ જ્યાં સુધી બિન-હિંદુઓનો સંબંધ છે ત્યાં સુધી આ પ્રકારની માન્યતાનો એક જ આધાર હોઈ શકે છે. આ આધાર આ વર્ગોનું અસ્તિત્વ છે જેની જવાબદારી હિંદુ સભ્યતા પર છે. હિંદુ સભ્યતા એક અનોખી વસ્તુ છે એ વાતનું પુનરાવર્તન કરવાની કોઈ હિંદુએ જરૂર નથી કારણ કે તેનો કોઈ ઈન્કાર કરતું નથી. કાશ! હિંદુઓ સમજી શકત કે આ ગર્વની વાત નથી, પરંતુ શરમ અનુભવવાની વાત છે.

હિંદુ સંસ્કૃતિના વિવેક, શ્રેષ્ઠતા અને શુદ્ધતામાં લોકોની ખોટી માન્યતાનું મૂળ હિંદુ વિદ્વાનોની વિચિત્ર સામાજિક માનસિકતા છે.

આજે તમામ વિદ્વતા બ્રાહ્મણોમાં મર્યાદિત છે, પરંતુ કમનસીબે આજ સુધી એક પણ બ્રાહ્મણ વિદ્વાને આગળ આવીને વોલ્ટેર જેવું કામ કર્યું નથી. વોલ્ટેર પાસે બૌદ્ધિક પ્રામાણિકતા હતી જેના કારણે તે કેથોલિક ચર્ચના સિદ્ધાંતો સામે ઊભા હતા જેમાં તેમનો ઉછેર થયો હતો. ભવિષ્યમાં કોઈના વોલ્ટેર બનવાની કોઈ શક્યતા નથી. બ્રાહ્મણોની બુદ્ધિમત્તા પર તે એક મજબૂત પડકાર છે કે તેઓએ એક પણ વોલ્ટેર પેદા કર્યો નથી. જો આપણે યાદ રાખીએ કે બ્રાહ્મણ પંડિતો માત્ર વિદ્વાન માણસો છે અને ઋષિ નથી તો આમાં કોઈ આશ્ચર્ય થશે નહીં. જ્યારે બંને વચ્ચે ભેદની દુનિયા છે. પ્રથમ વર્ગ ચૈતન્ય છે, તે તેના વર્ગના હિતોની પરવા કર્યા વિના સ્વતંત્ર રીતે વર્તન કરી શકે છે. બ્રાહ્મણોએ કોઈ વોલ્ટેર પેદા ન કર્યો તેનું કારણ એ છે કે બ્રાહ્મણો માત્ર વિદ્વાન બન્યા છે.

બ્રાહ્મણોએ કોઈ વોલ્ટેર કેમ ન પેદા કર્યો? આ પ્રશ્નનો જવાબ બીજા પ્રશ્ન દ્વારા પણ આપી શકાય છે. શા માટે તુર્કીના સુલતાને ઇસ્લામિક વિશ્વના ધર્મનો નાશ ન કર્યો? શા માટે કોઈ પોપે કેથોલિક ધર્મની નિંદા કરી નથી? બ્રિટિશ સંસદે તમામ વાદળી આંખોવાળા બાળકોને મારી નાખવાનો કાયદો કેમ પસાર કર્યો નથી? સુલતાન, પોપ કે બ્રિટિશ પાર્લામેન્ટ આ બધું ન કરી શક્યા એ જ કારણથી બ્રાહ્મણો કોઈ વોલ્ટેર પેદા ન કરી શક્યા. એ સ્વીકારવું જોઈએ કે વ્યક્તિનું વર્તન આંતરિક રીતે તેના અથવા તેના વર્ગના સ્વાર્થથી બંધાયેલું છે અને તેની બુદ્ધિ પણ તે મુજબ કાર્ય કરે છે. બ્રાહ્મણને આજે હિંદુ સમાજમાં જે સત્તા અને પદ મળ્યું છે તે સંપૂર્ણ રીતે આ હિંદુ સભ્યતાના કારણે છે, જે તેમને સુપરમેન તરીકે સ્વીકારે છે અને નીચલા વર્ગના લોકો પર અનેક પ્રકારના નિયંત્રણો લાદે છે જેથી તેઓ ક્યારેય બળવો ન કરે અને બ્રાહ્મણોની શ્રેષ્ઠતાને નકારે નહીં. આ સ્વાભાવિક છે. દરેક બ્રાહ્મણની, પછી ભલે તે રૂઢિવાદી અભિપ્રાયનો હોય, અથવા

પ્રગતિશીલ વ્યક્તિ હોય, પૂજારી હોય, ગૃહસ્થ હોય, પંડિત હોય કે બિન-પંડિત હોય, તેનો સ્વાર્થ બ્રાહ્મણનું સ્થાન ઊંચું રહે તેની ખાતરી કરવામાં છે. વોલ્ટેર કેવો બ્રાહ્મણ હોઈ શકે? જો કોઈ વોલ્ટેર બ્રાહ્મણોમાં જન્મે છે, તો તે સંસ્કૃતિ માટે ચોક્કસ ખતરો સાબિત થશે જે બ્રાહ્મણોને ઉચ્ચ અથવા શ્રેષ્ઠ રાખવા માટે બનાવવામાં આવી હતી. બ્રાહ્મણની પ્રતિભા હંમેશા તેના હિતોનું રક્ષણ કરવા માટે ચિંતિત હોય છે. તેના પર એક આંતરિક પ્રતિબંધ લાદવામાં આવ્યો છે, જેના કારણે તેની પ્રામાણિકતા અને સત્યનિષ્ઠાને કારણે તેની પ્રતિભા તે હદે ખીલી શકતી નથી. તેને ડર છે કે તેનાથી તેના વર્ગ અને તેના પોતાના હિતોને નુકસાન થશે.

પરંતુ બ્રાહ્મણોને જે ચીડ આવે છે તે બ્રાહ્મણ સાહિત્યને ઉજાગર કરવાના કોઈપણ પ્રયાસ પ્રત્યે બ્રાહ્મણ પંડિતોની અસહિષ્ણુતા છે. જ્યાં જરૂરી હોય ત્યાં પણ તે પોતે મૂર્તિ ભંજક તરીકે કામ કરશે નહીં.

તે એવા બિનબ્રાહ્મણોને પણ આ કામ કરવા દેશે નહીં જેઓ આવડત અને હિંમત ધરાવે છે. જો કોઈ બિનબ્રાહ્મણ આવો પ્રયાસ કરશે તો બધા બ્રાહ્મણ પંડિત ષડયંત્ર રચશે અને મૌન જાળવશે અને તેના નિવેદન પર કોઈ ધ્યાન આપશે નહીં. તેઓ કોઈ નાના મુદ્દા પર તેનો સંપૂર્ણ વિરોધ કરશે અથવા તેની રચના અથવા કાર્યને નકામું ગણાવીને સંપૂર્ણપણે કાઢી નાખશે. બ્રાહ્મણ સાહિત્યને ઉજાગર કરવામાં રોકાયેલા લેખક તરીકે હું આ પ્રકારના ધિક્કારપાત્ર વર્તનનો ભોગ બન્યો છું.

બ્રાહ્મણ પંડિતોના આવા વર્તન છતાં, મેં જે કાર્યની જવાબદારી લીધી છે તે કામ કરવાનું ચાલુ રાખવું જોઈએ. આ વર્ગોની ઉત્પત્તિ કેવી રીતે થઈ તે એક વિષય છે જેનું અન્વેષણ કરવાની જરૂર છે. આમાંથી એક કમનસીબ વર્ગ આ પુસ્તકમાં ગણવામાં આવ્યો છે. ત્રણમાં અસ્પૃશ્યોની સંખ્યા સૌથી વધુ છે અને તેમનું અસ્તિત્વ સૌથી વધુ માનવતા અને પ્રકૃતિ વિરુદ્ધ છે. આ હોવા છતાં, તેમના 'મૂળ' અથવા ઉત્પત્તિ શોધવા માટે હજી સુધી કોઈ પ્રયાસ કરવામાં આવ્યો નથી. હિંદુઓએ આવો પ્રયાસ શરૂ કર્યો ન હોવો જોઈએ તે વાત તદ્દન સમજી શકાય તેવી છે. જૂના રૂઢિચુસ્ત હિંદુઓને 'સ્પૃશ્ય-અસ્પૃશ્ય' માનવામાં કોઈ દોષ જ નથી લાગતો. આ તેના માટે સામાન્ય અને સ્વાભાવિક બાબત છે. તેથી, આ સંબંધમાં ન તો તેને પસ્તાવાની જરૂર છે અને ન તો કારણો સમજાવવાની. આધુનિક નવી વિચારસરણીવાળા હિંદુને આમાં દોષ દેખાય છે, પણ જાહેરમાં તેની ચર્ચા કરવામાં તે શરમ અનુભવે છે. તેને ડર છે કે વિદેશીઓ કદાચ સમજી જશે કે હિંદુ સંસ્કૃતિ એક એવી નિંદનીય અને ઝેરી પ્રણાલી અથવા સામાજિક વ્યવસ્થા છે, જે 'અસ્પૃશ્યતા' જેવી અમાનવીય માનસિકતાનું મૂળ હોઈ શકે છે. પરંતુ, આશ્ચર્યજનક રીતે, 'અસ્પૃશ્યતા' એ સામાજિક સંસ્થાઓના યુરોપિયન વિદ્યાર્થીઓનું ધ્યાન

પણ ખેંચ્યું નથી. આવું કેમ થયું? શું આ સમજવું મુશ્કેલ છે? પરંતુ તે તેવું જ છે.

તેથી આ પુસ્તક એ જ છે જેની દરેકે અપેક્ષા રાખી છે. આ એક માર્ગદર્શક પ્રયાસ ગણી શકાય. જો હું કહું કે આ પુસ્તક મુખ્ય પ્રશ્નના દરેક પાસાને જ નહીં, પણ 'અસ્પૃશ્યતા'ની ઉત્પત્તિ અને આ સંબંધમાં લગભગ અન્ય તમામ પ્રશ્નોનો પણ વિચાર કરે છે. કેટલાક પ્રશ્નો એવા છે કે જેના વિશે બહુ ઓછા લોકો પાસે જ્ઞાન છે અને જેઓ જ્ઞાન ધરાવે છે તેઓ ચોંકી જાય છે. તેમને સમજાતું નથી કે આ પ્રશ્નોના જવાબ કેવી રીતે આપવા? આ પુસ્તકમાં સંબોધવામાં આવેલા કેટલાક પ્રશ્નો છે. જેમ કે (1) અસ્પૃશ્યો ગામની બહાર કેમ રહે છે? (2) ગૌમાંસ ભક્ષણ અને અસ્પૃશ્યતાના કારણે ત્યાગ કેમ કર્યો? (5) શા માટે બ્રાહ્મણો શાકાહારી વગેરે બન્યા? આ પુસ્તકમાં આ દરેક પ્રશ્નોના જવાબો સૂચવવામાં આવ્યા છે. શક્ય છે કે આ પુસ્તકમાં આપેલા જવાબો તમામ દૃષ્ટિકોણથી સંપૂર્ણ ન હોય, પરંતુ એ સ્વીકારવું રહ્યું કે આ પુસ્તક ચોક્કસપણે જૂની બાબતોને અનેક દૃષ્ટિકોણથી ધ્યાનમાં લેવાનો પ્રયાસ છે.

'અસ્પૃશ્યતા'ની ઉત્પત્તિ વિશે આ પુસ્તકમાં આપેલ વિચારોનું કોષ્ટક સંપૂર્ણપણે નવું છે તેના મુખ્ય પ્રવાહો નીચે મુજબ છે.

1. હિંદુઓ અને અસ્પૃશ્યોમાં જાતિનો કોઈ તફાવત નથી.
2. 'અસ્પૃશ્યતા'ની ઉત્પત્તિ પહેલા, તેના મૂળ સ્વરૂપમાં 'હિંદુ' અને 'અસ્પૃશ્ય' વચ્ચેનો ભેદ એક જૂથ (જનજાતિ)ના લોકો અને પરાઈ જાતિઓમાંથી તૂટેલા માણસો વચ્ચેનો ભેદ હતો. આ છૂટા પડી ગયેલા લોકો પાછળથી 'અસ્પૃશ્ય' તરીકે ઓળખાયા.
3. જેમ 'જાતિ'નો તફાવત 'અસ્પૃશ્યતા'નો આધાર નથી, તેવી જ રીતે વ્યવસાયોનો તફાવત 'અસ્પૃશ્યતા'નો આધાર નથી.
4. અસ્પૃશ્યતાની ઉત્પત્તિના મુખ્ય બે કારણો છે.
    A. બ્રાહ્મણો અને બૌદ્ધો દ્વારા બહિષ્કૃત કરાયેલા લોકો પ્રત્યે ધિક્કાર અને તિરસ્કાર દર્શાવવા.
    B. અન્ય લોકો તેને ખાવાનું બંધ કરી દે તે પછી પણ અલગ થયેલા લોકો માંસ ખાવાનું ચાલુ રાખે છે.
5. 'અસ્પૃશ્યતા'ની ઉત્પત્તિ શોધવાનો પ્રયાસ કરતી વખતે, આપણે 'અસ્પૃશ્ય' અને 'અશુદ્ધ'ને ભેળવી ન દેવાની કાળજી રાખવી જોઈએ. બધા રૂઢિચુસ્ત લેખકોએ 'અસ્પૃશ્ય' અને 'અશુદ્ધ'ને એક કર્યા છે. આ એક ભૂલ છે. 'અસ્પૃશ્ય' અને 'અશુદ્ધ' એકબીજાથી અલગ છે.
6. અશુદ્ધનું અસ્તિત્વ ધર્મસૂત્રોના સમયથી શરૂ થાય છે જ્યારે અસ્પૃશ્યતા ઈ.સ. 400માં ઘણી પાછળથી અસ્તિત્વમાં આવી.

આ તારણો ઐતિહાસિક શોધના પરિણામો છે. એક ઈતિહાસકારે પોતાની સમક્ષ જે ધ્યેય રાખવો જોઈએ તેને ગોએથેએ યોગ્ય શબ્દોમાં

મૂક્યો છે. તે કહે છે:

"સાચાને ખોટામાંથી, ચોક્કસને અનિશ્ચિતથી અને શંકાસ્પદને અસ્વીકાર્યથી અલગ પાડવાનું ઈતિહાસકારનું કર્તવ્ય છે. દરેક તપાસકર્તાએ પોતાને એવું વિચારવું જોઈએ કે જાણે તે કેસનો નિર્ણય લેવા બેઠો હોય. તેણે માત્ર તેણે પુરાવા મુજબ કેસનું સંપૂર્ણ અને સ્પષ્ટ સ્વરૂપ શું છે તે ધ્યાનમાં લેવું પડશે, પછી તેણે તેનો નિષ્કર્ષ કાઢવો પડશે, અને તેનો અભિપ્રાય (ચુકાદો) આપવો પડશે, શું તેનો નિર્ણય તેની સામેના લોકો સાથે સંમત છે કે નહીં. " મહત્વપૂર્ણ સંબંધિત ઘટનાઓ જાણવી જોઈએ. આ તમામ ઉપદેશો ખૂબ મૂલ્યવાન અને જરૂરી પણ છે. પરંતુ ગોએથે આપણને એ નથી કહેતા કે ઇતિહાસકારે શું કરવું જોઈએ જ્યારે તેને તેમની વચ્ચે કોઈ કડી ન મળે, અને જ્યારે તેને મહત્વપૂર્ણ ઘટનાઓ વચ્ચેના પરસ્પર સંબંધનો કોઈ સીધો પુરાવો ન મળે. હું આ એટલા માટે કહું છું કારણ કે 'અસ્પૃશ્યતા'ના મૂળને શોધવાના અને આવી અન્ય સંબંધિત સમસ્યાઓને ઉકેલવાના મારા પ્રયત્નોમાં, મેં ઘણી ખૂટતી કડીઓ શોધી કાઢી છે. આ બાબતમાં હું એકલો નથી. પ્રાચીન ભારતીય ઈતિહાસના તમામ વિદ્યાર્થીઓને તેમની સાથે સંઘર્ષ કરવો પડ્યો છે. ભારતીય ઈતિહાસની ચર્ચા કરતા, માઉન્ટ સ્ટુઅર્ટ એરિફસ્ટને લખ્યું છે: "એલેક્ઝાન્ડરના આગમન પહેલા કોઈપણ જાહેર ઘટનાની તારીખ દર્શાવવી મુશ્કેલ છે, અને ઈસ્લામના વિજય પહેલા કુદરતી ફેરફારોમાં કોઈ કારણભૂત સંબંધ શોધવાનો પ્રયાસ કરવો પણ મુશ્કેલ છે. આ અફસોસજનક સ્વીકાર છે, પરંતુ તે આપણને મદદ કરતો નથી: પ્રશ્ન છે. "ઇતિહાસના વિદ્યાર્થીએ શું કરવું જોઈએ? જ્યાં સુધી તેને ખૂટતી કડી ન મળે ત્યાં સુધી તેણે પોતાની જાતને સંયમિત કરવી જોઈએ?" મને એવું નથી લાગતું. હું માનું છું કે આવી સ્થિતિમાં તેની પાસે તેની કલ્પના અને સૂઝનો ઉપયોગ કરવાની અને ઘટનાઓનું અર્થઘટન કરવાની સ્વતંત્રતા છે. તેણે ખૂટતી કડીઓ ભરવાનો પ્રયાસ કરવો જોઈએ. નવી અજાણી કડીઓ સાથે સાંકળ અને એક સિદ્ધાંત પ્રસ્તાવિત કરવો જોઈએ જેને આગળ લઈ જઈ શકાય અને તે સૂચવે છે કે કેટલીક ઘટનાઓ કોઈ પણ રીતે જાણીતી ઘટનાઓ દ્વારા સમજાવવામાં આવી નથી, તેમની વચ્ચે કાર્ય કારણનો કેવો સંબંધ રહ્યો હશે? મારે કબૂલ કરવું જોઈએ કે કાર્ય અટકાવવાને બદલે, મેં આ પદ્ધતિને અનુસરી છે. આ રીતે તે મુશ્કેલીને દૂર કરવાનો પ્રયાસ કર્યો છે જે મારી સામે ઘટનાઓની ખોવાયેલી કડીઓના રૂપમાં રજૂ થઈ.

સંભવિત વિવેચકો મારી આ ખામીનો ઉપયોગ કરીને મારા તમામ ઇતિહાસ સંશોધનને કચરાપેટીમાં ફેંકી શકે છે અને કહે છે કે તે હંમેશા ઐતિહાસિક સંશોધનના સિદ્ધાંતોની વિરુદ્ધ છે. જો વિવેચકો સમાન અભિપ્રાય ધરાવતા હોય, તો હું તેમને યાદ અપાવવા માંગુ છું કે જો ત્યાં

કોઈ નિયમ છે જે ઐતિહાસિક તારણોને નિયંત્રિત કરે છે અને કહે છે કે કોઈપણ વિચારને ફક્ત એટલા માટે નકારી કાઢો કે તેના માટે કોઈ સીધો પુરાવો નથી, તો તે નિયમ ખરાબ નિયમ છે.

(a) પ્રત્યક્ષ પુરાવા વિરુદ્ધ અનુમાનિત પુરાવા શું છે અને (b) કલ્પના વિરુદ્ધ અનુમાનિત પુરાવા શું છે તેની ચર્ચામાં પડવાને બદલે, વિવેચકે શું કરવું જોઈએ કે કોઈ વિચાર માત્ર અનુમાન પર આધાર રાખે છે કે કેમ? (c) શું તે વિચાર શક્ય છે, અને શું તે મારા વિચાર કરતાં જે જાણીતું છે તેની સાથે વધુ સંમત છે?

પ્રથમ બાબત વિશે, હું કહી શકું છું કે અહીં અને ત્યાં ફક્ત 'કલ્પના'નો ઉપયોગ કરવામાં આવ્યો છે, તેથી કોઈપણ વિચારને પાયાવિહોણો ગણી શકાય નહીં. મારા ટીકાકારોએ યાદ રાખવું જોઈએ કે આપણે એવી સંસ્થા સાથે કામ કરી રહ્યા છીએ જેના મૂળ ભૂતકાળના ગર્ભમાં રહેલા છે. 'અસ્પૃશ્યતા'ના મૂળને સમજાવવાનો આ પ્રયાસ એવા કોઈ ઐતિહાસિક ગ્રંથોમાંથી શક્ય નથી કે જેમાં બધું ચોક્કસ ભાષામાં આપવામાં આવ્યું હોય. તે ઇતિહાસના પુનર્નિર્માણનો પ્રશ્ન છે જ્યાં ઐતિહાસિક આધાર અસ્તિત્વમાં નથી; કારણ કે જ્યાં તે અસ્તિત્વમાં છે ત્યાં પણ તે આ સમસ્યા પર કોઈ સીધો પ્રકાશ ફેંકતો નથી. આવી સ્થિતિમાં, આપણે શાસ્ત્રોમાં ડૂબકી મારવી પડશે અને તે ગ્રંથો કઈ બાબતો સૂચવે છે અને કઈ વસ્તુઓ છુપાવે છે તે શોધવાનો પ્રયાસ કરવો પડશે. ભૂતકાળના અવશેષોને એકત્ર કરવાની, તેમને બાજુબાજુમાં મૂકવાની અને તેમની પાસેથી તેમના મૂળની વાર્તા સાંભળવાની ક્રિયા છે, જે મળ્યું છે તે સાચું છે કે નહીં તેની સંપૂર્ણ ખાતરી કરવી. આ કાર્યની તુલના પુરાતત્વવિદના કામ સાથે કરી શકાય છે જે ખંડેરમાંથી શહેર બનાવે છે, અથવા પ્રાણીશાસ્ત્રીના કાર્ય સાથે કે જેઓ વિખરાયેલા હાડકાં અને તેના દાંતમાંથી પ્રાણીની કલ્પના કરે છે, અથવા ચિત્રકારના કામ સાથે કરી શકાય છે જે ક્ષિતિજની રેખાઓનો અભ્યાસ કરે છે અને એક દ્રશ્ય બનાવવા માટે ટેકરી પરના નાના પગના નિશાનનું અધ્યયન કરે છે.

આ દૃષ્ટિકોણથી તે ઇતિહાસના પુસ્તક કરતાં વધુ એક આર્ટવર્ક છે. 'અસ્પૃશ્યતા›નું મૂળ ભૂતકાળના ગર્ભમાં છે, જેની કોઈને જાણ નથી. તેને પુનર્જીવિત કરવાનો પ્રયાસ કરવો એ ઇતિહાસની ખાતર લુપ્ત થઈ ગયેલા શહેરને પુનર્જીવિત કરવા અને તેને તેના મૂળ સ્વરૂપમાં લાવવા જેવું છે. આવા કાર્યમાં 'કલ્પના› અને 'અનુમાન› મુખ્ય ભૂમિકા ભજવે છે. આ કાર્ય આના વિના થઈ શકતું નથી કારણ કે તે સ્વીકાર્ય હકીકત છે કે કોઈ પણ વૈજ્ઞાનિક શોધ 'આડી કલ્પના› વિના સફળ થઈ શકતી નથી, અને 'અનુમાન એ વિજ્ઞાનનો આત્મા છે. મેક્સિમ ગોર્કી કહે છે:

"વિજ્ઞાન અને સાહિત્યમાં ઘણું સામ્ય છે. બંનેમાં સાવચેતીપૂર્વક નિરીક્ષણ, સરખામણી અને અભ્યાસનું વિશેષ મહત્વ છે; હજુ સુધી

અજાણી ઘટનાની સાંકળમાં ખૂટતી કડીઓ ભરવા માટે કલાકારને વૈજ્ઞાનિકની કલ્પના અને સૂઝની પણ જરૂર છે. તે વૈજ્ઞાનિકને પ્રકૃતિના સ્વરૂપ અને પ્રક્રિયાના અભ્યાસમાં રોકાયેલા લોકોના મનને વધુ કે ઓછા અંશે સુધારવાની કળામાં આવા અનુમાનો બનાવવા અને ઇચ્છા જેવા વિચારોને આગળ વધારવા માટે આજ્ઞા આપે છે, અને વ્યક્તિના મનમાં તે આ વસ્તુઓ બનાવવા માટે સક્ષમ છે એવી અપેક્ષા છે.

તેથી જ્યાં તે ખોવાઈ ગઈ છે ત્યાં કડીઓનું પુનઃનિર્માણ કરવાનો પ્રયાસ કરવા બદલ મારે માફી માંગવાની જરૂર નથી, અને આ કારણોસર જ મારા મંતવ્યો 'કલંકિત› ગણી શકાય નહીં. મોટાભાગે, મારી બધી વિચારધારાઓનો આધાર સાચી ઘટનાઓ અને તેમાંથી કાઢવામાં આવેલા અનુમાન છે. જ્યાં પણ સાચી ઘટનાઓ અથવા તેમાંથી મેળવેલા અનુમાનને આધાર તરીકે લેવામાં આવ્યાં નથી, ત્યાં તે આધાર પર્યાપ્ત માત્રાની સંભાવના પર આધારિત પરિસ્થિતિગત સાક્ષી છે. મારા નિવેદનના સમર્થનમાં મેં કહ્યું હોય એવી એક પણ વાત નથી અને જેને મારા વાચકો કોઈ પણ પુરાવા વિના માત્ર 'માન્યતા›ના આધારે સ્વીકારે તેવી અપેક્ષા રાખું છું. મેં ઓછામાં ઓછું એ બતાવ્યું છે કે મેં જે કહ્યું છે તેની તરફેણમાં મોટી સંભાવના છે. પુરાવા સાથે નિર્ણય સ્વીકારવા માટે ઉચ્ચ સ્તરની સંભાવના એ પૂરતો આધાર છે એમ કહેવું એ માત્ર બાલની ખાલ કાઢવા જેવું છે.

મારા અભ્યાસમાં બીજી વાત એ છે કે મારા વિવેચકોએ નોંધ લેવી જોઈએ કે હું મારા નિવેદનને 'અંતિમ સત્ય› તરીકે સ્વીકારનાર નથી. હું આને 'છેલ્લો શબ્દ› ગણવા માટે કોઈને વિનંતી કરતો નથી. હું ટીકાકારોના વ્યક્તિગત વિચારો અને નિર્ણયોને પ્રભાવિત કરવા માંગતો નથી. તેઓ પોતાના નિર્ણયો લેવા માટે સ્વતંત્ર છે. હું તેમને માત્ર એટલી જ વિનંતી કરવા માંગુ છું કે તેઓ વિચાર કરે કે શું મારો આ વિચાર આગળ લઈ જઈ શકાય તેવો નથી? જો કોઈપણ વિચારની પ્રામાણિકતા એ હકીકતમાં રહેલી છે કે તે તેની આસપાસની દરેક વસ્તુ સાથે તે મેળ ખાય છે, તેમને સમજાવે છે અને તેમને એક અર્થ આપે છે, એક અર્થ જે તે વિચારની ગેરહાજરીમાં બનાવી શકાતો નથી, તો આપણે ચોક્કસપણે તેની સાથે આગળ વધી શકીએ છીએ. પરંતુ મને વિવેચકો તરફથી નિષ્પક્ષ મૂલ્યાંકન સિવાય બીજું કંઈ જોઈતું નથી.

-ભીમરાવ આંબેડકર

1 હાર્ડિન્જ એવન્યુ, નવી દિલ્હી

1 જાન્યુઆરી, 1948

— shamat

અનુક્રમણિકા

ભાગ-1

તુલનાત્મક અભ્યાસ

1.

બિન-હિન્દુઓમાં અસ્પૃશ્યતા

"અસ્પૃશ્ય કોણ છે અને અસ્પૃશ્યતા કેવી રીતે ઉભી થઈ?" આ મુખ્ય પ્રશ્ન છે, જેનો જવાબ આ પુસ્તકમાં આપવાનો પ્રયાસ કરવામાં આવ્યો છે.

વિષયના ઊંડાણમાં જતા પહેલા, કેટલાક પ્રશ્નોના જવાબ આપવા જરૂરી છે. પહેલો પ્રશ્ન એ છે કે શું દુનિયામાં માત્ર હિંદુઓ જ અસ્પૃશ્યતામાં માને છે? જો બિન-હિંદુઓમાં પણ અસ્પૃશ્યતા છે, તો પછી હિન્દુઓની અસ્પૃશ્યતા અને બિનહિંદુઓની અસ્પૃશ્યતામાં શું તફાવત છે? કમનસીબે, આવો તુલનાત્મક અભ્યાસ હજુ સુધી કોઈએ કર્યો નથી. આનું પરિણામ એ આવ્યું કે ઘણા લોકો જાણે છે કે હિંદુઓમાં અસ્પૃશ્યતા છે, પરંતુ તેઓ એ નથી જાણતા કે તેની વિશિષ્ટતા શું છે? તેની વિશિષ્ટતાઓને સાચી રીતે સમજવાથી જ અસ્પૃશ્યોની વાસ્તવિક સ્થિતિ જાણી શકાય છે અને તેમાંથી અસ્પૃશ્યતાની ઉત્પત્તિ પણ જાણી શકાય છે.

પહેલા આપણે તપાસ કરીએ કે આદિ અને પ્રાચીન સમાજમાં શું સ્થિતિ હતી? શું તેઓએ અસ્પૃશ્યતા સ્વીકારી હતી? સૌ પ્રથમ આપણે સ્પષ્ટ થવું જોઈએ કે તે અસ્પૃશ્યતા શેને સમજે છે? દરેકને આ વિશે એક જ વિચાર હશે, દરેક વ્યક્તિ સ્વીકારશે કે અસ્પૃશ્યતાનો આધાર ગંદકી, અશુદ્ધિ અને ચેપ લાગવાની કલ્પના અને તેમાંથી મુક્ત થવાના માર્ગો અને માધ્યમો છે.

ઉપરોક્ત અર્થમાં તેઓ અસ્પૃશ્યતાથી પરિચિત હતા કે નહીં તે શોધવાના ઉદ્દેશ્ય સાથે જ્યારે પ્રારંભિક સમાજના સામાજિક જીવનની તપાસ કરવામાં આવે છે, તો તેમાં કોઈ શંકા નથી કે પ્રારંભિક સમાજ ફક્ત 'અશુદ્ધિ'ના વિચારથી જ પરિચિત ન હતો. પરંતુ આ માન્યતાને કારણે તેની એક ધાર્મિક વિધિ, રિવાજો અને અન્ય પ્રવૃત્તિઓ પણ જીવનનો માર્ગ બની ગયા હતા.

પ્રારંભિક માણસ માનતો હતો કે:

1. કેટલીક ખાસ ઘટનાઓના કારણે,

2. અમુક વસ્તુઓને સ્પર્શ કરીને, અને

3. અમુક વ્યક્તિઓને સ્પર્શ કરવાથી અશુદ્ધિ થાય છે.

શરૂઆતના માણસો પણ માનતા હતા કે 'દુષ્ટ' એક વ્યક્તિમાંથી બીજા લોકોમાં ફેલાય છે. તે સમજી ગયો કે આ 'અશુદ્ધિ' એકબીજામાં પ્રવેશે છે. ખાસ કરીને ખાસ પરિસ્થિતિઓમાં, જેમ કે ખાવા-પીવાની કુદરતી ક્રિયાઓ દરમિયાન. જીવનની જે ઘટનાઓને શરૂઆતના માણસે 'અશુદ્ધિ›નું કારણ માન્યું હતું, તેમાં નીચેના મુખ્ય હતા -

1. જન્મ, 2. દીક્ષા, 3. પુખ્ત થવું, 4. લગ્ન, 5. સંભોગ, 6. મૃત્યુ

જે માતાઓને બાળક થવાનું હતું તેઓને 'અશુદ્ધ' ગણવામાં આવતી હતી અને તે અન્ય લોકોમાં અશુદ્ધતા ફેલાવતી હતી. માતાઓની 'અશુદ્ધિ' બાળકો સુધી પણ ફેલાતી.

સંસ્કાર અને પુખ્ત બનવું એ જીવનના એવા તબક્કા છે જે સંપૂર્ણ ઐન્દ્રિય અને સામાજિક જીવનમાં પુરુષો અને સ્ત્રીઓના પ્રવેશને ચિહ્નિત કરે છે. તેઓએ એકાંતમાં રહેવું પડતું, વિશેષ ખોરાક લેવો પડતો, વારંવાર સ્નાન કરવું પડતું, તેમના શરીર પર મલમ લગાવવું પડતું અને સુન્નત જેવી ક્રિયાથી શરીરનું વેધન પણ કરવું પડતું. અમેરિકાની જ્ઞાતિઓમાં જે લોકો સંસ્કારી હતા, તેઓ માત્ર ખાસ ખોરાક જ ખાતા ન હતા પરંતુ સમયાંતરે એવી દવા પણ લેતા હતા જેનાથી તેમને ઉલ્ટી થઈ જતી હતી.

લગ્ન સાથેના રિવાજો પરથી એવું જણાય છે કે પ્રારંભિક માણસ લગ્નને પવિત્ર માનતો હતો. કેટલીકવાર પરિણીત સ્ત્રીને ઓસ્ટ્રેલિયાની જેમ પોતાની જાતિના લોકો સાથેનો સંભોગ સહન કરવો પડતો હતો; અથવા જાતિના વડા અથવા ચિકિત્સક સાથે અમેરિકામાં; અથવા પતિના મિત્રો દ્વારા, પૂર્વ આફ્રિકાની આદિવાસીઓની જેમ; કેટલીકવાર પતિ તેની પત્નીને તલવારથી ખંજવાળતો હતો અને કેટલીકવાર પત્નીએ તેના પતિ સાથે લગ્ન કરતા પહેલા ઝાડ સાથે લગ્ન કરવા પડતા હતા, જેમ કે મુંડા જાતિમાં. આ બધી વિધિઓનો હેતુ લગ્નને 'અશુદ્ધિ›થી બચાવવાનો હતો.

પ્રારંભિક માણસ માટે 'મૃત્યુ' મોટાભાગની 'અશુદ્ધિ›નું કારણ હતું અને માત્ર મૃત શરીર જ નહીં, પરંતુ મૃત વ્યક્તિની વસ્તુઓ લેવાનું પણ 'અશુદ્ધ' હતું.

વ્યક્તિના શરીર સાથે મોટી સંખ્યામાં ઓજારો અને શાસ્ત્રોને દફનાવવાની પ્રથાનો પણ એક અર્થ એ જ હતો, કારણ કે લોકો તે વસ્તુઓના ઉપયોગને ખતરનાક અને કમનસીબ માનતા હતા.

વસ્તુઓને સ્પર્શવાથી થતી અશુદ્ધિ વિશે વાત કરતાં, શરૂઆતના માણસે શીખી લીધું હતું કે કેટલીક વસ્તુઓ પવિત્ર છે અને કેટલીક 'અશુદ્ધ' છે. જો કોઈ વ્યક્તિ કોઈ પવિત્ર વસ્તુને સ્પર્શે તો માનવામાં

આવતું હતું કે તેણે તેને 'અશુદ્ધ' કરી નાંખી. પવિત્ર અને સાંસારિક વસ્તુઓને એકબીજાથી અલગ કરવાનું એક ખૂબ જ આબેહૂબ ઉદાહરણ ટોડા લોકો છે, જેમના વ્યાપક રિવાજો અને સામાજિક સંસ્થાઓ તેમના પવિત્ર ઢોર, તેમના પવિત્ર પ્રાણીઓના ખેતરો, પવિત્ર વાસણો, પવિત્ર દૂધ અને જેનું કામ કર્મકાંડ કરવાનું છે તેને શુદ્ધ રાખવાના પ્રયાસો કરે છે. તે લોકોને ડેરી ફાર્મમાં ઉપયોગમાં લેવાતા પવિત્ર વાસણો હંમેશા અલગ રૂમમાં રાખવામાં આવે છે અને તે વાસણોમાંથી દૂધ બહાર કાઢી શકાય નહીં તો જ તે વાસણો સુધી પહોંચે છે. ગોવાળ, જે પુરોહિત પણ છે, લાંબી ધાર્મિક વિધિ પછી જ તે પોતાનું કામ શરૂ કરી શકે છે. આ રીતે તે સામાન્ય માણસના દરજ્જાથી ઉપર ઉઠે છે અને તે 'પવિત્ર કાર્ય' કરવા સક્ષમ બને છે. તેને ગામમાં માત્ર ખાસ પ્રસંગોએ જ સૂવાની છૂટ છે અને તેની દિનચર્યામાં તે અનેક નિયમોનું પાલન કરે છે. જો તે 'પવિત્ર ગોવાળ' કોઈ માટી સાથે જતો રહે, તો તે તેની પવિત્ર પ્રવૃત્તિઓ કરવા માટે અયોગ્ય બની જાય છે. આ બધા પરથી એવું અનુમાન લગાવી શકાય છે કે આમાંના મોટા ભાગના રિવાજોમાં એક જ વસ્તુ હોય છે - દુન્યવી જોખમો સામે રક્ષણ અને પવિત્ર વસ્તુને જેઓ પોતે પવિત્ર છે તેમના વપરાશ માટે યોગ્ય બનાવે છે.

'શુદ્ધિ'ની આ લાગણી માત્ર વસ્તુઓ સાથે સંબંધિત ન હતી. પવિત્ર ગણાતા લોકોના કેટલાક ખાસ વર્ગ પણ હતા. જો કોઈ તેમને સ્પર્શ કરે, તો તે તેમની 'અશુદ્ધિ'નું કારણ બને છે. પોલિનેશિયનોની, એક હલકી વ્યક્તિના સ્પર્શથી મુખિયાની પવિત્રતા નાશ પામતી હતી; જો કે, આ ઘટના માત્ર હલકી કક્ષાની વ્યક્તિ માટે જ નુકસાનકારક હતી. બીજી તરફ, 'ઇફાતે' માં, ધાર્મિક અશુદ્ધિઓ સાથે સંકળાયેલા પવિત્ર લોકોની પવિત્રતાનો નાશ કરવામાં આવ્યો હતો. યુગાન્ડામાં મંદિર બનાવતા પહેલા લોકોને શુદ્ધ કરવા માટે માત્ર ચાર દિવસનો સમય આપવામાં આવતો હતો. બીજી બાજુ, મુખિયા અને તેની વસ્તુઓ એટલી પવિત્ર માનવામાં આવતી કે જો કોઈ નીચલા દરજ્જાની વ્યક્તિ તેનો ઉપયોગ કરે, તો તે તેના માટે સારું રહેશે નહીં. ટોંગા ટાપુમાં, લોકો માટે મુખિયાને સ્પર્શ કરવા માટે પ્રતિબંધિત રહેતા. પવિત્ર વ્યક્તિના ચરણ સ્પર્શ કરવાથી આ દોષ દૂર થતો. 'મલય' દ્વીપકલ્પના વડાની 'પવિત્રતા' રાજ્યના પ્રતીકમાં સમાવિષ્ટ હતી અને જો કોઈ તેને સ્પર્શ પણ કરે તો તે ગંભીર બીમારી અથવા મૃત્યુને આમંત્રણ આપતા.

વિદેશીઓને મળવાથી પણ શરૂઆતના માનવીઓ 'અસ્પૃશ્ય' બની ગયા. થેબા લોકો, દક્ષિણ આફ્રિકાની એક આદિજાતિ, માને છે કે જે લોકો તેમના દેશની બહાર જાય છે તેઓ બાહ્ય આત્માઓથી પ્રભાવિત હોઈ શકે છે. વિદેશીઓ પર પ્રતિબંધ હતો કારણ કે વિદેશી દેવતાઓની

પૂજા કરવાથી ખરાબ અસર થાય છે. તેથી તેઓ કાં તો 'ધૂણી' અપાતી અથવા અન્ય કોઈ રીતે પવિત્ર બનાવવામાં આવતા. 'ડીયરી' અને તેમની પડોશી જાતિઓમાં, જ્યારે કોઈ સ્વદેશી વ્યક્તિ બહારથી પાછો આવે ત્યારે પણ તેની સાથે વિદેશી જેવો વ્યવહાર કરવામાં આવતો હતો, અને જ્યાં સુધી તે બેસી ન જાય ત્યાં સુધી તેની તરફ કોઈ ધ્યાન આપવામાં આવતું ન હતું.

અજાણ્યા દેશમાંથી આવતા લોકો માટે જેટલો ભય હતો એટલું જ અજાણ્યા દેશમાં જવાનું પણ ખતરનાક હતું. ઑસ્ટ્રેલિયામાં, જ્યારે એક જ્ઞાતિને બીજી જ્ઞાતિને મળવાનું હોય ત્યારે તેઓ હવાને શુદ્ધ કરવા માટે સળગતી મશાલો આગળ વહન કરતા હતા, તે જ રીતે, જ્યારે સ્પાર્ટાના રાજાઓ યુદ્ધમાં જતા હતા, ત્યારે વેદીના પવિત્ર અગ્નિને તેમની આગળ લઈ જવામાં આવતા હતા.

એ જ રીતે બહારથી ઘરમાં પ્રવેશનારાઓએ અમુક વિધિનું પાલન કરવું પડતું હતું, ભલે એનો અર્થ તેમના પગરખાં ઉતારવાના હોય, નહીં તો ઘરના લોકોને બહારનો સ્પર્શ કરીને 'અશુદ્ધ' કરી નાખશે એવો પૂરો ભય હતો. જ્યારે પણ ઘરમાં કોઈ વ્યક્તિ કોઈને સ્પર્શ કરીને 'અશુદ્ધ' બનાવવાની સ્થિતિમાં હોય ત્યારે ઉંબરા પર લોહી લગાવવામાં આવતું હતું અને બારસાખ પર પાણી છાંટવામાં આવતું હતું. કેટલીકવાર દુષ્ટ પ્રભાવોથી બચવા અને ઘરમાં સારા નસીબ લાવવા માટે ઘરના દરવાજા પર ઘોડાની નાળ લટકાવવામાં આવતી હતી.

જન્મ, મૃત્યુ અને લગ્ન સાથેની તમામ વિધિઓનો એકમાત્ર અર્થ એ નથી કે આ જન્મજાત શુદ્ધતાના સ્રોત હતા; પરંતુ જ્યારે પણ અને જ્યાં પણ એકાંત હોય ત્યારે વ્યક્તિએ તેમાંથી સ્વીકારવું જ જોઇએ કે તે અન્ય વસ્તુઓની સાથે અશુદ્ધતાની પણ નિશાની છે. જન્મ, દીક્ષા, લગ્ન અને મૃત્યુ એ અલગ ગણાતા. અને તેની સાથે કોઈપણ પ્રકારની ક્રિયાપ્રતિક્રિયા છે જે 'અશુદ્ધ' અથવા 'બાહ્ય' રીતે થતી તે પણ અલગ ગણાતા.

બાળકના જન્મ પછી માતા અલગ થઈ જાય છે. પુખ્ત બન્યા પછી અને દીક્ષા લીધા પછી પણ તેણે થોડો સમય અલગ રહેવું પડે છે. લગ્નમાં, સગાઈના સમયથી લગ્નની વિધિ થાય ત્યાં સુધી પતિ-પત્ની એકબીજાથી દૂર રહે છે.

જ્યારે સ્ત્રીને માસિક ધર્મ આવે છે ત્યારે તેણે અલગ રહેવું પડે છે. જ્યારે મૃત્યુ હોય ત્યારે અલગતા સામાન્ય રીતે થાય છે. માત્ર મૃતકનો મૃતદેહ જ નહીં, તેના સ્વજનોએ પણ બધાથી દૂર રહેવું પડે છે. આ અલગતા તેમના ઉગી ગયેલા વાળ, નખ અને જૂના કપડાં પહેરવાથી સ્પષ્ટ થાય છે. મતલબ કે સોસાયટીના વાળંદ, ધોબી વગેરેએ તેમનો બહિષ્કાર કર્યો છે. અલગ થવાનો સમય અને તેની તીવ્રતા એકસરખી

નથી હોતી, પરંતુ વિભાજન થાય છે. જો કોઈ સાધારણ સંસારી વ્યક્તિએ પવિત્રને અશુદ્ધ બનાવ્યું હોય, અથવા પોતાની જાતિમાંથી જ અશુદ્ધિ ઉત્પન્ન થઈ હોય, અથવા જો પોતાની જાતિની બહારના કોઈ સંબંધને કારણે અશુદ્ધતા ઉત્પન્ન થઈ હોય, તો અવશ્ય વિયોગ થાય છે. સામાન્ય દુન્યવી વ્યક્તિએ પવિત્ર લોકોથી દૂર રહેવું જોઈએ. સ્વજનોએ બિન-સંબંધીઓથી દૂર રહેવું જોઈએ. આના પરથી સ્પષ્ટ થાય છે કે શરૂઆતના સમાજમાં અશુદ્ધતાના કારણોને અલગ કરવામાં આવ્યા હતા.

અશુદ્ધતાના વિચારની સાથે, પ્રારંભિક સમાજે એવી ધાર્મિક વિધિઓની પણ કલ્પના કરી હતી જે પવિત્ર બનાવી શકે છે, જે અશુદ્ધતાને દૂર કરી શકે છે. અશુદ્ધિ દૂર કરવાના માધ્યમો છે 'પાણી' અને 'લોહી›. જો કોઈ અશુદ્ધ થઈ ગયું હોય તો પાણી અને લોહીનો છંટકાવ કરવાથી તે શુદ્ધ બને છે. શુદ્ધિકરણ વિધિઓમાં કપડાં બદલવા, વાળ અને નખ કાપવા, પરસેવો લૂછવો, અગ્નિથી ગરમ થવું, ધૂણી લેવી, સુગંધિત પદાર્થોને બાળી નાખવા અને ડાળીમાંથી ઝાડ ફૂંક કરવાનો સમાવેશ થાય છે. આ અશુદ્ધતાને દૂર કરવાના માધ્યમો હતા. પરંતુ શરૂઆતના સમાજને અશુદ્ધતા ટાળવાની બીજી રીત પણ ખબર હતી. એટલે કે, એકની અશુદ્ધિ બીજા પર લાદવી. આ કોઈ એવી વ્યક્તિ પર લાદવામાં આવતું જે પહેલાથી જ પ્રતિબંધિત અથવા બહિષ્કૃત હોય.

ન્યુઝીલેન્ડમાં, જો કોઈ વ્યક્તિ બીજાના માથાને સ્પર્શ કરે છે, તો તે વર્જિત માનવામાં આવતું હતું કારણ કે માથું શરીરનું પવિત્ર અંગ હતું. પછી તેને એક ખાસ પ્રકારના મૂળ વડે હાથ ઘસીને પોતાની જાતને શુદ્ધ કરવી પડતી. તે મૂળ માતાના પક્ષના પરિવારના વડા માટે ખોરાક બનતું. 'ટોંગા›માં, જો કોઈ 'પ્રતિબંધિત' ખોરાક લે છે, તો તેના 'ખરાબ પ્રભાવ›થી બચવાનો એકમાત્ર રસ્તો પરિવારના વડાના પગ તેના પેટ પર રાખવાનો હતો.

એકની શુદ્ધતા બીજામાં સ્થાનાંતરિત થાય છે તે વિચાર 'બલિ વાછરડા' ના રૂપમાં વ્યક્ત થાય છે. 'ફિજી›માં, જો પ્રતિબંધિત લોકોમાંથી કોઈએ ડુક્કરને સ્પર્શ કર્યો, તો તે મુખિયા માટે પવિત્ર બની જશે. યુગાન્ડામાં જ્યારે રાજા માટે શોકનો સમય પૂરો થતો હતો, ત્યારે એક ગાય, બકરી, એક કૂતરો, એક મરઘી અને રાજાના ઘરની થોડી માટી અને અગ્નિ સહિત એક 'બલિ વાછરડું›ને શહેરની સીમા સુધી પહોંચાડવામાં આવતા હતા. ત્યાં તે પ્રાણીઓને લૂલાલંગડા બનાવીને મરવા માટે છોડી દેવામાં આવતા. આ રીતે, એવું માનવામાં આવતું હતું કે રાજા અને રાણીની તમામ અશુદ્ધિઓ દૂર થઈ જશે.

આ બધી એવી બાબતો છે જે શરૂઆતના સમાજમાં અશુદ્ધતાના વિચારનું અસ્તિત્વ સાબિત કરે છે. જો આપણે પ્રારંભિક સમાજ પછીના

પ્રાચીન સમાજને ધ્યાનમાં લઈએ, તો પ્રાચીન સમાજમાં અશુદ્ધતાનો વિચાર પ્રારંભિક સમાજમાં અશુદ્ધતાના વિચારથી બહુ અલગ ન હતો. અશુદ્ધિના સ્ત્રોતો અથવા કારણોમાં તફાવત છે. ધાર્મિક વિધિઓ જે તેને પવિત્ર બનાવે છે તે પણ અલગ હોઈ શકે છે. પરંતુ આ તફાવતો સિવાય, પ્રારંભિક સમાજ અને પ્રાચીન સમાજમાં અશુદ્ધતા અને શુદ્ધતાનું સ્વરૂપ સમાન છે.

જો ઇજિપ્તની અશુદ્ધતા પ્રણાલીની તુલના પ્રારંભિક સમાજની અશુદ્ધતા પ્રણાલી સાથે કરવામાં આવે, તો બંને વચ્ચેનો તફાવત એટલો જ છે કે તે ઇજિપ્તમાં વધુ વ્યાપક બની હતી.

ગ્રીક લોકોમાં, રક્તસ્રાવ, રાક્ષસોનો પ્રભાવ, મૃત્યુ, જાતીય સંભોગ, બાળકનો જન્મ, શૌચ, પ્રતિબંધિત ખોરાક, જેમ કે સૂપ, માખણ અને લસણ, પવિત્ર સ્થાનોમાં અનધિકૃતોનો પ્રવેશ, અને ચોક્કસ સમયે અપશબ્દો બોલવા અને લડાઈ કરવી પણ અશુદ્ધિના કારણ મનાતા. અને શુદ્ધતાના માધ્યમો, જેને ગ્રીક લોકો સામૂહિક રીતે 'કોપોઇઆ' કહે છે. પવિત્ર જળ, ગંધક, ડુંગળી, અર્પણ ધૂપ, અગ્નિ, કેટલાક વૃક્ષોની ડાળીઓ, અન્ય વનસ્પતિઓ, બિટ્યુમેન, ઊન, કેટલાક પથ્થરો અને તાવીજ, સૂર્યની ગરમી, સોના જેવી ચળકતી ચીજવસ્તુઓ, બલિદાનના પ્રાણીઓ, ખાસ કરીને ડુક્કર અને તેમાં પણ તેમના રક્ત અને માંસ, કેટલાક પ્રસંગોએ કરવામાં આવતા અમુક તહેવારો અને ધાર્મિક વિધિઓ, ખાસ કરીને શ્રાપ અને 'બલિ વાછરડું' હતા. પવિત્રતાની એક અસાધારણ રીત એ પણ હતી કે અશુદ્ધોના માથાના વાળ કાપીને દેવતા સાથે તેમનું જોડાણ સ્થાપિત કરવું.

રોમનોની અશુદ્ધતા અને શુદ્ધતાની કલ્પનાની વિશેષતા પ્રાદેશિક (સામયિક) અને જાતિ આધારિત અશુદ્ધતા અને શુદ્ધતાની કલ્પના રહી છે. જેમ ઘરને પવિત્ર કરવામાં આવતું હતું, તેવી જ રીતે સમગ્ર પ્રદેશને શુદ્ધ કરવા માટે સમાન ધાર્મિક વિધિ કરવામાં આવતી હતી. પ્રાદેશિક શુદ્ધતા વિધિમાં સમગ્ર સરહદની પરિક્રમા કરવી અને બલિદાન આપવાનો સમાવેશ થતો હતો. પ્રાચીન સમયમાં, સમાન પ્રકારની પરિક્રમા શહેરની દિવાલોની આસપાસ થતી હતી. ઐતિહાસિક યુગમાં, કોઈ પણ મોટી દુર્ઘટના પછી, જેમ કે બીજા પ્યુનિક યુદ્ધને કારણે થયેલા મહાન વિનાશ પછી શહેરની વિશેષ પવિત્રતાનું આયોજન કરવામાં આવ્યું હતું. આ બધા પસ્તાવાનો મુખ્ય હેતુ દેવતાઓની કૃપા મેળવવાનો હતો. કોઈપણ વસાહતની શરૂઆતમાં, શુદ્ધિકરણ વિધિ કરવામાં આવતી હતી. સરહદો અને બજારોનું રક્ષણ પણ તેના મૂળ સ્વરૂપમાં તેમના 'પવિત્રીકરણ›થી થતું. હમણાં સુધી, પાદરીઓનો એક વિશેષ વર્ગ પ્રાચીન રોમની સરહદો પર પેટ્રોલિંગ કરતો હતો - પેલેરિનેટની પતાવટ. તે પહેલાં, પ્રારંભિક શહેરની પ્રાચીન સીમાઓની વાર્ષિક પરિક્રમા થતી હતી. આમાં 'અરબલ'

નામનો પૂજારી આગેવાની કરતો હતો. આ પરિક્રમા 'અંબરબલીયા' કહેવાતી. જ્યારે રોમન રાજ્યનો વ્યાપ વધ્યો ત્યારે એવું ન લાગ્યું કે 'પવિત્રીકરણ›ના સંસ્કાર પણ પ્રમાણમાં વધ્યા. આ પરિક્રમા ઇટાલીની અંદર અને બહાર અન્યત્ર અને ગ્રીસમાં પણ થઈ હતી. મંત્રો ધરાવતી પ્રાર્થનાના શુદ્ધ ઉચ્ચારણની જાદુઈ અસર જણાય છે. તેમના ઉચ્ચારણમાં કોઈ ભૂલ હોય તો પસ્તાવો કરવો પડતો. ઉદાહરણ તરીકે, પ્રાચીન રોમની ન્યાયિક પ્રણાલીમાં, જો મૂળ સ્વરૂપના ઉચ્ચારણમાં કોઈ ભૂલ હોય, તો વાદી તેના આરોપી અને કેસ ગુમાવતો.

અનોખી પ્રાચીન વિધિઓના કેટલાક અન્ય સ્વરૂપો પણ દેવતાઓને ખુશ કરવાના વિચાર સાથે જોડાયેલા હતા. સાલી નામનો એક પ્રાચીન પાદરી ખાસ પ્રસંગોએ શહેરના વિવિધ સ્થળોએ ફરતો હતો. તેઓએ તેમના શસ્ત્રો અને સંગીતનાં સાધનોને પણ શુદ્ધ કર્યાં, જે પ્રારંભિક લોકોની માન્યતાને સમર્થન આપે છે કે લશ્કરી શસ્ત્રોના સફળ ઉપયોગ માટે, તેમનું પવિત્ર હોવું જરૂરી હતું. સરકારી ગણતરીઓ જે પવિત્રતા સાથે સમાપ્ત થાય છે

તે વાસ્તવમાં એક સૈન્ય પ્રક્રિયા હતી, કારણ કે તે સેન્ટ્રલ કમિટી સાથે સંબંધિત હતી જે સામાન્ય કપડાંમાં સૈન્ય છે. આ સૈન્ય પવિત્રીકરણ પણ તે જ સમયે થતું, જ્યારે લશ્કરમાં ક્યારેક પ્રવર્તતા ખોટા ભયને દૂર કરવા માટે સેના યુદ્ધના મેદાનમાં પહોંચતી. અન્ય પ્રસંગોએ તે માત્ર રોગ અટકાવવા માટે હતું. નૌકાદળનું પણ શુદ્ધિકરણ કરવામાં આવતું.

હિબ્રુઓ, બધા પ્રારંભિક લોકોની જેમ, અશુદ્ધતાના ખ્યાલમાં માનતા હતા. અશુદ્ધતા અંગેના તેમના વિચારની વિશેષતા એ તેમની માન્યતા હતી કે અશુદ્ધતા અશુદ્ધ પ્રાણીઓના હાડપિંજરને સ્પર્શવાથી અથવા મૃત માંસ ખાવાથી અથવા વિસર્પી પ્રાણીઓ અને એવા પ્રાણીઓના સ્પર્શથી થાય છે જે હંમેશા અસ્વચ્છ રહે છે. આ બધાં પ્રાણીઓ કે જેનાં ખર ચર હોય છે, જે એકબીજા સાથે જોડાયેલાં નથી, જે ચાવતાં નથી, જે પોતાના પંજા પર ચાલે છે, અને ચાર પગે ચાલતાં તમામ પ્રકારનાં પ્રાણીઓ અશુદ્ધિ ઉત્પન્ન કરે છે. અશુદ્ધ વ્યક્તિને સ્પર્શ કરવો એ પણ હિબ્રૂ લોકો માટે અશુદ્ધતા હતી. હિબ્રુ લોકોની અશુદ્ધતાના વધુ બે લક્ષણોનો પણ ઉલ્લેખ કરી શકાય છે. તેઓ માનતા હતા કે મૂર્તિપૂજા પણ અશુદ્ધતાનું કારણ હોઈ શકે છે અને લોકોની જાતીય અશુદ્ધિ આ પ્રદેશને અશુદ્ધ બનાવે છે.

આ વિગતવાર વર્ણન પછી, આપણે સારમાં કહી શકીએ કે પ્રારંભિક સમાજ અથવા પ્રાચીન સમાજના લોકોમાં એવું કોઈ નહોતું કે જે અશુદ્ધતાના વિચારમાં માનતું ન હોય.

■

2.

હિંદુઓમાં અસ્પૃશ્યતા

જ્યાં સુધી અશુદ્ધતાનો સંબંધ છે, ત્યાં સુધી હિંદુઓ અને અર્વાચીન અથવા પ્રાચીન સમાજના લોકો વચ્ચે કોઈ તફાવત નથી. અશુદ્ધતાનો ખ્યાલ હિંદુઓને સ્વીકાર્ય હતો, આ મનુ સ્મૃતિમાંથી સ્પષ્ટ છે. મનુએ શારીરિક અશુદ્ધિ અને માનસિક અશુદ્ધિ બંનેનો સ્વીકાર કર્યો છે. મનુએ જન્મ, મૃત્યુ અને માસિક સ્રાવને અશુદ્ધતાના કારણો તરીકે સ્વીકાર્યા છે. મૃત્યુના પરિણામે અશુદ્ધતાની અસર દૂર સુધી પહોંચતી હતી. તે લોહીના સંબંધને અનુસરે છે. મૃત્યુને કારણે, મૃતકના પરિવારના તમામ સભ્યો, જેને સપિંડક અને સમાનોદક કહેવામાં આવે છે, તે અશુદ્ધ હતા. આમાં મામાના સંબંધીઓ, જેમ કે મામા, વગેરેનો જ નહીં, પણ દૂરના સંબંધીઓનો પણ સમાવેશ થતો હતો. તે અસંબંધિત લોકોને પણ સ્પર્શે છે, જેમ કે - (1) આચાર્ય (2) આચાર્ય - પુત્ર (3) આચાર્ય - ભાર્યા, (4) શિષ્ય, (5) સહાધ્યાયી, (6) સાંભળનાર, (7) રાજા, (8) મિત્ર, (9) પરિવારના સભ્યો, (10) મૃતદેહનો વાહક અને (11) જેઓ મૃત શરીરને સ્પર્શ કરે તે.

જે કોઈ અશુદ્ધિના પ્રભાવ હેઠળ આવતા તે તેનાથી બચી શકતા નહીં. માત્ર થોડા જ લોકો તેમાં અપવાદ હતા. નીચેની પંક્તિઓમાં, મનુએ તે અપવાદોના નામ આપ્યા છે અને તેના કારણો પણ આપ્યા છે. (અર્થ-મંત્ર વાંચો.)

"રાજા અને તે લોકો જે કોઈપણ વ્રત રાખવા અથવા કોઈપણ યજ્ઞ કરવામાં વ્યસ્ત છે, તેઓ અશુદ્ધતાથી મુક્ત રહે છે, કારણ કે રાજા ઈન્દ્રના આસન પર બિરાજમાન છે અને અન્ય બંને બ્રાહ્મણોની જેમ હંમેશા શુદ્ધ છે." (5, 93)

"એક વિશાળ સિંહાસન પર બેઠેલા રાજા માટે તાત્કાલિક પવિત્રતાની જોગવાઈ છે; અને તેનું કારણ એ છે કે તે તેની પ્રજાના રક્ષણ માટે સિંહાસન પર છે." (5,94)

"જેઓ કોઈપણ યુદ્ધ અથવા સંગ્રામમાં સેવા આપે છે, અથવા

વીજળીથી ત્રાટકવાથી કે રાજા દ્વારા માર્યા ગયા છે, અથવા ગાય અથવા બ્રાહ્મણના રક્ષણમાં મૃત્યુ પામ્યા છે, રાજા તેમના સંબંધીઓ અને તેમને અશુદ્ધ હોવા છતાં રાજા તેમને શુદ્ધ જોવાની ઇચ્છા રાખે છે. " (5, 95)

"રાજા પવિત્ર છે કારણ કે તે વિશ્વના આઠ પાલક દેવતાઓ - ચંદ્ર, અગ્નિ, સૂર્ય, વાયુ, ઇન્દ્ર, કુબેર, વરુણ અને યમનો અવતાર છે." (5,96)

"કારણ કે રાજા વિશ્વના તે પાલક દેવતાઓથી રંગાયેલો છે, તેના પર આ પ્રકારની કોઈ અશુદ્ધિ લાગુ પડતી નથી, કારણ કે વિશ્વના આ સ્વામી જ શુદ્ધતા અને અશુદ્ધતાના કારણો છે." (5, 97)

આના પરથી સ્પષ્ટ થાય છે કે રાજા અને ધાર્મિક યુદ્ધોમાં મૃત્યુ પામેલા લોકોના સંબંધીઓ અને તે લોકો જેમને રાજા અશુદ્ધતાના અપવાદ તરીકે રાખવા માંગતા હતા તેઓ અશુદ્ધતાના સામાન્ય નિયમોને આધીન ન હતા. મનુનું નિવેદન છે કે «બ્રાહ્મણ હંમેશા શુદ્ધ હોય છે.» તેનો સામાન્ય અર્થમાં જ સ્વીકાર કરવો જોઈએ એટલે કે બ્રાહ્મણને સર્વોચ્ચ રાખવા. આનો અર્થ એવો ન લેવો જોઈએ કે બ્રાહ્મણ અશુદ્ધિથી મુક્ત હતો. કારણ કે તે એવો નહોતો. જન્મ અને મૃત્યુ ઉપરાંત, બ્રાહ્મણોને લાગુ પડતા અશુદ્ધતાના અન્ય ઘણા કારણો હતા, જે બિન-બ્રાહ્મણોને લાગુ પડતા ન હતા. મનુસ્મૃતિ એવા પ્રતિબંધોથી ભરપૂર છે જે ફક્ત બ્રાહ્મણોને જ લાગુ પડે છે અને જેનું તેઓએ પાલન કરવું જોઈએ. જો તે તેનું પાલન ન કરે તો તે અપવિત્ર થઈ જાય છે. મનુનો અપવિત્રતાનો વિચાર વાસ્તવિક છે, કાલ્પનિક નથી. કારણ કે તે 'અશુદ્ધ' લોકો દ્વારા આપવામાં આવતા ખોરાકને અસ્વીકાર્ય માને છે. મનુએ આ વિષયમાં ત્રણ રીતે શુદ્ધતાનું લક્ષ્ય રાખ્યું છે - (1) શારીરિક અશુદ્ધિ, (2) માનસિક અશુદ્ધિ, (3) નૈતિક અશુદ્ધિ. મનમાં ખરાબ વિચારોને સ્થાન આપવાથી નૈતિક અશુદ્ધિ ઉત્પન્ન થાય છે. તેના શુદ્ધિકરણ માટેના નિયમો ફક્ત સલાહ અથવા આદેશો છે. પણ માનસિક અને શારીરિક અશુદ્ધિ દૂર કરવાના 'સંસ્કારો' એક જ છે. તેમાં પાણી, માટી, ગૌમૂત્ર, કુશ અને ભસ્મનો ઉપયોગ થાય છે. માટી, ગૌમૂત્ર, કુશ અને ભસ્મનો ઉપયોગ નિર્જીવ પદાર્થોના સંપર્કમાં આવવાથી થતી શારીરિક અશુદ્ધિને દૂર કરવા માટે થાય છે. માનસિક અશુદ્ધિ દૂર કરવામાં પાણી સૌથી વધુ ઉપયોગી છે. તેનો ઉપયોગ ત્રણ રીતે થાય છે - આચમન, સ્નાન અને છંટકાવ. પાછળથી, 'પંચગવ્ય' માનસિક અશુદ્ધિને દૂર કરવામાં સૌથી મહત્વપૂર્ણ સ્થાન બની ગયું. તે ગાયની પાંચ વસ્તુઓમાંથી બને છે: દૂધ, ગૌમૂત્ર, ગોબર, દહીં અને ઘી. મનુએ એવી જોગવાઈ પણ કરી છે કે કોઈ વ્યક્તિ પોતાની અશુદ્ધિને બીજા પર લાદવાથી મુક્ત થઈ શકે છે, ઉદાહરણ તરીકે, ગાયને સ્પર્શ કરીને, આચમન જળ અર્પણ કરીને અને સૂર્ય તરફ જોઈ લેવાથી. અંગત

અશુદ્ધિ સાથે, હિંદુઓ પ્રાદેશિક અને સાંપ્રદાયિક અશુદ્ધિમાં પણ માનતા હતા, પ્રાચીન રોમનોની જેમ. દરેક ગામની વાર્ષિક મુલાકાત હોય છે. એક પ્રાણી, સામાન્ય રીતે ભેંસ, ગામમાંથી ખરીદવામાં આવે છે. ગામની પરિક્રમા કર્યા બાદ પશુની બલિ આપવામાં આવે છે. ગામની આજુબાજુ તેનું લોહી છંટકાય છે. દરેક હિંદુ, દરેક બ્રાહ્મણ, ભલે તે ગૌમાંસ ખાનાર ન હોય, ચોક્કસપણે તેનો હિસ્સાનું માંસ લે છે. તે કોઈપણ સ્મૃતિમાં લખાયેલું નથી, પરંતુ તેને રિવાજની પરવાનગી છે. હિન્દુઓમાં 'રિવાજ' કાયદાને પણ દબાવી દે છે.

જો તે આટલા સુધી જ સીમિત હોત, તો સરળતાથી કહી શકાય કે હિંદુઓમાં અશુદ્ધતાનો ખ્યાલ પ્રારંભિક અને પ્રાચીન સમાજમાં હાજર અશુદ્ધતાના ખ્યાલથી કોઈ રીતે અલગ નથી. પરંતુ આપણે અહીં અટકી શકીએ નહીં, કારણ કે હિંદુઓ અસ્પૃશ્યતાના બીજા સ્વરૂપમાં માને છે જેનો હજુ સુધી ઉલ્લેખ કરવામાં આવ્યો નથી. આ કેટલીક જાતિઓની વારસાગત અસ્પૃશ્યતા છે. આ જ્ઞાતિઓની સંખ્યા એટલી મોટી છે કે કોઈ સામાન્ય વ્યક્તિ માટે કોઈ વિશેષ મદદ વિના તેમની સંપૂર્ણ સૂચિ બનાવવી સરળ નથી. સદનસીબે 1935માં ભારત સરકારે આવી યાદી તૈયાર કરી હતી. તે 1935 ના 'ગવર્નમેન્ટ ઓફ ઇન્ડિયા એક્ટ' હેઠળ જારી કરાયેલ 'ઓર્ડર ઇન કાઉન્સિલ' સાથે છે. આ લાંબી યાદીને 9 ભાગોમાં વહેંચવામાં આવી છે. એક ભાગ એક પ્રાંત સાથે સંબંધિત છે, જેમાં તે પ્રાંતની જ્ઞાતિઓ, જાતિઓ, જાતિઓ અથવા જૂથો કે જેઓ આખા પ્રાંત અથવા તેના એક ભાગમાં 'અસ્પૃશ્ય' ગણાય છે, તેમની ગણતરી કરવામાં આવી છે, આ સૂચિ વ્યાપક કહી શકાય. અને પ્રમાણિત પણ. હિંદુઓ કેટલી મોટી જ્ઞાતિઓને વારસાગત 'અસ્પૃશ્ય' માને છે તે સ્પષ્ટ કરવા માટે, હું અહીં 'ઓર્ડર ઇન કાઉન્સિલ›માં તે યાદી આપી રહ્યો છું.

1. ભાગ-મદ્રાસ

(1) સમગ્ર પ્રાંતમાં પ્રવર્તમાન અનુસૂચિત જાતિઓની યાદી

આદી આંધ્ર	ચટ્ટી	અસ્થિ	આદિ દ્રવિડ	ચકિલિયન	સ્મિત
આદિ કર્ણાટક	ચલવાડી	હોલ્યા	ચપળ	મોચી	માલી
અરુંધતિયા	ચાંડાલ	જાંબુવુલુ	વેઈટર	ચેરુમન	કાલાડી
કનકન	બંડી	દેવેન્દ્ર	કુલતાન	કોડાલો	બારીકી
કુસા	બકુડ	દંડાસી	ઘાસી	માલા	મોગર
બદ્દડ	ગોડગલી	કોડેગ	બૌરિ	ગોડારી	કુટુમ્બન
બેલર	ગોઢ્ઢા	કુર્વન	વ્યાગારી	ગોસંગી	મદારી
માદિગા	પાંડા	રનેયર	મૈલા	પાકી	રેલ્લિ
પલ્લન	સમગર	મલાદાસુ	પામ્બડ	સંબન	માતંગી

પમીડી	સપારી	પંચમ	સેગમન	મુચી	પાનીયન
તોટી	મંડલ	પનીયાન્નદી	તિરુવલ્લુર	નલકેવ	પર્યન
વલ્લુવન	નયાડી	પરવન	વાલ્મીકિ	પગદાઈ	પુલયન
બુત્તુવન	પૈડિ	પુતિરવયન્નન			

(2) પ્રાંતની વિધાનસભામાં પછાત વિસ્તારો અને પછાત જાતિઓના એક પ્રતિનિધિની ચૂંટણી માટે તમામ પ્રાંતોમાં ગણાયેલી જાતિઓની યાદી. 1935ના ભારત સરકારના અધિનિયમ મુજબ, જો કોઈ વિશેષ મતવિસ્તાર હોય, તો તે આ નિયમનો અપવાદ હશે:

અર્નાદન	કટ્ટુ નાયકન	કુરુકાન	ડોમ્બો	કુડિયા	માલસર
કદન	કુડુવી	મેવિલન	કરીમ્પલન	કુરિચ્છન	પાનો

2. ભાગ – બોમ્બે

(1) સમગ્ર પ્રાંતની અનુસૂચિત જાતિઓ

આસોદી	ઢોર	મગવાલ-મેઘવાર	બકડ
ગારોડે	મીની-માદિગ	ભાંબી	હાલિર
હલસર અથવા હલસર	મુકરી	ભંગી	નાદિયા
ચક્રબડ કે દાસર	હુલસવર	શેનવા અથવા શિંધવા	ચલવાડી
હોલાયા	શિધદાવ અથવા શિંગદયા	ચંભર અથવા મોચી	ખાલ્પા
સોચી સમગર	કોલચા અથવા કોલઘા	તિમાલી	ચેન દસરુ
કોલી ઢોર	તુરી	ચૂહડ અથવા ચૂહડા	લિંગાડેર
વણકર	દકલેરુ	માદિગ અથવા માંગ	બિથોલિયા
ઢેડ	મહાર	ઘેત્રુ-મેગુ	માંગ ગારુડી

૨) મોચી – અમદાવાદ, ખેડા, ભરૂચ, પંચમહાલ અને સુરત જિલ્લાઓને બાદ કરતાં બાકીના પ્રાંતમાં.

૩) કોટગર- કનાડા જીલ્લામાં. આગરીયા બગીડ વેલદાર બરુવા ભાટીયા ભુઇ માળી ભુઇયા ભૂમિજ

3. ભાગ – બંગાળ

સમગ્ર પ્રાંતની અનુસૂચિત જાતિઓ

આગરીયા	બહેલીયા	બાવરી	બાગડી
બૈતી	બાડિયા	વેલદાર	કાદર
મલ્લાહ	બરુઆ	કાલા પહાડિયા	માછ
ભાટિયા	કાન	મહેતર	ભુઇ માલી

કાંધ	મુઆહી	ભુયા	કંદરા
મીડા	ભૂમિજ	કાવરા	મુસાવર
બિંદ	કપૂરિયા	નાગસાયા	બિજિયા
કરૈગા	નામસુદ્ર	ચમાર	કાસથા
નટ	ઘેનુવર	કાવર	નુનિયા
ધોબા	ખૈરા	આરાવ	દોઆવ
ખાટીક	પાલિયા	ડોમ	કોસ
પાન	દુસાધ	કોનાઈ	પાસી
પાસી	ગારો	કોનાવાર	પટની
ઘાસી	પોર	કોદ	ગોહરી
કોતલ	રાભા	હાડી	લાલબેગી
રાજવંશી	લધંગ	હોજા	રજવાડ
હલાલખોર	લહોર	સંતાલ	હાડી
માહરિ	સુનલી	હો	માલ
તિહાર	જાલિયા કૈવર્ત	મહર	તૂરિ

ઝાલોમાલો અથવા માલો

૪. ભાગ - સંયુક્ત પ્રાંત

સમગ્ર પ્રાંતની અનુસૂચિત જાતિઓ

અગરિયા	અહેરિયા બજણિયા	બડી	બધિક
બહેલિયા	બજણિયા	બાજગી	ચમાર
ચેરો	દબગર	ધાગડ	ધાનુક
ધરકાર	ધોબી	ડોમ	ડોમાર
ધરામી	બલહાર	વાલ્મીકિ	બનમાનુસ
બંસફોડ	બરમાર	બસોર	બાવરિયા
કાપડિયા	કરમાલ	ખારોટ	ખરવાર
ખટિક	કોલ	કોરવા	લાલબેગી
મઝવાર	નટ	બેલદાર	બંગાલી
બેડ્યા	ભાન્તુ	ભુડ્યા	ભુઈયાર
વોરિયા	તુરૈહયા	હાડી	હેલા
ખૈરહા	કલાબાજ	કંજર	શિલ્પકાર
પટારિ	રાઉત	સહરિયા	ઘાસિયા
પંખા	સંહૌડિયા	ઉહાલ	પરાહિયા
સાસિયા	હાબુડા	પાસી	થારૂ

આગ્રા, મેરઠ અને રોહિલખંડ કમિશનરેટને બાદ કરતાં બાકીનો પ્રાંત ખાલી રહ્યો હતો.

5. ભાગ- પંજાબ

સમગ્ર પ્રાંતની અનુસૂચિત જાતિઓ

આદિ ધર્મી	મરીજા	ખટિક	બાવરિયા
બંગાલી	કોરી	ચમાર	બરર
નટ	ચૂહડા અથવા વાલ્મીકિ	બાજીગર	પાસી
બાગી અને કોલિ	ભાંજરા	ડમના	ચનલ
સપેલા	ઓડ	ધાનક	સિરકીબંદ
સાંસી	ગગડ	મેઘ	સરાઢે
ગંધીલ	રામદાસી		

6. ભાગ – બિહાર

(1) સમગ્ર પ્રાંતમાં અનુસૂચિત જાતિ

ચમાર	ધોબી	ડોમ	ચૌપાલ
દુસાધ	હલાલ ખોર	હાડી	લાલબેગી
નટ	કંજર	મોચી	પાસી
કુરારિયર	મુસહર		

(2) પટના અને તિર્હુત કમિશનરેટમાં અને ભાગલપુર, મુંગેર, પલામાઉ અને પૂર્ણિયા જિલ્લામાં.

બોવરી	ભૂમિજ	રજવાર	ભોગતા
ઘાસી	તુરી	ભુઈયા	પાન

(3) માનભૂમિ જિલ્લાનો ધનબાદ તાલુકા, મધ્ય માનભૂમિ અને પારુલિયાનો સામાન્ય ગ્રામીણ મતવિસ્તાર અને રઘુનાથ નગરપાલિકામાં.

બાઓરી	ઘાસી	રજવાર	ભોગતા
પાન	તુરી અને ભુઈયા		

7. ભાગ- મધ્ય પ્રાંત અને બરાર

(1) સમગ્ર પ્રાંતમાં અનુસૂચિત જાતિ બસોર અથવા બરુડ

બસોર અથવા બરુડ	ડોમ	મેહતર અથવા ભંગી	ચમાર
ગાંડા	મોચી	માંગ	સનાતની

(2) ખાસ સ્થળોએ અનુસૂચિત જાતિ

ઓઘેલીયા:- બિલાસપુર જિલ્લામાં.

બહના:- અમરાવતી જિલ્લામાં

બલાહી કે બલાઈ:- બરાર કમિશનરેટ, અને બાલાઘાટ, ભંડારા, બેતુલ, ચાંદા, છિંદવાડા, હોશંગાબાદ, જબલપુર, મંડલા, નાગપુર, નિમાડ, સાગર અને વર્ધા જિલ્લામાં.

બેહાર:- અકોલા, અમરાવતી અને બુલઢાણા જિલ્લામાં

ચદરઃ- ભંડારા અને સાગર જિલ્લામાં.

ચૌહાણઃ- દુર્ગ જિલ્લામાં.

દેહયાતઃ- સાગર જિલ્લાના દમોહ તાલુકામાં.

દેવાડઃ- બિલાસપુર, દુર્ગ અને રાયપુર જિલ્લામાં.

ધનુકઃ- દમોહ તાલુકા સિવાય સાગર જિલ્લામાં.

ઢોમરઃ- ભંડારા જિલ્લામાં.

ધોબીઃ- ભંડારા, બિલાસપુર, રાયપુર અને સાગર જિલ્લામાં અને હોશંગાબાદ જિલ્લામાં સિઓની, માલવા તાલુકાઓમાં.

દોહરઃ- બરાર કમિશનરેટ અને બાલાઘાટ, ભંડારા, ચાંદા, નાગપુર અને વર્ધા જિલ્લાઓમાં.

ઘાસીયા બરારઃ- કમિશનરેટ અને બાલાઘાટ, ભંડારા, બિલાસપુર, ચાંદા, દુર્ગ, રાયપુર અને વર્ધા જિલ્લાઓમાં.

હોલિયાઃ- બાલાઘાટ અને ભંડારા જિલ્લામાં.

જંગમઃ- ભંડારા જિલ્લામાં.

કકરીઃ- બરાર કમિશનરેટ અને ભંડારા, ચાંદા, બરાર અને વર્ધા જિલ્લામાં.

કટિયાઃ- બરાર કમિશનરેટમાં, બાલાઘાટ, બેતુલ, ભંડારા, બિલાસપુર, ચાંદા, દુર્ગ, નાગપુર, નિમાડ, રાયપુર અને વર્ધા જિલ્લાઓમાં. હોશંગાબાદ જિલ્લાના હોશંગાબાદ અને સિઓની માલવા તાલુકાઓમાં. સિવની તાલુકા સિવાય બાકીનો છિંદવાડા જિલ્લો. દમોહ તાલુકા સિવાય સાગર જિલ્લામાં

ખંગારઃ- ભંડારા, બુલઢાણા, સાગર જિલ્લામાં અને હોશંગાબાદ જિલ્લામાં અને સિઓની-માવલા તાલુકામાં.

ખટીકઃ- બરાર કમિશનરેટમાં, બાલાઘાટ, ભંડારા, ચંદા, નાગપુર અને વર્ધા જિલ્લાઓમાં.

કોળીઃ- ભંડારા અને ચાંદા જિલ્લામાં

કોરીઃ- અમરાવતી, બાલાઘાટ, બેતુલ, ભંડારા, બુલઢાણા, છિંદવાડા, બાલપુર, મંડલા, નિમાડ, રાયપુર અને સાગર જિલ્લાઓમાં અને હરદા અને સોહાગપુર તાલુકા સિવાય બાકીના હોશંગાબાદ જિલ્લામાં.

કુલારઃ- ભંડારા અને સાગર જિલ્લામાં અને હોશંગાબાદ જિલ્લાના સિવની માલવા તાલુકામાં.

માડુગીઃ- બરાર કમિશનરેટ, બાલાઘાટ, ભંડારા, ચંદા, નાગપુર અને વર્ધામાં.

માલાઃ- બાલાઘાટ, બેતુલ, છિંદવાડા, હોશંગાબાદ, જબલપુર, મંડલા,

નિમાર અને સાગર જિલ્લામાં.

મહેરા અને મહાર:- હોશંગાબાદ જિલ્લાના હરદા અને સોહાગપુર તાલુકા સિવાયના બાકીના પ્રાંતમાં.

નગાડચી:- બાલાઘાટ, ભંડારા, છિંદવાડા, મંડલા, નાગપુર અને રાયપુર જિલ્લામાં.

ઓઝા:- બાલાઘાટ, ભંડારા, મંડલા જિલ્લાઓ અને હોશંગાબાદ જિલ્લાના હોશંગાબાદ તાલુકામાં.

પંકા:- બરાર કમિશનરેટમાં, બાલાઘાટ, ભંડારા, બિલાસપુર, ચંદા દુર્ગ, નાગપુર, રાયપુર, સાગર અને વર્ધા જિલ્લાઓમાં અને સિઓની તાલુકા સિવાયના બાકીના છિંદવાડા જિલ્લાઓમાં.

પારધી:- હોશંગાબાદ જિલ્લાના નરસિંહપુર તાલુકામાં.

પ્રધાન:- બરાર કમિશનરેટમાં, ભંડારા, ચંદા, નાગપુર, નિમાર, રાયપુર અને વર્ધા જિલ્લામાં અને સિઓની તાલુકા સિવાયના બાકીના છિંદવાડા જિલ્લામાં.

રૂઝર:- હોશંગાબાદ જિલ્લાના સોહાગપુર તાલુકામાં.

8. ભાગ-આસામ

(1) આસામ ઘાટીમાં

નમઃ શુદ્ર વેપારી અથવા વ્યાવસાયિક વેપારી મહેતર ભંગી કૈવર્ત
હીરા બાસફોડ

(2) સુરમા ઘાટીમાં

માળી અથવા ભાઈમાળી	સૂત્રધાર	કૈવર્ત કે જલિયા
ધુવિ કે ધોબી	મૂચી	લાલબેગી
ડગલા કે ધોળી	પટણી	મેહતર કે ભંગી
ઝાળો ઔર માળો	નામસુદ્ર	વાસફોડ
મહેરા		

9. ભાગ- ઓરિસ્સા

(1) સમગ્ર પ્રાંતમાં અનુસૂચિત જાતિઓ

આદી આંધ્ર	દેવર	બારિક
ઓઘેલીયા	ધોબા અથવા ધોબી	જગ્ગલી
ઈરિકા	ગાંઢા	કંડરા
બસોર	બુરૂડ	ઘસુરીયા
કટિયા	બાડરિ	ગોડગલિ
ચચટિ	ગોડરી	કોડાલો
ચમાર	ગોડસ	મદારી

ચાંડાલ	ગોખા	મદિગ
દંડસી	હડ્ડી અથવા હાડિ	મહુરીયા
માલા	પંચમ	પાઇડી
માંગ	પંક્ર	પાંડા
મંગન	રેલ્લી	પામીડી
મહેરા, મહાર	સુપરી	બાલ્મીકિ
મહેતર કે ભંગી	સતનામી	શિયાર
મોચી, મુચી		

(2) **પાન અથવા પાનો:** ખેડમલ જિલ્લા સિવાયના બાકીના પ્રાંતમાં, સંબલપુર જિલ્લામાં, મદ્રાસ પ્રેસિડેન્સીની વિશાખાપટ્ટનમ અને ગંજમ એજન્સીઓ તરફથી 1936માં ઓરિસ્સાને આપવામાં આવેલા જમીનના ભાગમાં.

(3) **ડોમ અથવા ઈમ્બો:** ખોડમાલ જિલ્લા સિવાયનો સમગ્ર પ્રાંત અને આ રીતે ઓરિસ્સાને આપવામાં આવેલ જમીનનો વિસ્તાર.

(4) **ભુઈયા તુરી:** સંબલપુર જિલ્લા સિવાયના તમામ પ્રાંતોમાં. ભુઈયા, ભૂમિજ, ઘાસી, ઘસીયા, તુરી ભુઈયા

(5) **કોરી:** સંબલપુર જિલ્લાના નવપાડા તાલુકામાં.

આ એક ભયંકર સૂચિ છે. તેમાં 429 (ચારસો ઓગણત્રીસ) જ્ઞાતિઓનો સમાવેશ થાય છે. જો તેમની સંખ્યા ઉમેરવામાં આવે તો તેનો અર્થ એ થાય કે આજે દેશમાં 5-6 કરોડ લોકો એવા છે કે જેમના માત્ર સ્પર્શથી હિંદુઓ અપવિત્ર બને છે. નિશ્ચિતપણે, ભારતભરના કરોડો લોકોની વારસાગત અસ્પૃશ્યતાની તુલનામાં પ્રારંભિક અને પ્રાચીન સમાજમાં અસ્તિત્વમાં રહેલી અસ્પૃશ્યતા નહિવત્ છે. હિંદુઓની આ અસ્પૃશ્યતા એક અજાયબી છે. વિશ્વના ઈતિહાસમાં તેની કોઈ સરખામણી નથી. એશિયા અને યુરોપમાં ઘણી જ્ઞાતિઓની વસ્તી કરતાં મોટી વસ્તીની ‘અસ્પૃશ્યતા’ તેની વસ્તીની અધિકતાને કારણે કેટલાક કારણોસર અજોડ નથી, પરંતુ અન્ય કારણોસર પણ છે.

હિન્દુઓની અસ્પૃશ્યતાની વ્યવસ્થા, જે આ 429 જાતિઓને ‘અસ્પૃશ્ય’ બનાવે છે, તેમાં ઘણી એવી વિશેષતાઓ છે જે બિન-હિન્દુ જાતિઓની અસ્પૃશ્યતામાં જોવા મળતી નથી, પછી ભલે તે પ્રારંભિક હોય કે પ્રાચીન. અહિંદુ સમાજે અશુદ્ધિથી બચવા માટે જે અલગતાના નિયમો અપનાવ્યા છે તે તાર્કિક ન ગણાય તો પણ સમજી શકાય તેવા છે. આ અલગતા ખાસ પ્રસંગો જેમ કે જન્મ, લગ્ન, મૃત્યુ વગેરે પર થાય છે. પરંતુ હિંદુ સમાજની આ અલગતા એટલે કે આ અસ્પૃશ્યતા સ્પષ્ટપણે પાયાવિહોણી છે. પ્રારંભિક સમાજ જે અશુદ્ધિમાં માનતો હતો તે અલ્પજીવી હતી અને

તે ખાવા-પીવાના કુદરતી કાર્યો સિવાય જન્મ, મૃત્યુ, માસિક સ્રાવ વગેરે જેવા અસાધારણ પ્રસંગોએ જ જોવા મળે છે. જ્યારે અશુદ્ધિનો સમય વીતતો જાય અને એકને શુદ્ધ બનાવતી વિધિઓ થતી હોય ત્યારે લોકોની અશુદ્ધિનો નાશ થાય અને તેઓ ફરી એક વાર પવિત્ર બનીને સમાજમાં ભળવા માટે યોગ્ય બને. પરંતુ પાંચ-છ કરોડ લોકોની આ અસ્પૃશ્યતા જન્મ-મરણ વગેરેની અસ્પૃશ્યતાથી હંમેશા અલગ છે. તે કાયમી છે. જે હિંદુઓને સ્પર્શ કરે છે તે સ્નાન વગેરે કરીને શુદ્ધ બની શકે છે, પરંતુ અસ્પૃશ્યને શુદ્ધ બનાવી શકે એવું કંઈ નથી. તેઓ અશુદ્ધ જન્મે છે, તેઓ જીવનભર અશુદ્ધ રહે છે. તેઓ અશુદ્ધ રહીને મૃત્યુ પામે છે, અને તેઓ જે બાળકોને જન્મ આપે છે તેઓ પણ તેમના કપાળ પર અશુદ્ધતાના નિશાન સાથે જન્મે છે. આ એક કાયમી વારસાગત કલંક છે, જે કોઈપણ રીતે ધોઈ શકાતું નથી. અને ત્રીજી વાત એ છે કે જે બિન-હિંદુઓ અશુદ્ધિથી ઉત્પન્ન થતા વિભાજનમાં માનતા હતા, તેઓ ફક્ત તે વ્યક્તિઓને અથવા તેમની સાથે ગાઢ સંબંધ ધરાવતા લોકોને અલગ કરતા હતા, પરંતુ હિંદુઓની આ અસ્પૃશ્યતાએ એક વર્ગના સમગ્ર વર્ગને અસ્પૃશ્ય રાખ્યો છે. એ વર્ગ જેની વસ્તી પાંચ-છ કરોડ છે.

ચોથી વાત એ છે કે બિન-હિન્દુઓ એવા લોકોને અલગ રાખતા હતા જેઓ અશુદ્ધિથી પ્રભાવિત હતા. તેઓએ તેમને સંપૂર્ણપણે અલગથી પતાવટ કરી ન હતી. હિન્દુ સમાજનો આદેશ છે કે બધા અસ્પૃશ્યોએ અલગ રહેવું જોઈએ. હિંદુઓ અસ્પૃશ્યોના પડોશમાં નહીં રહે અને અસ્પૃશ્યોને તેમના પડોશમાં રહેવા દેશે નહીં. હિંદુઓ જે અસ્પૃશ્યતામાં માને છે તેનો આ એક મહત્વપૂર્ણ ભાગ છે. આ માત્ર સામાજિક બાકાત અથવા ટૂંકા ગાળા માટે સામાજિક વર્તણૂકની સમાપ્તિ નથી, આ પ્રાદેશિક અલગતાનું ઉદાહરણ છે, અસ્પૃશ્યોને કાંટાળા તારના ઘેરામાં, પાંજરામાં બંધ કરવા જેવું છે. દરેક હિંદુ ગામમાં, યહૂદી લોકોને અલગ રાખવા માટે આવી જગ્યા બનાવવામાં આવી છે. ગામમાં હિન્દુઓ વસે છે, અસ્પૃશ્યો ગામની બહાર એક જ જગ્યાએ રહે છે.

આવી 'હિન્દુ અસ્પૃશ્યતા›ની વ્યવસ્થા છે. બિન-હિન્દુઓમાં જે જોવામાં આવે છે તેનાથી તે હંમેશા અલગ હોય છે તેનો કોણ ઇનકાર કરી શકે? એ નિર્વિવાદ છે કે હિંદુઓની અસ્પૃશ્યતા એક વિચિત્ર અમાનવીય વ્યવસ્થા છે. બિન-હિન્દુ સમાજમાં પણ લોકોને અશુદ્ધ ગણવામાં આવતા હતા અને તેમની અશુદ્ધિ અલ્પજીવી હતી, જે અમુક 'ક્રિયા' દ્વારા નાશ પામી હતી. 'એકવાર અશુદ્ધ›, હંમેશા અશુદ્ધ›ના સિદ્ધાંત પર આધારિત, આ પ્રકારની કાયમી અશુદ્ધિ ક્યાંય જોવા મળતી નથી. બિન-હિન્દુ સમાજમાં લોકોને અપવિત્ર ગણવામાં આવતા હતા અને તેમનું સામાજિક વર્તન પણ બંધ

થઈ ગયું હતું. પરંતુ એવું ક્યારેય બન્યું નથી કે એક વર્ગને કાયમ માટે અલગ રાખવામાં આવ્યો હોય. બિન-હિન્દુઓએ એક વિશાળ સમુદાયને અશુદ્ધ ગણાવ્યો છે અને તેમની સાથે આવો વ્યવહાર કર્યો છે, પરંતુ તેઓ લોહીના સંબંધોના વર્તુળની બહાર અજાણ્યા જેવા રહ્યા છે. એવું ક્યારેય બન્યું નથી કે કોઈએ પોતાની પ્રજાને પેઢી દર પેઢી અને કાયમ માટે અશુદ્ધ રાખી હોય!

આમ, હિંદુઓની અસ્પૃશ્યતા એક વિચિત્ર વ્યવસ્થા છે. વિશ્વના અન્ય કોઈ ભાગમાં માનવતાએ આનો અનુભવ કર્યો નથી. અન્ય કોઈ સમાજમાં એવું કંઈ નથી – ન તો શરૂઆતના સમાજમાં, ન પ્રાચીન સમાજમાં, ન વર્તમાન સમાજમાં. અસ્પૃશ્યતાના અભ્યાસથી ઘણી સમસ્યાઓ ઊભી થાય છે. અને જે ઉકેલવાની જરૂર છે તે આ બે પ્રશ્નોમાં સમાવિષ્ટ છે.

(1) અસ્પૃશ્યો ગામની બહાર કેમ રહે છે? (2) કેવી રીતે તેમની અશુદ્ધતા કાયમી અને અવિશ્વસનીય બની ગઈ? આ બે પ્રશ્નોના જવાબો નીચેના પાનામાં આપવાનો પ્રયાસ કરવામાં આવ્યો છે.

■■

ભાગ-2
કુદરતી રહેઠાણની સમસ્યા

3.

અસ્પૃશ્યો ગામની બહાર શા માટે રહે છે?

અસ્પૃશ્યો ગામની બહાર કેમ રહે છે? આ એટલી નિંદનીય હકીકત છે કે જે લોકો તેમના વિશે બહુ જાણતા નથી તેઓ પણ આટલું તો જાણે જ છે. તો કોઈએ વિચાર્યું ન હતું કે આ એક ખૂબ જ ગંભીર પ્રશ્ન છે, જેનો સંતોષકારક ઉત્તર મળવો જ જોઈએ. તે કેવી રીતે બન્યું કે અસ્પૃશ્યો ગામની બહાર રહેવા લાગ્યા? શું તેઓને પહેલા 'અસ્પૃશ્ય' જાહેર કરવામાં આવ્યા હતા અને પછી ગામની બહાર ફેંકી દેવામાં આવ્યા હતા અને ગામની બહાર રહેવાની ફરજ પાડવામાં આવી હતી? અથવા શું તેઓ પહેલેથી જ ગામની બહાર રહેતા હતા અને તે સમયે 'અસ્પૃશ્ય' જાહેર કરવામાં આવ્યા હતા? જો આપણો જવાબ એ છે કે તે પહેલેથી જ ગામની બહાર રહેતા હતા, તો પછીનો પ્રશ્ન એ થાય છે કે આનું કારણ શું હતું?

ગામની બહાર વસતા અસ્પૃશ્યોના પ્રશ્ન વિશે કોઈએ ક્યારેય વિચાર્યું નથી, તેથી સ્વાભાવિક રીતે જ કોઈનો તેના વિશે કોઈ સિદ્ધાંત નથી. હા, હિંદુ શાસ્ત્રોમાં અવશ્ય જોવા મળે છે. જો કોઈ તેને સિદ્ધાંતનો દરજ્જો આપવા માંગે છે, તો તે કરી શકે છે. શાસ્ત્રો કહે છે કે 'અંત્યજનોએ ગામની બહાર રહેવું જોઈએ, તેમની વસાહત ગામની બહાર હોવું જોઈએ. ઉદાહરણ તરીકે મનુનું નિવેદન છે-

चाण्डालश्चपचानान्तु बहिर्गामात् प्रतिश्रयः।
अपपात्राश्च कर्तव्या धनमेषां गर्दभम्।। (10,51)

वासांसि मृतचेलानि भिन्नभाण्डेषु भोजनम्।
काष्णाय समलंकारः पव्रिज्या च नित्यशः।। (10, 52)

न तैः समय मन्विच्छेत् पुरुषो धर्ममाचरन्।
व्यवहारो मिथस्तेषां विवाहः सदृशैः सह।। (10, 53)

अन्नमेषां पराधीनं देयं स्याद् भिन्नभाजने।
रात्रौ न विचरेयुस्ते ग्रामेषु नगरेषु च॥ (10,54)

दिवा चरेयुः कार्यार्थं चिहिता राजशासनैः।
अबान्धवं शवं चैव निहरेयुरिति स्थितिः॥ (10,55)

बध्यांश्च हन्युः सततं यथा शास्त्रं नृपाज्ञया।
बध्यवासांसि गृहणोयुः शय्याश्चाभरणानि च॥ (10, 56)

અર્થઃ 'ચાંડાલ અને ખાપચાઓનું રહેઠાણ ગામની બહાર હશે. તેઓને અયોગ્ય બનાવવા પડશે. તેમની મિલકત કૂતરા અને ગધેડા જ હોવી જોઈએ. (10, 51)

'તેઓએ મૃત લોકોના કપડાં પહેરવા પડશે, તૂટેલા વાસણોમાં ખોરાક લેવો પડશે, ઘરેણાં કાળા લોખંડના બનેલા હશે અને તેઓએ સંપૂર્ણ સમય એક જગ્યાએથી બીજી જગ્યાએ ફરતા રહેવું પડશે.' (10, 52)

'કોઈપણ વ્યક્તિ, જે કોઈપણ ધાર્મિક પ્રવૃત્તિમાં રોકાયેલ છે, તેમની સાથે કોઈ લેવાદેવા રહેશે નહીં. તેઓ તેમના તમામ વ્યવહારો પોતાની વચ્ચે રાખશે અને તેમના સમાન દરજ્જાના લોકો સાથે લગ્ન પણ કરશે. (10, 53)

'તેમનો ખોરાક કોઈ નોકર વગેરે દ્વારા તૂટેલા વાસણમાં તેમને આપવામાં આવશે. તેઓ રાત્રે ગામમાં કે શહેરમાં ફરી શકશે નહીં. (10, 54)

'દિવસ દરમિયાન તેઓ તેમના કામ વિશે જઈ શકે છે; પરંતુ તેઓને શાહી હુકમનામા દ્વારા મંજૂરી આપવી જોઈએ. હા, નિયમ ચોક્કસ છે કે તેઓએ એવા વ્યક્તિઓના મૃતદેહ વહન કરવા પડશે જેમના કોઈ સગાં નથી. (10, 55)

'રાજાના આદેશથી, તેઓએ હંમેશા દંડનીતિ મુજબ ગુનેગારોને મારવા પડશે અને તેઓ તે ગુનેગારોના કપડાં, પથારી અને ઘરેણાં લઈ શકશે.' (10, 53)

પરંતુ શાસ્ત્રોના આ વિધાનોનો અર્થ શું હોવો જોઈએ? આના બે અર્થ થઈ શકે છે. જ્યારે શાસ્ત્રો કહે છે કે અસ્પૃશ્યોએ ગામની બહાર રહેવું જોઈએ, ત્યારે તેનો અર્થ એ જ થઈ શકે કે અસ્પૃશ્યોએ ગામની બહાર જ્યાં રહે છે ત્યાં રહેવું જોઈએ, આ એક અર્થ છે. બીજી વ્યવસ્થા એવી પણ હોઈ શકે કે જેઓને 'અસ્પૃશ્ય' જાહેર કરવામાં આવ્યા હોય તેમને ગામની અંદર રહેવા દેવામાં ન આવે, બલ્કે તેમને ગામની બહાર જઈને ગામની બહાર રહેવાની ફરજ પાડવામાં આવે. શાસ્ત્રોના આ બે અર્થઘટનમાંથી બે શક્યતાઓ ઊભી થાય છે. એક વાત એ છે કે અસ્પૃશ્યોને ગામની બહાર રહેવા માટે જવાનો અસ્પૃશ્યતા સાથે કોઈ સંબંધ નથી. શરૂઆતથી જ તે

ગામની બહાર રહે છે. આ પછી, જ્યારે તેમના કપાળ પર 'અસ્પૃશ્યતા'નું ચિહ્ન લગાવવામાં આવ્યું, ત્યારે તેણે ગામમાં આવવાનું બંધ કરી દીધું.

બીજી શક્યતા એ છે કે 'અસ્પૃશ્યતા' એ અસ્પૃશ્યોના ગામની બહાર જઈને ત્યાં વસવાટ કરે છે. બીજા શબ્દોમાં કહીએ તો, અસ્પૃશ્યો પહેલા ગામની અંદર રહેતા હતા, બાદમાં જ્યારે તેમના કપાળ પર 'અસ્પૃશ્યતા'નું ચિહ્ન મૂકવામાં આવ્યું હતું, ત્યારે તેઓને ગામ ખાલી કરીને ગામની બહાર રહેવાની ફરજ પડી હતી.

આ બેમાંથી કઈ બાબત વધુ માન્ય છે?

આ બીજી શક્યતા સ્પષ્ટપણે અર્થહીન અને પાયાવિહોણી અટકળો છે. તેની પોકળતા બતાવવા માટે એક જ દલીલ પૂરતી છે. આપણે જે બાબત વિશે વિચારી રહ્યા છીએ એ વાત કોઈ ગામ કે કોઈ વિસ્તારની નથી. તે સમગ્ર ભારતમાં પ્રચલિત છે. અસ્પૃશ્યોને ગામમાંથી કાઢીને બહાર વસાવ્યા એ બહુ મોટી વાત છે. આટલી મોટી વાત કોણે અને કેવી રીતે કહી હશે? ચક્રવર્તી રાજાની પરવાનગી વિના આ થઈ શક્યું ન હોય. તેમના માટે પણ આ રીતે એક જગ્યાએથી બીજી જગ્યાએ સ્થળાંતર કરવું શક્ય ન હતું. શક્ય હોય કે અશક્ય, આ માત્ર ચક્રવર્તી રાજાનું જ કામ હોઈ શકે. કયા ચક્રવર્તી રાજાને આ કાર્ય માટે યશ અથવા અપયશ આપી શકાય? સ્પષ્ટ છે કે ભારતમાં એવો કોઈ રાજા થયો નથી જેણે આ કામ કર્યું હોય. ભારતમાં એવો કોઈ રાજા ન હોય તો આ બીજી શક્યતાને બાજુ પર છોડી દેવી જોઈએ. હવે જે ગણી શકાય તે એ છે કે જે લોકો અસ્પૃશ્ય કહેવાય છે, તેઓ 'અસ્પૃશ્ય' કહેવાતા પહેલાથી જ ગામની બહાર રહેતા હતા અને પછીથી 'અસ્પૃશ્ય' બન્યા પછી પણ તેઓ બહાર જ રહેતા હતા. પરંતુ આ એક ખૂબ જ મુશ્કેલ પ્રશ્ન ઉભો કરે છે. તેઓ ગામની બહાર કેમ રહેતા હતા? તેમને આવું કરવા કોણે દબાણ કર્યું? આનો જવાબ એ છે કે વિશ્વના પ્રારંભિક સમાજે તેનું વર્તમાન સ્વરૂપ ક્યારે ધારણ કર્યું તે વિશે સમાજશાસ્ત્રના વિદ્યાર્થીને જે બાબતોનું જ્ઞાન છે તેના પર વિચાર કર્યો. એવું માનવું સ્વાભાવિક લાગે છે કે 'અસ્પૃશ્યો' શરૂઆતથી જ ગામડાઓની બહાર રહે છે.

કદાચ મોટાભાગના લોકો સમજી શકશે નહીં કે ઉપરોક્ત વિચાર શા માટે કુદરતી છે, સિવાય કે તેઓને એવી બાબતોની થોડી સમજૂતી આપવામાં આવે કે જેના કારણે પ્રારંભિક સમાજ તેનું વર્તમાન સ્વરૂપ ધારણ કરી શક્યો. એ વાતને સારી રીતે સમજવા માટે એ વાતનું ધ્યાન રાખવું જરૂરી છે કે વર્તમાન સમાજ બે બાબતોમાં શરૂઆતથી અલગ છે. શરૂઆતનો સમાજ 'વિચરતી જાતિ'નો બનેલો હતો અને હાલનો સમાજ 'સ્થિર' જ્ઞાતિઓનો સમૂહ છે, બીજો પ્રારંભિક સમાજ લોહીના

સંબંધો પર આધારિત કુટુંબ-જાતિનો સમૂહ હતો, હાલનો સમાજ પ્રાદેશિક સમૂહનો છે. સ્થાનિક જાતિઓ. બીજા શબ્દોમાં કહીએ તો, પ્રારંભિક સમાજ તેના વર્તમાન સ્વરૂપ સુધી પહોંચવા માટે બે રીતે વિકસિત થયો છે. વિકાસનો પ્રવાહ પ્રારંભિક સમાજને (રક્ત આધારિત) કુટુંબ-જાતિના રાજ્યમાંથી પ્રાદેશિક જાતિના રાજ્યમાં લઈ ગયો છે. આવો બદલાવ આવ્યો છે તેમાં કોઈ શંકા નથી. રાજાઓની સત્તાવાર પદવીઓમાં આવા પરિવર્તનના સ્પષ્ટ સંકેતો દેખાય છે. અંગ્રેજ રાજાઓની પદવીઓ લો, તે પોતાને ઈંગ્લેન્ડનો રાજા કહેનાર પ્રથમ રાજા હતો. તેમના પૂર્વજો સામાન્ય હતા અને પોતાને અંગ્રેજોના રાજા કહેતા હતા. પ્રથમ વિધાન પ્રાદેશિક જાતિનું પ્રતિનિધિત્વ કરે છે, બીજું કુટુંબ-જાતિનું પ્રતિનિધિત્વ કરે છે. ઈંગ્લેન્ડ એક સમયે એક દેશ હતો. જ્યાં અંગ્રેજો પણ રહેતા હતા. હવે અંગ્રેજો એવા લોકો છે જેઓ ઈંગ્લેન્ડમાં રહે છે. ફ્રેન્ચ રાજાઓના શીર્ષકોમાં સમાન ફેરફાર થયો. તેમાં પણ દૃશ્યમાન છે. તેઓ એક સમયે 'ફ્રાન્સના રાજા' તરીકે જાણીતા હતા, પરંતુ પછીથી 'ફ્રાન્સના રાજા' તરીકે ઓળખાયા. વિકાસના બીજા પ્રવાહે પ્રારંભિક સમાજને 'વિચરતી જાતિ›માંથી 'સ્થાયી જાતિ›માં બદલ્યો. અહીં પણ આ પરિવર્તન એટલું ચોક્કસ અને પ્રભાવશાળી છે કે તેની વાસ્તવિકતા સમજાવવા માટે કોઈ ઉદાહરણની જરૂર નથી.

આ સમયે, વિકાસના બીજા પ્રવાહને ધ્યાનમાં લેવા માટે તે પૂરતું છે. પ્રારંભિક સમાજ કેવી રીતે 'વિચરતી જાતિ' તરીકે બંધ થઈને 'સ્થાયી જાતિ' બન્યો? પ્રારંભિક સમાજ વિચરતી જાતિ બનવાને બદલે સ્થિર વસાહત વાળો સમાજ બનવાની વાર્તા એટલી લાંબી છે કે તેને એક પ્રકરણમાં આવરી શકાતી નથી. ફક્ત બે બાબતો પર ધ્યાન આપવું પૂરતું હશે. સૌપ્રથમ સમજવાની વાત એ છે કે શરૂઆતના સમાજને તેના વિચરતા જીવનમાંથી કોણે મુક્તિ અપાવી? વિચરતા જીવનમાંથી સ્થિર જીવન તરફ જતા સમયે તેણે કયા તબક્કામાંથી પસાર થવું પડ્યું?

બેશક શરૂઆતનો સમાજ 'વિચરતો સમાજ' હતો. પરંતુ તેના ભટકવાના કોઈ ખાસ સ્વભાવને કારણે તે વિચરતો ન હતો. આનું કારણ એ હતું કે પ્રારંભિક સમાજની સંપત્તિ પ્રાણીઓ હતા, અને પ્રાણીઓ નવા ગોચરની શોધમાં ભટકતા હતા. પ્રારંભિક સમાજ, પ્રાણીઓ પ્રત્યેના પ્રેમને કારણે, તેના પ્રાણીઓને જ્યાં પણ લઈ જાય ત્યાં તેનું પાલન કરતો હતો. જ્યારે પ્રારંભિક સમાજનું નિવાસસ્થાન સ્થિર બન્યું, એટલે કે, જ્યારે તે એક જગ્યાએ સ્થાયી થયું, ત્યારે તેણે એક નવા પ્રકારની સંપત્તિ શોધી કાઢી. આ નવા પ્રકારનું નાણું હતું 'જમીન›. આ ત્યારે થયું જ્યારે શરૂઆતના સમાજે ખેતી અને ખેતરો ખેડવાની કળા શીખી અને જ્યારે

તેની સંપત્તિ પ્રાણીઓમાંથી 'જમીન'માં બદલાઈ ત્યારે તે એક જગ્યાએ સ્થિર થઈ ગઈ. આ પરિવર્તનની સાથે સાથે શરૂઆતનો સમાજ પણ એક જગ્યાએ સ્થિર થઈને સ્થાયી થયો.

આના પરથી સ્પષ્ટ થાય છે કે શરૂઆતનો સમાજ એક સમયે વિચરતો સમાજ હતો અને પછી તે એક જગ્યાએ સ્થિર રહેવાનું કેમ શીખ્યો?

બીજી નોંધનીય બાબત એ છે કે જ્યારે શરૂઆતનો સમાજ વિચરતું જીવન છોડવા તરફ આગળ વધી રહ્યો હતો ત્યારે તે સમયે કઈ કઈ ઘટનાઓ બની હતી? વિચરતું જીવન છોડીને સ્થિર જીવન અપનાવતી વખતે, પ્રારંભિક સમાજને મુખ્યત્વે બે સમસ્યાઓનો સામનો કરવો પડ્યો. એક તો એક જગ્યાએ સ્થાયી થયેલા લોકોને વસાવવાના હતા અને બીજું વિખેરાયેલા પરાજિત લોકોને વસાવવાના હતા. એક જગ્યાએ સ્થાયી થયેલા આદિવાસીઓની સમસ્યા એ હતી કે અન્ય વિચરતી જાતિઓથી પોતાનું રક્ષણ કેવી રીતે કરવું? અને વિઘટિત પરાજિત જાતિઓની સમસ્યા એક યા બીજી રીતે આશ્રય સ્થાન શોધવાની હતી. આ સમસ્યાઓ શા માટે અને કેવી રીતે ઊભી થઈ તે વધુ સમજાવવાની જરૂર પડી શકે છે?

એક જગ્યાએ સ્થાયી થયેલી જ્ઞાતિઓને પડતી સમસ્યાને સમજવા માટે આપણે નીચેની બાબતો પર ધ્યાન આપવું પડશે. બધા વિચરતા જૂથો અથવા જાતિઓ એક જ સમયે સ્થિર થઈ શક્યા નથી. કેટલાક સ્થિર થયા, કેટલાક વિચરતા રહ્યા. યાદ રાખવા જેવી બીજી વાત એ છે કે આ જૂથો કે જાતિઓ ક્યારેય એકબીજાની વચ્ચે શાંતિથી રહેતા નથી. હંમેશા એકબીજા વચ્ચે ઝઘડા થતા હતા. જ્યારે તમામ જૂથો અથવા જાતિઓ વિચરતી સ્થિતિમાં હતા, ત્યારે તેમના પરસ્પર યુદ્ધોના મુખ્ય કારણો હતા (1) પ્રાણીઓની ચોરી, (2) સ્ત્રીઓની ચોરી, (3) અન્ય જૂથો અથવા જાતિઓના ગોચરમાં પ્રાણીઓની બળજબરીથી ચોરી. જ્યારે કેટલાક જૂથો અથવા જાતિઓ સ્થિર અને સ્થાયી થયા, ત્યારે તે જૂથો અથવા જાતિઓ કે જેઓ હજુ પણ વિચરતું જીવન જીવી રહ્યા હતા તેમના માટે એક જગ્યાએ સ્થાયી થયેલા લોકો સાથે લડવું અને અથડામણ કરવાનું સરળ બન્યું. બીજું, તે વિચરતા લોકો સાથે લડવા કરતાં વધુ નફાકારક હતું. વિચરતી જાતિઓ સમજી ગઈ હતી કે વસાહતી જાતિઓ પાસે બમણી સંપત્તિ છે. વિચરતા જૂથોની જેમ, તેમની પાસે માત્ર પ્રાણીઓ જ નહોતા, પરંતુ પ્રાણીઓ સિવાય તેમની પાસે પૈસા પણ હતા, જેને જોઈને વિચરતા લોકોને લાળ ટપકતી. વિચરતા જૂથો વસાહતી જાતિઓ પર સતત સંગઠિત હુમલાઓ કરતા હતા જેથી તેઓ તેમની સંપત્તિ ચોરી શકે. ત્રીજી વાત એ હતી કે વસાહતી જાતિઓ આ વિચરતા જૂથોથી

પોતાને બચાવવાની દ્રષ્ટિએ ખૂબ જ નુકસાનમાં હતી, કારણ કે તેઓ વધુ નફાકારક વ્યવસાયમાં રોકાયેલા હતા, તેથી તેઓ તેમના જૂથો માટે આખો દિવસ તલવારો બનાવી શકતા ન હતા અને તેઓ પોતાની જાતને તેમની પાછળ પ્રવૃત્ત રાખી શકતા ન હતા. આમાં આશ્ચર્યજનક કંઈ નથી. ઈતિહાસ બતાવે છે કે જે લોકો સંસ્કારી હોવા છતાં પોતાની રક્ષા માટેના સાધનો નથી ધરાવતા તેઓ અન્ય અસંસ્કારી લોકો સાથે સ્પર્ધા કરી શકતા નથી. આના પરથી સ્પષ્ટ થાય છે કે જ્યારે વિચરતી જાતિઓ સ્થિર થઈ અને એક જગ્યાએ સ્થાયી થવા લાગી, ત્યારે તેમની સમક્ષ સ્વરક્ષણની સમસ્યા શા માટે અને કેવી રીતે ઊભી થઈ? અને પરાજિત અને વિખરાયેલા મનુષ્યોની સમસ્યા કેવી રીતે ઊભી થઈ? આ સમજવું મુશ્કેલ નથી. આ એકબીજાની સતત લડાઈનું પરિણામ છે, જે સમાજના પ્રારંભિક તબક્કામાં તે પક્ષો અથવા જાતિઓમાં સામાન્ય બાબત હતી. આ પક્ષીય યુદ્ધોમાં, લગભગ હંમેશા એક પક્ષ ખતમ થયો ન હતો પરંતુ તે પરાજિત થયો હતો અને વિખેરાઈ ગયો હતો. ઘણી વખત હારેલી ટીમના ટુકડા થઈ ગયા હતા. પરિણામે, સમાજના વિકાસના પ્રારંભિક તબક્કામાં, આ રીતે પરાજિત અને વિખેરાયેલા લોકો મોટી સંખ્યામાં અહીં-તહીં રખડતા રહ્યા. વિખરાયેલા લોકોની સમસ્યા શા માટે ઊભી થઈ તે સમજવા માટે, તે સમજવું જરૂરી છે કે પ્રારંભિક સામાજિક સંસ્થા પક્ષપાતી હતી. સંગઠન પક્ષપાતી હોવાના બે અર્થ હતા. પ્રથમ એ છે કે પ્રારંભિક સમાજમાં દરેક વ્યક્તિ કોઈને કોઈ જૂથનો હતો. આટલું જ નહીં, તે કોઈને કોઈ પક્ષ સાથે સંબંધ ધરાવતો હતો.

સમૂહની બહાર કોઈ વ્યક્તિનું અસ્તિત્વ ન હતું. રક્ત સંબંધ અન્ય પક્ષના સંગઠનનો આધાર હોવાને કારણે, એક પક્ષમાં જન્મેલ કોઈપણ વ્યક્તિ બીજા પક્ષમાં જોડાઈને તેનો સભ્ય બની શકતો ન હતો. તેથી, આ છૂટાછવાયા લોકોએ વ્યક્તિગત ક્ષમતામાં જ રહેવાનું હતું. પરંતુ શરૂઆતના સમાજમાં, જ્યાં એક જૂથ બીજા જૂથ સાથે યુદ્ધમાં રહેતું, ત્યાં હંમેશા ભય હતો કે લોકોના આ અવ્યવસ્થિત જૂથો પર પણ હુમલો થઈ શકે છે. તેઓ જાણતા ન હતા કે આશ્રય ક્યાં મેળવવો. તેઓ જાણતા ન હતા કે તેમના પર કોણ હુમલો કરશે અને કોણ તેમનું રક્ષણ કરશે? તેથી, આ વિખરાયેલા લોકો માટે આશ્રય શોધવો અને સુરક્ષિત રહેવું એ એક સમસ્યા હતી.

પ્રારંભિક સમાજના વિકાસ વિશે ઉપર જે કંઈપણ સારમાં કહેવામાં આવ્યું છે, તેનાથી સ્પષ્ટ થાય છે કે પ્રારંભિક સમાજના જીવનમાં એક સમય હતો, જ્યારે તે બે જૂથોમાં વહેંચાયેલું હતું. એક, એક જ જગ્યાએ કાયમી ધોરણે સ્થાયી થયેલા લોકોનો સમૂહ હતો. તેમની સમસ્યા એવા

લોકોને શોધવાની હતી કે જેઓ વિચરતી આક્રમણકારો સામે તેમના રક્ષક તરીકે કામ કરી શકે. બીજું જૂથ તે વેરવિખેર પરાજિત લોકોનું હતું, જેમને આશ્રયદાતા શોધવાની સમસ્યાનો સામનો કરવો પડ્યો હતો જે તેમને ખોરાક અને આશ્રય આપે.

બીજો પ્રશ્ન એ છે કે આ બંને જૂથોએ તેમની સમસ્યાનું સમાધાન કેવી રીતે કર્યું? જો કે આપણી પાસે પ્રાચીન કાળનો કોઈ હિસાબ નથી જેના આધારે આપણે નિશ્ચિતપણે કહી શકીએ કે બંને વચ્ચે કેવા પ્રકારનો કરાર અથવા સોદો થયો હતો, તેમ છતાં આપણે કહી શકીએ કે બંનેએ પોતાની વચ્ચે એક કરાર કર્યો હતો, જે મુજબ આ છૂટાછવાયા - અલગ-અલગ પરાજિત લોકોએ એક જગ્યાએ કાયમી વસવાટ કરેલી જાતિઓની રક્ષા કે સુરક્ષા કરવાનું સ્વીકાર્યું અને બીજી બાજુ, તેઓએ કાયમી વસવાટ કરેલી જાતિઓને ખોરાક અને આશ્રય આપવાનું સ્વીકાર્યું. ખરેખર, જો આ પ્રકારની પરસ્પર વ્યવસ્થા ન થઈ હોત તો તે ખૂબ જ અકુદરતી હોત કારણ કે બંનેને પોતપોતાના હિતોને પરિપૂર્ણ કરવા માટે એકબીજાના સહકારની જરૂર હતી.

આ સોદો પૂર્ણ કરવામાં મુશ્કેલી ઊભી થઈ હશે. આશ્રય શોધવાની મુશ્કેલી. આ વિખરાયેલા લોકોએ ક્યાં રહેવું જોઈએ? સ્થાયી થયેલી વસ્તી વચ્ચે કે બહાર? આ સમસ્યાનો નિર્ણય લેવામાં બે બાબતો નિર્ણાયક સાબિત થઈ હશે - એક લોહીનો સંબંધ અને બીજી યુદ્ધનીતિ. પ્રારંભિક લોકોની માન્યતાઓ અનુસાર, ફક્ત લોહીના સંબંધીઓ સાથે રહી શકે છે. જે વિસ્તારમાં કોઈ ચોક્કસ પક્ષની સત્તા હોય ત્યાં કોઈ બહારની વ્યક્તિ પ્રવેશી શકતી ન હતી. આ વિખરાયેલા લોકો 'બહારના' હતા. તેઓ એવા જૂથના હતા જે કાયમી સ્થાયી થયેલા લોકોના જૂથથી અલગ હતા. જ્યારે આવું થયું, ત્યારે તેઓ સ્થાયી લોકોની વચ્ચે રહેવા માટે સક્ષમ ન હતા. યુદ્ધનીતિના દૃષ્ટિકોણથી, એ પણ જરૂરી હતું કે આ વિખરાયેલા માણસો ગામની સીમમાં જ રહે, જેથી તેઓ આક્રમણકારો સામે લડી શકે. આ બંને બાબતોને જોડીને નક્કી થયું કે એ લોકોએ ગામની બહાર, ગામની સરહદે રહેવું જોઈએ.

હવે આપણે મુખ્ય પ્રશ્ન પર પાછા આવીએ. અસ્પૃશ્યો ગામની બહાર કેમ રહે છે? ઉપરોક્ત માર્ગદર્શિકાને અનુસરીને, આ પ્રશ્નનો જવાબ આપવા માટે કેટલાક પ્રયાસો કરી શકાય છે. હિંદુ સમાજ જ્યારે વિચરતું જીવન છોડીને સ્થિર જીવન તરફ આગળ વધી રહ્યો હતો ત્યારે ભારતમાં પણ અન્યત્ર બન્યું હતું તેવું જ બન્યું હોવું જોઈએ. શરૂઆતના સમાજમાં, કાયમી રીતે સ્થાયી થયેલા અને વિખેરાયેલા લોકો બંને હશે. કાયમી વસવાટ કરનારાઓએ ગામનો પાયો નાખ્યો અને ગામમાં વસવાટ કર્યો;

વિખરાયેલા પરાજિત લોકો ગામની બહાર સ્થાયી થયા કારણ કે તેઓ એક અલગ જૂથના અને અલગ લોહીના હતા. નક્કર ભાષામાં કહીએ તો, આજના 'અસ્પૃશ્ય' એ અમુક સમયના છૂટા પડેલા પરાજિત લોકો જ છે, અને કારણ કે તેઓ અલગ પરાજિત લોકો હતા, તેથી તેઓ ગામડાઓની બહાર સ્થાયી થયા હતા.

આનાથી સ્પષ્ટ થાય છે કે 'અસ્પૃશ્યો' તેમના આરંભથી જ ગામની બહાર રહે છે અને 'અસ્પૃશ્યો›ને ગામની બહારના તેમના જીવન સાથે કોઈ લેવાદેવા નથી એવું માનવું સ્વાભાવિક કેમ લાગે છે. આ સિદ્ધાંત એટલો નવો છે કે વિવેચકો તેમના આગળના પ્રશ્નોના જવાબો મેળવ્યા વિના સંતુષ્ટ થઈ શકતા નથી. તેઓ પૂછી શકે છે.

(1) શું કોઈ પુરાવો છે કે 'અસ્પૃશ્યો' એ પરાજિત અને વિખરાયેલા લોકો છે?

(2) ઉપર ચર્ચા કરેલ કાયમી સમાધાનની પ્રક્રિયા કોઈ દેશમાં થઈ હોવાના કોઈ પુરાવા છે?

(3) જો ગામડાઓની બહાર વિખરાયેલા લોકોનો વસવાટ એ એક વ્યાપક ઘટના છે, તો પછી એવું કેવી રીતે બન્યું કે ગામડાઓની બહાર વસાહતો અન્ય દેશોમાં અસ્તિત્વમાં ન હતી અને ફક્ત ભારતમાં જ રહી હતી?

■

4.

શું અસ્પૃશ્યો જાતિથી અલગ થયેલા લોકો છે?

જો આ પ્રશ્ન પૂછવામાં આવે કે શું 'અસ્પૃશ્ય' મૂળભૂત રીતે પરાજિત લોકો છે જેઓ છૂટા પડી ગયા હતા, તો મારો જવાબ 'હા' છે. જ્યારે તમે હા કહો છો, ત્યારે તમારે તમારું નિવેદન સાબિત કરવું પડશે. આ સંબંધના સાચા પુરાવા મળી શકત, જો કોઈએ હિન્દુ ગામડાના 'સ્પૃશ્ય' અને 'અસ્પૃશ્ય' લોકોના પરંપરાગત જ્ઞાતિ પ્રતીકોનો અભ્યાસ કર્યો હોત તો. કમનસીબે, સંસ્થાના માનવશાસ્ત્રના વિદ્યાર્થીઓએ હિંદુઓ અને અસ્પૃશ્યોની જ્ઞાતિ વિશેષતાઓનો અભ્યાસ પણ શરૂ કર્યો નથી. જ્યારે આવી સામગ્રી એકત્રિત કરવામાં આવશે, ત્યારે આપણે આ પ્રકરણમાં ઉઠાવવામાં આવેલા પ્રશ્નો પર નિર્ણાયક અભિપ્રાય આપી શકીશું. અત્યાર સુધી, મેં કરેલા નાનકડા સંશોધન પરથી મને સંતોષ છે કે કોઈ ચોક્કસ ગામના 'અસ્પૃશ્યો›ની પરસ્પર જ્ઞાતિની વિશેષતાઓ એ જ ગામના 'હિંદુઓ›ની પરસ્પર જાતિની વિશેષતાઓ કરતાં અલગ છે.

હિંદુઓ અને અસ્પૃશ્યોની પરસ્પર જાતિની લાક્ષણિકતાઓમાં તફાવત એ હકીકતની તરફેણમાં શ્રેષ્ઠ પુરાવો છે કે અસ્પૃશ્યો એ વિખરાયેલા પરાજિત લોકો છે અને તેઓ ગામડાઓમાં વસતી જાતિથી અલગ જૂથના છે. પરંતુ તે સ્વીકારવું પડશે કે આ પ્રકારની સામગ્રી હજુ પણ એકત્રિત કરવાની જરૂર છે. પરંતુ એવી કેટલીક બાબતો છે જે વિનાશથી બચી ગઈ છે, જે માર્ગદર્શન પૂરું પાડે છે, અને જેમાંથી નિષ્કર્ષ કાઢી શકાય છે કે 'અસ્પૃશ્યો' વિખરાયેલા, પરાજિત લોકો છે. આવો પુરાવો આપતી બાબતો બે પ્રકારની છે.

સૌપ્રથમ, 'અંત્ય›, 'અંત્યજ' અને 'અંત્યેવાસિન' નામો છે, જે હિન્દુ શાસ્ત્રોએ કેટલીક જાતિઓને આપ્યા છે. તેઓ પ્રાચીન સમયથી આસપાસ છે. આ નામો ચોક્કસ લોકો માટે શા માટે ઉપયોગમાં લેવાતા હતા? આ શબ્દોમાં કોઈક છુપાયેલો અર્થ હોય એવું લાગે છે. આ 'અંત' શબ્દના

સંયોજનથી બનેલ છે. ‘અંત’ શબ્દનો અર્થ શું છે? પંડિતો કહે છે કે ‘અંત’ શબ્દનો અર્થ છે ‘અંતમાં ઉદ્ભવવું›. કારણ કે આ સિદ્ધાંત મુજબ ‘શુદ્ર’ અંતમાં જન્મેલા છે. અસ્પૃશ્ય તો બ્રહ્માની રચના બહારનું પ્રાણી છે. શુદ્ર પ્રથમ અને અંતિમ હોવાનો સિદ્ધાંત અસ્પૃશ્યોને લાગુ પડતો નથી. મારી સમજમાં ‘અંત્ય›નો અર્થ સૃષ્ટિનો અંત નથી, પણ ગામનો અંત છે. આ ગામની સરહદ પર રહેતા લોકોને આપવામાં આવેલું નામ છે. આ ‘અંત્ય’ શબ્દનું ઐતિહાસિક મહત્વ છે. તે કહે છે કે એક સમય હતો જ્યારે ગામમાં કેટલાક લોકો રહેતા હતા અને કેટલાક ગામની બહાર. ગામની ‘અંત્ય›માં રહેતા કેટલાક લોકો ‘અંત્યજ’ તરીકે ઓળખાતા.

ગામની સીમમાં માત્ર થોડા જ લોકો કેમ રહેતા હતા? શું આ માટે એ હકીકત સિવાય બીજું કોઈ કારણ હોઈ શકે કે આ વિખૂટા પડેલા પરાજિત લોકો હતા અને તેઓ એવા ‘જૂથ›ની બહારના હતા જેમના લોકો ગામની અંદર રહેતા હતા? આ મુખ્ય કારણ હતું, આ લોકો માટે ઉપયોગમાં લેવાતા શબ્દોના ઉપયોગથી પણ સ્પષ્ટ થાય છે. આમ, ‘અંત્ય›, ‘અંત્યજ›, ‘અંત્યેવાસીન’ શબ્દોનો બેવડો અર્થ થાય છે. પ્રથમ, આ દર્શાવે છે કે ગામની બહાર અલગ રહેવું એ એક એવી અનોખી બાબત હતી કે તેના માટે નવા શબ્દોની રચના કરવી પડી. બીજું, જે નવા શબ્દોનો ઉપયોગ કરવામાં આવ્યો છે તે એવા છે કે તેઓ જે લોકો માટે ઉપયોગમાં લેવાય છે તેમની તાત્કાલિક પરિસ્થિતિને ચોક્કસ રીતે પ્રતિબિંબિત કરે,

અર્થાત એ દર્શાવે કે તેઓ ‘પરાયા’ હતા.

બીજી, તે વસ્તુઓ જે દર્શાવે છે કે ‘અસ્પૃશ્ય’ વિખરાયેલા પરાજિત લોકો છે, ‘મહાર’ નામની એક જાતિના છે. મહારાષ્ટ્રમાં ‘મહાર’ મુખ્ય અસ્પૃશ્ય જાતિ છે. આ મહારાષ્ટ્રની એકમાત્ર સૌથી મોટી મુખ્ય અસ્પૃશ્ય જાતિ. મહાર અને અન્ય હિંદુઓ વચ્ચેનો પરસ્પર સંબંધ સ્પષ્ટ કરતી નીચેની મહત્વની બાબતો નોંધવા જેવી છે. (1) મહાર દરેક ગામમાં જોવા મળે છે. (2) મહારાષ્ટ્રમાં દરેક ગામમાં એક દિવાલ હોય છે અને તે દિવાલની બહાર મહારો રહે છે. (3) મહારો ગામની રક્ષા કરવા વારાફરતી આવે છે. (4) મહાર તેના 52 અધિકારોની ચર્ચા કરે છે જે તેમને હિંદુઓ પાસેથી પ્રાપ્ત થયા છે. આ 52 અધિકારોમાં સૌથી મહત્વપૂર્ણ છે.

(1) ગામના લોકો પાસેથી ખોરાક એકત્ર કરવાનો અધિકાર.
(2) કાપણી સમયે દરેક ગામમાંથી ડાંગર એકત્રિત કરવાનો અધિકાર.
(3) ગામમાં મૃત્યુ પામેલા કોઈપણ પ્રાણીના મૃતદેહનો ઉપયોગ કરવાનો અધિકાર.

એમાં કોઈ શંકા નથી કે મહારોની સ્થિતિથી જે સાબિત થાય છે તે માત્ર મહારાષ્ટ્ર પૂરતું મર્યાદિત છે. તે શોધવાનું બાકી છે કે શું આવી જ સ્થિતિ ભારતના અન્ય પ્રાંતોમાં છે કે નહીં? પરંતુ જો આપણે સમગ્ર ભારતમાં અસ્પૃશ્યોની સ્થિતિના ઉદાહરણ તરીકે મહારોની સ્થિતિને ધ્યાનમાં લઈએ તો એ સ્વીકારવું પડશે કે ભારતના ઈતિહાસમાં એક સમય એવો આવ્યો કે જ્યારે અન્ય પક્ષોના વિખરાયેલા પરાજિત લોકો કાયમ માટે લોકો સાથે જોડાઈ ગયા. એક જગ્યાએ સ્થાયી થયા અને તેમની સાથે એક પ્રકારનો સોદો કર્યો, જેના દ્વારા ગામડાઓની સરહદો પર સ્થાયી થયેલા લોકોને છૂટ આપવામાં આવી. તેઓએ કેટલીક ફરજો નિભાવવાની હતી અને બદલામાં તેમને કેટલાક અધિકારો પણ મળ્યા. મહારોની પરંપરા તેમના 52 અધિકારો છે જે તેમને બરારના મુસ્લિમ રાજાઓ પાસેથી મળ્યા હતા. આનો અર્થ એ જ થઈ શકે કે આ અધિકારો પ્રાચીન છે, પરંતુ બરારના રાજાઓએ તેમને નવેસરથી માન્યતા આપી હોવી જોઈએ. જો કે આ તથ્યો ખૂબ જ નજીવા છે, તે અમુક અંશે આને સાબિત કરે છે કે 'અસ્પૃશ્યો' શરૂઆતથી ગામની બહાર રહે છે. એવું નથી બન્યું કે તેમને અસ્પૃશ્ય બનાવી દેવામાં આવ્યા અને પછી તેઓને ગામની બહાર જઈને રહેવા મજબૂર કરવામાં આવ્યા. તેઓ શરૂઆતથી જ ગામની બહાર રહેતા હતા, કારણ કે તેઓ ગામની અંદર વસી ગયેલા અન્ય કુળથી અલગ થઈ ગયા હતા.

આ સ્વીકારવામાં સૌથી મોટી મુશ્કેલી એ ધારણા છે કે અસ્પૃશ્ય હંમેશા 'અસ્પૃશ્ય' રહ્યા છે. આજના 'અસ્પૃશ્યો'ના પૂર્વજો 'અસ્પૃશ્ય' ન હતા તે સમજાઈ જાય પછી આ મુશ્કેલી તરત જ દૂર થઈ જશે. તેઓ માત્ર વેરવિખેર પરાજિત લોકો હતા, આનાથી કંઈ ઓછું અને કંઈ વધુ નહીં. જો તેમના અને અન્ય લોકો વચ્ચે કોઈ તફાવત હતો, તો તે માત્ર એટલો જ હતો કે તેઓ જુદા જુદા 'જૂથના' અથવા 'કુળ'ના હતા.

■

5.

શું આવું બીજે ક્યાંય પણ થયું છે?

શું ઈતિહાસ જાણે છે કે આવા પરાજિત લોકો તેમના ગામની બહાર બીજે ક્યાંય સ્થાયી થયા છે? આ પ્રશ્નનો જવાબ 'હા›થી આપી શકાય છે. સદનસીબે, આપણી પાસે એવા ઉદાહરણો છે જે સાબિત કરે છે કે ભારતમાં જે બન્યું હોવાનું કહેવાય છે, તે અન્યત્ર પણ બન્યું છે. જે દેશોમાં આ પ્રકારની ઘટના બની હોવાનું કહેવાય છે તે આયર્લેન્ડ અને વેલ્સ છે.

શરૂઆતના સમયમાં આયર્લેન્ડમાં ગામડાની સંસ્થાનો પ્રકાર બ્રેહાનના આયર્લેન્ડના કાયદા પરથી જાણી શકાય છે. આ કાયદાઓમાંથી શું દેખાય છે તેનો થોડો ખ્યાલ સર હેનરીમેન દ્વારા આપવામાં આવેલા નીચેના સારાંશ પરથી મેળવી શકાય છે. સર હેનરીમેન કહે છે:

'બ્રેહાનનો કાયદો આપણને સમાજની તે વ્યવસ્થાનો પરિચય કરાવે છે, જ્યારે 'પક્ષ' અથવા 'કુળ' એક જગ્યાએ સ્થાયી થયા તેમાં ઘણો સમય પસાર થઈ ગયો હતો. રાજકીય 'એકતા' ની રચના કરવા માટે તે પર્યાપ્ત કદ અને મહત્વ ધરાવતું હોવું જોઈતું હતું, અને સંભવતઃ આઇરિશ લખાણોમાં 'રાજા' તરીકે ઓળખાતા કેટલાક વડાઓમાંથી એક તેનું નેતૃત્વ કરતા હતા. મૂળ વાત, જે સ્વીકારવામાં આવે છે કે ગમે તે પક્ષનો પ્રદેશ હોય, તે તમામ પક્ષોનો હોય છે, પરંતુ વાસ્તવમાં પક્ષોના નાના કુળો તેના મોટા ભાગ પર કાયમી નિયંત્રણ ધરાવે છે. તેનો એક ભાગ મુખિયા માટે અને બીજો ભાગ તેના અનુગામીઓ માટે ઉત્તરાધિકારના વિશેષ નિયમ અનુસાર નક્કી કરવામાં આવ્યો છે, જેમાંથી કેટલાક નાના વડાઓને આધીન છે; અને કેટલાક એવા છે કે જેમના પર કોઈ વડાનો સીધો અધિકાર ન હોવા છતાં, ભદ્ર વર્ગમાંથી કોઈ વ્યક્તિ તેમનું પ્રતિનિધિત્વ કરે છે. પક્ષ પાસે તમામ જમીન પર વિશિષ્ટ સામૂહિક અધિકારો છે જે અન્ય કોઈ દ્વારા લેવામાં આવ્યા નથી, અને સૈદ્ધાંતિક રીતે, જેઓ કોઈપણ ભાગ પર અસ્થાયી અધિકાર ધરાવે છે તે 'પક્ષના લોકો'ના જૂથો છે જેઓ પોતાને 'પક્ષીય વ્યક્તિ' કહે છે , પરંતુ વાસ્તવમાં

તેઓ એક સાથે આવ્યા છે અને મુખ્યત્વે પ્રાણીઓને ચરાવવાના હેતુ માટે એક કરાર કર્યો છે. પાર્ટીની જમીનના મોટા ભાગ પર કોઈનો અધિકાર નથી, તે પાર્ટીની 'પરતી' જમીન છે. તેમ છતાં આ જમીન પર સતત કંઈ ચાલતું રહે છે અથવા જે લોકો દ્વારા ઢોરને કાયમ માટે ચરાવવામાં આવે છે અને જે તેના પર ખેતી કરે છે તેમને ખાસ કરીને સરહદ તરફ રહેવાની છૂટ છે. આ જમીનનો એક ભાગ છે કે જેના પર વડાની સત્તા વિસ્તરે છે, અને તે તેના 'ફ્યુદહીર' અથવા અજાણ્યાઓને સ્થાયી કરે છે, જેઓ ખેડૂતોનો નોંધપાત્ર વર્ગ છે. અન્ય પક્ષોના બહારવટિયા અને પરાજિત લોકો છે જેઓ તેમની પાસે રક્ષણ માટે આવે છે, જેઓ તેમની નવી પાર્ટી સાથે એટલા જ નજીકથી સંબંધિત છે જેટલા તેઓ તેના નેતા સાથે છે, જેઓ તેમની જવાબદારી પોતે લે છે."

આ 'ફ્યુદહિરો' કોણ હતા? સર હેનરી ગેનના જણાવ્યા મુજબ, ફ્યુદહિરો હતા -

"અન્ય પ્રદેશોમાંથી આવતા 'અજાણ્યા' અથવા શરણાર્થીઓ કે જેમણે તેમનું મૂળ પક્ષ જોડાણ તોડી નાખ્યું હતું, તે જોડાણ જેણે તેમને તેમની 'જાતિ'માં સ્થાન આપ્યું હતું અને જેઓ નવી જગ્યાએ પક્ષમાં સ્થાન મેળવવાનો પ્રયાસ કરી રહ્યા હતા. સમાજ અસ્ત વ્યસ્ત થઈ ગયો હતો. સંપૂર્ણ રીતે પરિણામ એ આવ્યું કે આખો દેશ વિસ્થાપિત લોકોથી ભરાઈ ગયો હતો. આ લોકો માટે 'ફ્યુદહિર' ખેડૂત બની જાય એ એકમાત્ર નિવાસ અને સુરક્ષા મેળવવાનું સાધન હતું."

ફ્યુદહીર 'પક્ષ›નો વ્યક્તિ ન હતો. તે મોટા ભાગના સમાજોમાં 'પરાયો' હતો જેમના લોકો એકબીજા સાથે લોહીના સંબંધોથી જોડાયેલા છે. તે કોઈપણ વ્યક્તિ માટે મોટી દુર્દશા છે જેનું તેના સમાજ સાથેનું જોડાણ તૂટી ગયું છે. તેનું પ્રાકૃતિક સ્થાન હંમેશા જતું રહે છે, તેમની પાસે તેના માટે બીજે ક્યાંય સ્થાન નથી રહેતું.»

હવે વાત કરીએ વેલ્સ વિશે. શ્રી સીભોમે શરૂઆતના સમયના વેલ્સ ગામોના સંગઠનનું વર્ણન કર્યું છે. સિભોમના મત મુજબ, વેલ્સ ગામ ઘરોનું એક જૂથ હતું. ઘરોને બે ભાગમાં વહેંચવામાં આવ્યા હતા, સ્વતંત્ર ખેડૂતોના ઘરો અને ગૌણ ખેડૂતોના ઘરો. શ્રી સીભોમ કહે છે કે વેલ્સના શરૂઆતના સમયના ગામડાઓમાં આ અલગ રહેઠાણ સામાન્ય બાબત હતી. આ પરાધીન ખેડૂતો કેમ અલગ-અલગ અને એક અંતરે સ્થાયી થયા હતા? શ્રી સિભોમે આ તફાવતનું કારણ નીચે મુજબ સમજાવ્યું છે-

"એક નજરે, વેલ્સના પ્રાચીન કાયદાઓમાં ઉલ્લેખિત પક્ષના લોકો અને બિન-પક્ષીય લોકો અને માનવ વર્ગો વચ્ચે એક વિશાળ મૂંઝવણ હોવાનું જણાય છે. આ મૂંઝવણ ત્યારે જ અદૃશ્ય થઈ જાય છે જ્યારે

તે પક્ષના સમાજની સંસ્થાના મૂળભૂત નિયમને સમજવામાં આવે. આ સિદ્ધાંત ખૂબ જ સરળ સ્વરૂપ ધારણ કરે છે જો તે વિજય અને જમીનની કાયમી વ્યવસ્થામાંથી મુક્ત થાય તો, તેમાં કોઈ શંકા નથી કે તે સમાજનો પ્રથમ સિદ્ધાંત હતો સ્વતંત્ર પક્ષ, જેઓ સંબંધિત ન હતા તેથી વ્યાપક રીતે વેલ્સના પક્ષમાં બે વર્ગોમાં હતા - વેલ્સ રક્તના અને વિદેશી રક્તના.

જો તેને અદમ્ય માનવામાં આવે તો પણ આ બંને પક્ષો વચ્ચે ખૂબ જ ઊંડી ખાડી હતી, જેઓ હંમેશા જીતની કોઈપણ બાબતથી બેફિકર રહેતા હતા. આ લોહીનું રહસ્ય હતું, અને તે ટૂંક સમયમાં સ્પષ્ટ થઈ જાય છે કે આ રહસ્યને જે મક્કમતાથી સાચવવામાં આવ્યું છે તે પાર્ટી સિસ્ટમની વિશેષ ઓળખ છે અને તેની શક્તિનું છુપાયેલ રહસ્ય પણ છે.»

શરૂઆતના સમયમાં આયર્લૅન્ડ અને વેલ્સની ગ્રામ્ય સંસ્થાઓનું આ વર્ણન સ્પષ્ટ કરે છે કે ભારતના 'અસ્પૃશ્યો' માત્ર ગામડાની બહાર રહેતા નથી. આ સાબિત કરે છે કે તે સર્વવ્યાપક ઘટના હતી અને તેમાં નીચેના લક્ષણો હતા -

(1) શરૂઆતના સમયમાં ગામડાઓની વસાહતો બે ભાગમાં વહેંચાયેલી હતી. એક ભાગમાં એક પક્ષના લોકો રહેતા હતા, બીજા ભાગમાં વિવિધ પક્ષોના લોકો રહેતા હતા.

(2) વસાહતનો તે ભાગ, જ્યાં 'દલ' ના લોકો રહેતા હતા, તેને 'ગામ' કહેવામાં આવતું હતું. છૂટાછવાયા લોકો ગામની બહાર હતા.

(3) છૂટાછવાયા લોકો ગામની બહાર રહેવાનું કારણ એ હતું કે તેઓ 'પરાયા' હતા અને તે 'જૂથ' સાથે કોઈ સંબંધ ધરાવતા ન હતા.

ભારતના અસ્પૃશ્યો અને આયર્લૅન્ડના 'ફ્યુદહિર' અને વેલ્સના 'અલ્ત્યૂર્દ›ની સામ્યતામાં સંપૂર્ણ સમાનતા છે. જે કારણસર આયર્લૅન્ડમાં 'ફ્યુદહીર' લોકો અને વેલ્સમાં 'અલ્ટ્યુર્ડ' લોકોને ગામડાંની બહાર રહેવું પડતું હતું, એ જ કારણસર ભારતમાં 'અસ્પૃશ્યો' ગામડાઓની બહાર રહે છે. આના પરથી સ્પષ્ટ થાય છે કે ગામની બહાર રહેતા અસ્પૃશ્યો વિશે જે કંઈ કહેવામાં આવ્યું છે, તેના ઉદાહરણો અન્યત્ર પણ અસ્તિત્વ ધરાવે છે. ■

6.

શા માટે આ વસાહતો અન્યત્ર લુપ્ત થઈ ગઈ?

એ સાચું છે કે આયર્લેન્ડના 'ફ્યુદહિર' અને વેલ્સના 'અલ્ત્યૂર્દ' વિખરાયેલા લોકો હતા. એ પણ સાચું છે કે તેઓ અલગ વસાહતોમાં રહેતા હતા. સાથે સાથે એ વાત પણ સાચી છે કે એ વિખરાયેલા લોકોની વસાહતો અદૃશ્ય થઈ ગઈ અને તેઓ કાયમી વસવાટ કરેલી જ્ઞાતિઓનો ભાગ બનીને તેમની સાથે ભળી ગયા. આ થોડી અનોખી છે. અત્યાર સુધી પ્રસ્થાપિત થિયરી અનુસાર, તે લોકોને ગામની બહાર પુનઃસ્થાપિત કરવામાં આવ્યા હતા કારણ કે તેઓ એક અલગ 'ગ્રુપ' અને અલગ 'બ્લડ›ના હતા. તો પછી એવું કેવી રીતે બન્યું કે તેઓ પાછળથી 'પાર્ટી›માં ભળી ગયા? ભારતમાં પણ આવું કેમ ન થયું? આ એવા કેટલાક પ્રશ્નો છે જે સ્વાભાવિક છે અને જેના જવાબ મેળવવાની જરૂર છે.

આ પ્રશ્ન વિકાસની પ્રક્રિયા સાથે ગાઢ રીતે સંકળાયેલો છે જેના દ્વારા પ્રારંભિક સમાજે તેનું વર્તમાન સ્વરૂપ લીધું હતું. અગાઉ કહ્યું તેમ, આ વિકાસ બે દિશામાં થયો છે. પ્રથમ, પ્રારંભિક સમાજ 'વિચરતા' સમાજમાંથી સ્થિરતાની સ્થિતિમાં ગયો, બીજું, પ્રારંભિક સમાજ પાર્ટી રાજ્યમાંથી પ્રાદેશિક રાજ્યમાં ગયો. અત્યારે જે પ્રશ્ન આપણને મૂંઝવી રહ્યો છે તે વિકાસના બીજા પ્રવાહ સાથે સંબંધિત છે. કારણ કે લોહીની સમાનતાને બદલે વિસ્તારની સમાનતા એકતાનું બંધન બની જાય છે, તેના કારણે જ છૂટાછવાયા લોકોની અલગ-અલગ વસાહતો નાશ પામી છે. શા માટે પ્રારંભિક સમાજે રક્તની સમાનતાને બદલે પ્રદેશની સમાનતાને એકતાના બંધન તરીકે સ્વીકારી? આ એક એવો પ્રશ્ન છે જેનો કોઈ સંતોષકારક જવાબ નથી. પરિવર્તનનું મૂળ કારણ અજ્ઞાત છે. હા, તે સ્પષ્ટ છે કે આ પરિવર્તન કેવી રીતે થયું?

ચોક્કસ તબક્કામાં પહોંચ્યા પછી, પ્રારંભિક સમાજમાં એક નિયમ બનાવવામાં આવ્યો હતો જે મુજબ પક્ષની બહારના લોકો તેના સંબંધીઓ

બનીને પાર્ટીમાં જોડાઈ શકે છે. આ નિયમને 'રૂલ ઓફ નોબિલિટી' કહેવામાં આવતો હતો. આ જ નિયમ હતો કે જો પાર્ટીની બહારથી કોઈ ચોક્કસ પેઢીઓ સુધી પાર્ટીની નજીક રહે અથવા પાર્ટીમાં લગ્ન કરે તો તે તેમનો સંબંધી બની શકે. શ્રી સીભોમે વેલ્સની ગ્રામ્ય વ્યવસ્થામાં જૂથની બહારની વ્યક્તિ જૂથના સભ્ય બનવા માટેના નિયમો નીચે મુજબ આપ્યા છે -

(1) દક્ષિણ વેલ્સ પરંપરા અનુસાર, સાયમરુ (વેલ્સ) માં રહેતા 'વિદેશી' આખરે 'સાયમરુ' બને છે, પરંતુ જો તે ઓછામાં ઓછી ૭ પેઢીઓથી જીવતો હોય તો જ.

(2) સાયમરુ અનુસાર, પેઢી દર પેઢી થતા આંતરલગ્નને કારણે, ચોથી પેઢીમાં 'અજાણી વ્યક્તિ'નો વંશજ 'સાયમરુ' બને છે. બીજા શબ્દોમાં કહીએ તો, મૂળ અજાણી વ્યક્તિનો પૌત્ર, જેના લોહીના ભાગોનો ઓછામાં ઓછો એક ભાગ સાયમરુ બની ગયો છે તે 'પાર્ટી' માટે વધુ હકદાર બને છે.

ભારતમાં આવું ન થવું જોઈએ? તે થઈ શક્યું હોત, હકીકતમાં તે હોવું જોઈએ. કારણ કે ભારતમાં પણ આયર્લેન્ડ અને વેલ્સ જેવો જ નિયમ હતો. મનુએ આ વાતનો ઉલ્લેખ કર્યો છે. દસમા અધ્યાયના શ્લોક 64 થી 67 માં, મનુ કહે છે કે જો શુદ્ર સાત પેઢી સુધી બ્રાહ્મણ જાતિમાં લગ્ન કરે તો તે બ્રાહ્મણ બની શકે છે. ચાતુર્વર્ણ્યનો સામાન્ય નિયમ એવો હતો કે શુદ્ર ક્યારેય બ્રાહ્મણ બની શકતો નથી. તેઓ શુદ્ર જન્મ્યા હતા અને શુદ્ર તરીકે મૃત્યુ પામ્યા હતા. તે ક્યારેય બ્રાહ્મણ ન બની શકતા. પરંતુ આ પ્રાચીન નિયમ એટલો મજબૂત હતો કે મનુએ તેને શુદ્રો પર લાગુ કરવો પડ્યો. તે સ્પષ્ટ છે કે જો ભારતમાં આ નિયમ ચાલુ રહ્યો હોત, તો ભારતના વિખરાયેલા લોકો ગામડાની વસાહતોમાં ભળી ગયા હોત અને તેમની અલગ વસાહતો રહી ન હોત. આવું કેમ ન થયું? આનો જવાબ એ છે કે 'અસ્પૃશ્યતા›નો વિચાર સર્વોપરી થયો અને તે અન્ય સ્વરૂપે સંબંધિત અને બિન-સંબંધિત પક્ષો અને 'પક્ષ-બહારના' વચ્ચેનો તફાવત એટલે કે 'સ્પૃશ્ય' અને 'અસ્પૃશ્ય' વચ્ચેનો તફાવત કાયમી બન્યો. ' આ એક નવી વાત હતી જેણે ભારતમાં આયર્લેન્ડ અને વેલ્સની જેમ સંકલન થવા દીધું ન હતું. પરિણામ એ આવ્યું કે આજે દરેક ગામમાં અલગ વસાહત હોવી એ ભારતીય ગામડાનો આવશ્યક ભાગ બની ગયો છે.

■■

ભાગ-3

અસ્પૃશ્યતાની ઉત્પત્તિના પ્રાચીન સિદ્ધાંતો

7.

અસ્પૃશ્યતાનું મૂળ કારણ: જાતિઓનો તફાવત

અસ્પૃશ્યતાનું મૂળ શું છે, તે કેવી રીતે ઉત્પન્ન થઈ? અગાઉ કહ્યું તેમ, આ વિષય પર હજુ સુધી વિગતવાર સંશોધન કરવામાં આવ્યું નથી. હજુ સુધી કોઈ સામાજિક વિજ્ઞાનના સંશોધકનું ધ્યાન આ તરફ ખેંચાયું નથી. સમાજશાસ્ત્રીઓ સિવાય ભારત અને તેના લોકો વિશે લખનારા લેખકોએ 'અસ્પૃશ્યતા›ની ઉત્પત્તિને વધુ કે ઓછી નિંદા સાથે સમજાવવાનો પ્રયાસ કર્યો છે. લેખક શ્રી સ્ટેન્લી રાઈસનો વિચાર છે

"એવું ખૂબ જ સંભવ છે કે અસ્પૃશ્યો પરાજિતોના વંશજો છે. જાતિ અને વ્યવસાય એકીકૃત થતાં, તેઓ ડોમ, ચમાર વગેરે જાતિઓમાં ગણાવા લાગ્યા. શરૂઆતના સમયમાં તેમને 'ગુલામ' બનાવીને ધકેલવામાં આવ્યા. તે આર્યો દ્વારા જીતી લેવામાં આવ્યા ન હતા. પૈરિયાન અહીંના મૂળ નિવાસી હતા. જેને દ્રવિડોએ જીત્યા હતા અને તેઓ અલગ જાતિના હતા તેથી તેમને સમાન જાતિનિયમોમાં સમાવાયા નહીં. આવું થવાથી વિવાહ સંબંધ અનિવાર્ય હતો અને ત્યારે સ્વતંત્ર રીતે ભળવાથી જાતિનો અંત થતો. પણ આ નિષેધ દરેક જગ્યાએ લાગુ પડતો નહીં. દરેક વસ્તુમાં અપવાદ હોય જ છે. ચાર હજાર વર્ષોમાં સમયે સમયે એક જાતિનો બીજી જાતિ સાથે જે અનિવાર્ય રક્ત સંબંધ થયો તેણે આદિમ લોકો અને પ્રાચીન દ્રવિડ વચ્ચેના તફાવતને ભૂંસી નાખ્યો હશે. આ લોકોને હિંદુ ધર્મમાં એક નિમ્ન દરજ્જો આપીને શામેલ કરવામાં આવ્યા. તેઓ આટલા સમયથી એ જ વાતાવરણમાં રહ્યા છે. હિંદુ ધર્મ એકસાથે અસહનશીલ અને અત્યંત સહનશીલ ધર્મ છે. અહીં કોઈને ફોસલાવી શકાતા નથી. જે રીતે તમે એક મુસલમાન બની શકો તે રીતે તમે હિંદુ ન બની શકો, જેઓ ધર્મ હેઠળ જીવે છે તેમના પર કડક નિયંત્રણો લાદવામાં આવ્યા છે. પરંતુ તે આદિમ રહેવાસીઓને આવકારવા માટે હંમેશા તૈયાર છે જેઓ આ કાયદો અને વ્યવસ્થાનું પાલન કરવા માટે સંમત થયા હતા, તેમ

છતાં તેમાં તેમને ખૂબ જ નીચો દરજ્જો આપવાનો, તેમને એક અંતરે રાખવાનો અને મંદિરોમાં જવા દેવાનો સમાવેશ થતો નથી. તેથી એવું લાગે છે કે નૃવંશશાસ્ત્રની દલીલોને નિર્ણાયક ગણી શકાય નહીં, જ્યારે આપણે એવી બાબતોને ધ્યાનમાં લઈએ કે જેણે તેમના મૂળ વંશીય સ્વભાવને પ્રભાવિત કર્યો હોય અને જેણે તેમનો દૃષ્ટિકોણ બદલ્યો હોય. આ રીતે દ્રવિડિયનો પૈરિયાન લોકો સાથે એ જ રીતે વર્ત્યા હતા જે રીતે આર્યો પરાજિત લોકો સાથે વર્ત્યા હતા. તેઓ તેમને 'ગુલામ' માનતા અને તેઓએ તેમને તે કાર્યો સોંપ્યા જે તેઓ પોતે કરવા માટે તેમના સન્માનની વિરુદ્ધ માનતા હતા. માત્ર લગ્ન જ ધ્યાનમાં લેવાનો મુદ્દો નથી, પૈરિયાન લોકો પર લાદવામાં આવેલા નિયંત્રણો પણ મોટાભાગે 'નિષેધ'ના ગુપ્ત-લક્ષણોને કારણે છે. પોતાના પરિવારમાં સમાન પ્રતીકો ધરાવતા લોકોને સમાવી લેવા એ માત્ર સામાજિક શિષ્ટાચારની વિરુદ્ધ નથી, તે તે પરિવાર પર પોતાના ચોક્કસ દેવતાનો ક્રોધ પણ ઉતારી શકે છે, અને જો તેઓ મંદિરની પવિત્ર સીમાઓમાં દેવતાની પૂજા કરે તો આકાશમાંથી વરસતી પ્રલયની આગ તેમને બાળી શકે છે. હા, જોકે તેઓ પૂજામાં ભાગ લઈ શકતા નથી; પરંતુ તેઓ એવા નિમ્ન કામો કરી શકે છે કે જેનાથી પવિત્ર ઈમારતોને અપવિત્ર થવાનો કોઈ ડર રહેતો નથી. ખ્રિસ્તી ધર્મની ભાષામાં કહીએ તો કહેવું પડશે કે પૈરિયા ભલે 'વેદી' પર ચઢી ન શકે, 'અર્ચના' ન કરી શકે, તેમ છતાં તે એક શરતે ઘંટ વગાડી શકે છે. તે પોતાની જાતને સંગતમાં સમાવી શકતો ન હતો, તે ખરેખર 'સંગત'ની બહાર હતો. આ સ્થિતિમાં તે ધાર્મિક રીતે અશુદ્ધ હતો. તેનો તે ડાઘ પાણીથી ધોઈ શકાતો નથી, ન તો કોઈ પસ્તાવાથી, જે પ્રતિબંધની પ્રક્રિયાને કારણે તેના પર લાદવામાં આવ્યો હતો. તેને સ્પર્શ કરવો અને તેની સાથે દૂરથી અન્ય કોઈ પણ પ્રકારનો સંપર્ક કરવો એ એક જાતના જાદુની જેમ અશુદ્ધ થવું છે. તમે તેના દ્વારા તમારા ખેતરમાં ખેડાણ કરાવી શકો છો કારણ કે તમારે તેને આદેશ આપવા સિવાય તેની સાથે કોઈ લેવાદેવા નથી. 'અપવિત્ર'ની મહોર તેના માથા પર છે જેમ તેની નસોમાં લોહી. આમ, ભારતીય સમાજ તેને 'અશુદ્ધ' અને 'અધોગતિ પામેલા' ગણતો હતો; તેના માટે છોડી દેવામાં આવેલા વ્યવસાયોને કારણે તે વધુ અધોગતિ પામ્યો અને બીજાઓને અપવિત્ર બનાવતો ગયો."

શ્રી રાઈસના આ વિચારના વાસ્તવમાં બે ભાગ છે. તેમના મત મુજબ, 'અસ્પૃશ્યતા' બે વસ્તુઓમાંથી પેદા થઈ છે - 'જાતિ' અને વ્યવસાય. તે સ્પષ્ટ છે કે આ બે બાબતોને અલગથી ધ્યાનમાં લેવી

પડશે. આ પ્રકરણમાં આપણે તેમના વિચારો એટલે કે અસ્પૃશ્યતાના મૂળ કારણ જાતિ પર ધ્યાન કેન્દ્રિત કરીશું.

શ્રી રાઇસના જાતિ સિદ્ધાંતના બે પાસાઓ છે -

(1) અસ્પૃશ્યો બિન-આર્ય, અદ્રવિડ છે તેઓ મૂળ વતની છે.

(2) તેઓ દ્રવિડ દ્વારા પરાજિત થયા અને આધીન બન્યા.

જ્યારે આપણે આ વિશે વિચારવા બેસીએ છીએ, ત્યારે ભારત પર વિદેશી આક્રમણકારોના હુમલા, તેમના વિજય અને તેમાંથી ઉદ્ભવેલી સામાજિક અને સાંસ્કૃતિક સંસ્થાઓને લગતા તમામ પ્રશ્નો સામે આવે છે. શ્રી રાઈસના મતે ભારત પર બે હુમલા થયા છે. પહેલો હુમલો દ્રવિડનો છે. તેઓએ અદ્રવિડ વતનીઓ પર વિજય મેળવ્યો, જે હાલના અસ્પૃશ્યોના પૂર્વજો છે અને તેમને 'અસ્પૃશ્ય' બનાવ્યા. બીજો હુમલો ભારત પર આર્યોનો હુમલો છે. આર્યોએ દ્રવિડ પર વિજય મેળવ્યો. તે એ નથી સમજાવતા કે વિજયી આર્યોએ જીતેલા દ્રવિડ સાથે કેવું વર્તન કર્યું? જો જવાબ આપવાની ફરજ પાડવામાં આવે તો તેઓ કહેશે કે આર્યોએ તેમને 'શુદ્ર' બનાવ્યા. આ એક તૈયાર શ્રેણી છે. દ્રવિડ લોકોએ હુમલો કરીને વતનીઓને 'અસ્પૃશ્ય' બનાવી દીધા. આ વિચાર એક યંત્રનો અભિપ્રાય છે, માત્ર કલ્પના છે, એટલી બાલિશ છે કે તે શુદ્રો અને અસ્પૃશ્યોની ઉત્પત્તિને લગતા અસંખ્ય જટિલ પ્રશ્નો છોડી દે છે અને તેનો ઉકેલ લાવી શકાતો નથી.

જ્યારે પ્રાચીન ઇતિહાસના સંશોધકો ભૂતકાળમાં ડૂબકી લગાવે છે, ત્યારે વારંવાર ચાર નામો તેમની સામે આવે છે. આર્યો, દ્રવિડ, દાસ અને નાગા. આ નામોનો અર્થ શું છે? આ પ્રશ્ન ક્યારેય ધ્યાનમાં લેવામાં આવ્યો ન હતો. શું આ આર્ય, દ્રવિડ, દાસ અને નાગ ચાર અલગ-અલગ જાતિના ચાર નામ છે કે એક જ જાતિના ચાર નામ છે? સામાન્ય માન્યતા કે આ ચાર અલગ-અલગ જાતિઓ છે અથવા એક જ તે શ્રી રાઈસના વિચાર જેવા જ વિચારો પર આધારિત છે. આ વિચાર હિંદુ સમાજની રચના, ખાસ કરીને તેના વર્ગ આધારને સમજાવવાનો પ્રયાસ છે. આ પ્રકારના વિચારને સ્વીકારતા પહેલા તેનો આધાર તપાસવો પડશે.

જો આપણે 'આર્યો›થી શરૂઆત કરીએ, તો તે નિર્વિવાદ છે કે તેઓ એક જાતિના લોકો ન હતા. તેઓ બે ભાગોમાં વહેંચાયેલા હતા તે નિર્વિવાદ છે. એ પણ નિર્વિવાદ છે કે બંનેની બે અલગ-અલગ સંસ્કૃતિ હતી. બેમાંથી આપણે એકને ઋગ્વેદિક આર્ય અને બીજાને અથર્વવેદી આર્ય કહી શકીએ. તેમની વચ્ચેનું સાંસ્કૃતિક અંતર પૂર્ણ થતું જણાય છે. ઋગ્વેદિક આર્યો યજ્ઞોમાં, અથર્વવેદિક જાદુમાં માનતા હતા. તેમની પૌરાણિક કથા અલગ હતી. ઋગ્વેદિક આર્યો મનુમાંથી વિનાશ અને

સૃષ્ટિની ઉત્પત્તિમાં માનતા હતા. અથર્વવેદિક આર્યો 'પ્રલય›માં માનતા ન હતા. તેઓ માનતા હતા કે તેમની જાતિ બ્રહ્મા અથવા પ્રજાપતિમાંથી ઉદ્ભવી છે. તેમના સાહિત્યિક વિકાસના પણ અલગ-અલગ માર્ગ હતા. ઋગ્વેદિક આર્યોએ બ્રાહ્મણ સૂત્રો અને આરણ્યકની રચના કરી હતી. અથર્વવેદીઓએ ઉપનિષદોની રચના કરી. આ સાહિત્યિક સંઘર્ષ એટલો મોટો હતો કે લાંબા સમય સુધી ઋગ્વેદિક આર્યો અથર્વવેદ કે ઉપનિષદને પવિત્ર સાહિત્ય માનતા ન હતા. જ્યારે તેમણે ઉપનિષદનો પણ સ્વીકાર કર્યો ત્યારે તેમણે તેને 'વેદાંત' કહ્યું. આજકાલ 'વેદાંત' શબ્દનો અર્થ 'વેદ›નો સાર એવો થાય છે. પરંતુ તેનો પ્રાચીન અર્થ 'વેદના અંતે›, 'વેદની મર્યાદાની બહાર' એવો રહ્યો છે, તે વેદ જેટલો પવિત્ર નથી. તેઓ તેના અભ્યાસને પ્રતિકૂળ અભ્યાસ તરીકે માનતા હતા. આપણને ખબર ન હતી કે આર્યોના આ ત્રણ વિભાગો બે અલગ-અલગ જાતિઓ છે કે નહીં? આપણે એ પણ નથી જાણતા કે 'આર્ય' એ કોઈ જાતિનું નામ છે? તેથી, જે ઈતિહાસકારોએ એમ માની લીધું છે કે આર્યો એક અલગ 'જાતિ' હતા તેમણે આ ભૂલ કરી છે.

'દાસો'ને 'નાગો'થી અલગ પાડવાની એનાથી પણ મોટી ભૂલ છે. 'દાસ' અને 'નાગ' એક જ છે. દાસ નાગનું બીજું નામ માત્ર છે. વૈદિક વાંગ્મયમાં તે સમજવું મુશ્કેલ નથી કે 'નાગો'નું જ 'દાસ' નામ કેમ પડ્યું? 'દાસ' એ ભારતીય-ઈરાની શબ્દ 'દાહક'નું સંસ્કૃત સ્વરૂપ છે. નાગના રાજાનું નામ 'દાહક' હતું, તેથી આર્યો નાગના રાજાના નામ પરથી સામાન્ય રીતે તમામ નાગોને 'દાસ' તરીકે બોલાવવા લાગ્યા.

નાગ કોણ હતા? બેશક તે બિન-આર્ય હતા. વૈદિક શાસ્ત્રોનું ધ્યાનપૂર્વક અવલોકન કરવાથી વિરોધ અને દ્વૈતની લાગણી અને બે પ્રકારની સંસ્કૃતિઓ અને બે વિચારધારાઓ વચ્ચેની મૂંઝવણની લાગણી સ્પષ્ટપણે દેખાય છે. ઋગ્વેદમાં આપણને આર્ય દેવ ઈન્દ્રના દુશ્મન અહિપુત્ર (સર્પ દેવ) સાથે પરિચય આપવામાં આવ્યો છે. પાછળથી આ સાપ-દેવ નાગ નામથી વધુ પ્રસિદ્ધ થયા, પરંતુ 'નાગ' પ્રારંભિક વૈદિક સાહિત્યમાં દેખાતું નથી, અને જ્યારે તે શતપથ બ્રાહ્મણ (11, 2, 7, 12) માં પ્રથમ વખત દેખાય છે, ત્યારે તે સ્પષ્ટ થતું નથી કે નાગનો અર્થ મોટો 'સાપ' અથવા મોટો 'હાથી' છે, પરંતુ આ અહિ-વૃત્રના સ્વરૂપને આવરી લેતું નથી, કારણ કે ઋગ્વેદમાં તેનું સ્વરૂપ હંમેશા પાણીમાં અથવા તેની આસપાસ અને સમાન રીતે આકાશ અને પૃથ્વી કબજે કરેલા નાગનું છે.

અહિ-વૃત્ર સંબંધિત વેદ મંત્રો પરથી સ્પષ્ટ થાય છે કે આર્યો તેમની પૂજા કરતા ન હતા. તેઓ તેને શૈતાની માનતા હતા - કુદરતના એક

શક્તિશાળી દેવતા જેમને પરાજિત થવું પડ્યું હતું.

ઋગ્વેદમાં નાગોના ઉલ્લેખ પરથી સ્પષ્ટ થાય છે કે નાગ ખૂબ પ્રાચીન જાતિ હતી. એ પણ યાદ રાખવું યોગ્ય છે કે નાગો ન તો આદિવાસી હતા અને ન તો અસંસ્કૃત હતા, ઇતિહાસ પણ નાગો અને રાજવી પરિવારો વચ્ચેના ગાઢ વૈવાહિક સંબંધોની સાક્ષી આપે છે.

કદંબ રાજા કૃષ્ણ વર્માના દેવગીરી શિલાલેખ મુજબ, કદંબ કુળની શરૂઆત નાગો સાથે સંબંધિત હતી. નવમી સદીના રાજકોટના દાનપત્રમાં અશ્વત્થામાના નાગ કન્યા સાથેના લગ્નનો ઉલ્લેખ છે. તેમના પુત્ર સ્કંદ શિષ્યએ પલ્લવ વંશની સ્થાપના કરી. નવમી સદીના અન્ય પલ્લવ શિલાલેખ અનુસાર, વીરકુર્ચ પલ્લવ વંશના રાજા હતા. એ જ શિલાલેખમાં લખ્યું છે કે તેણે નાગકન્યા સાથે લગ્ન કર્યા હતા અને તેની પાસેથી શાહી ચિહ્ન મેળવ્યું હતું. વાકાટકના રાજા પ્રવરસેનના પુત્ર ગૌતમી - પુત્રના ભાર શિવ - રાજા ભાવનાગની કન્યા સાથે લગ્ન એક ઐતિહાસિક ઘટના છે. એ જ રીતે ચંદ્રગુપ્ત બીજાએ નાગકુલની કુબેનાગ નામની કુમારી સાથે લગ્ન કર્યાં. એક તમિલ કવિ કહે છે કે કોક્કીલી નામના પ્રાચીન ચોલ રાજાએ નાગકુમારી સાથે લગ્ન કર્યાં હતા. રાજેન્દ્ર ચોલાને તેની તેજસ્વીતાને કારણે નાગકન્યા સાથે લગ્ન કરવાનો શ્રેય પણ આપવામાં આવે છે. 'નવસાહંક-ચરિત›માં, પરમાર રાજા સિંધુરાજ (જેમણે દસમી સદીના પૂર્વાર્ધમાં શાસન કર્યું હશે) અને શશીપ્રભા નામની સાપ કન્યાના લગ્નનું વર્ણન એટલી વિગતવાર અને એટલી ચોકસાઈથી કરવામાં આવ્યું છે કે આપણે લગભગ માનીએ છીએ કે તેના અમુક-અમુક ઐતિહાસિક આધાર હોવા જોઈએ. હર્ષનો 1030-973 (વિ.સં.)નો શિલાલેખ આપણને તે જણાવે છે કે ગુવાક પ્રથમ 'નાગો અને કુમારોની સભામાં તેમની બહાદુરી માટે પ્રખ્યાત હતા.' આ રાજા વિગ્રરાજા છહમાનથી ઉપર છે જેણે નવમી સદીના મધ્યમાં શાસન કર્યું હશે. ઓરિસ્સાના ભૂમાના વંશના શાંતિકરનો સમય લગભગ 921 ઈ.સ.નો હોવાનું સમજવું જોઈએ.

નાગો સાંસ્કૃતિક વિકાસના ઉચ્ચ તબક્કે હતા, ઈતિહાસ પરથી એ પણ જાણવા મળે છે કે તેઓએ દેશના મોટા વિસ્તાર પર શાસન કર્યું હતું. આખું મહારાષ્ટ્ર નાગનું ઘર છે. અહીંના લોકો અને અહીંના રાજા નાગ હતા.

ઘણા પુરાવા સૂચવે છે કે આંધ્ર દેશ અને તેના પડોશીઓ ઇ.સ.ની શરૂઆતની સદીઓમાં નાગોના નિયંત્રણ હેઠળ હતા. સાતવાહન અને તેમના ઋતુકુલ સાતકર્ણી અનુગામીઓનું લોહી નાગનું લોહી હતું. ડૉ. એચ.સી. રોય ચૌધરીની સૂચના મુજબ, સાતવાહન વંશના પૌરાણિક

પ્રતિનિધિ, શાલિહરણ, પુનિયા શતપુકલીલા દ્વારા બ્રાહ્મણ અને નાગના મિલનથી જન્મેલા તરીકે સ્વીકારવામાં આવ્યા છે. આ તેમની વંશાવળીમાં જોવા મળતા ‘નાગ’ ના ઉદાહરણો દ્વારા પુરવાર થાય છે. ઘણી ઘટનાઓ એ પણ સાબિત કરે છે કે સાતવાહન સામ્રાજ્યના અંતિમ દિવસોમાં નાગો ખૂબ શક્તિશાળી બની ગયા હતા. સાતવાહન વંશના મુખ્ય આશાના છેલ્લા રાજા પુલુમવીના શાસન દરમિયાન સ્કંદ નામના રાજાએ શાસન કર્યું હતું. બીજું, એક છુતુરાજની પુત્રી નાગ મુલાનિકા વિશે ઉલ્લેખ છે કે તેણે પોતાના પુત્ર શિવકંદ નાગ-શ્રી સાથે એક નાગ ભેટમાં આપ્યો હતો, આ વંશના તમામ જાણીતા રાજાઓના નામ એક સરખા છે. આ નાગ સાથે ગાઢ સંબંધ સાબિત કરે છે. ત્રીજું, સોરીનગોઈની રાજધાની ઉરગપુરનું નામ દર્શાવે છે કે તે કોઈ નાગ રાજાનું અલગ રાજ્ય ન હતું પરંતુ તે લાંબા સમયથી સ્થાપિત પ્રદેશમાં નાગોની વસાહત હતી.

આપણે સિંહલ અને સ્યામ બૌદ્ધ ગ્રંથોમાંથી પણ જાણીએ છીએ કે કરાચી નજીક ‘મજેરિક’ નામનો નાગ પ્રદેશ હતો.

ઉત્તર ભારતમાં પણ ચોથી સદીના ત્રીજા અને પ્રારંભિક ભાગમાં ઘણા નાગ રાજાઓનું શાસન હતું. આ પુરાણો, પ્રાચીન સિક્કાઓ અને પ્રાચીન લખાણો દ્વારા સાબિત થાય છે. વિદિશા (હાલના ભીલસા) ના ત્રણ સ્વતંત્ર રાજ્યો - ચંપાવતી, પદ્માવતી અને મથુરાનો સ્પષ્ટ ઉલ્લેખ એવી રીતે કરવામાં આવ્યો છે કે તેમના મહત્વ વિશે કોઈ શંકા નથી. ભાર્શિવ વંશના એકમાત્ર જાણીતા રાજા ભાવનાગનું નામ પણ નાગ સાથે સંબંધિત જણાય છે. અહીં એવું શક્ય નથી કે આપણે બીજા જૂથના સિક્કાઓ વિશેના વિવાદમાં પ્રવેશી શકીએ અથવા આ પૌરાણિક રાજાઓ સાથે અચ્યુત ગણપતિ નાગ અને અલ્હાબાદ સ્તંભના નાગસેનને શોધી શકીએ.

પ્રાચીન ભારતીય ઇતિહાસમાં ઉલ્લેખિત તમામ નાગોમાંથી, ચોથી સદીના નાગ પરિવારો સૌથી મહત્વપૂર્ણ અને ઐતિહાસિક રીતે આધારિત હોવાનું જણાય છે. આપણને ખબર નથી કે લાહોરના તાંબાના સિક્કાના નાગ-ભટ્ટ અને તેમના પુત્ર મહારાજ મૌહેશ્વર નાગ ઉપરોક્ત ત્રણ કુટુંબોમાંથી કોઈ એકના હતા કે અન્ય નાગ-કુટુંબના હતા. પરંતુ સૌથી વધુ ડો.સી.સી. રાયના નિષ્કર્ષને સમર્થન આપે છે કે ઉત્તર ભારતમાં ચોથી સદીના કુશાણ સામ્રાજ્યો જ્યારે નવ-નાગો દ્વારા જીતી લેવામાં આવ્યા હતા ત્યારે તેઓ લુપ્ત થઈ ગયા હતા. આ નાગ ઉત્તરાયનના જુદા જુદા પ્રદેશોમાં રાજ કરતા હશે. પાછળથી, તેઓ પણ સમુદ્રગુપ્તના દળો દ્વારા પરાજિત થયા.

ભલે ગમે તે હોય, સ્કંદગુપ્તના સમય સુધીમાં, આપણને અંતરવેદીના રાજ્યપાલ તરીકે સર્વનાગ મળે છે. સૌરાષ્ટ્રની આસપાસના નાગોના બળવાને, ખાસ કરીને ભરૂચમાં, છઠ્ઠી સદી સુધીમાં ખરાબ રીતે દબાવવામાં આવ્યું હતું. 570 ઇ.સ.માં, દદ્દાપ્રથમ ગુર્જરે નાગોને ઉખેડી નાખ્યા. તેઓ ત્રિહુલ્લક અથવા ભરૂચ દ્વારા શાસિત જંગલના લોકો માનવામાં આવે છે. 645 ઈ.સ.ના દાન પત્રમાં પ્રભાત શ્રીનાગનો દૂત તરીકે ઉલ્લેખ કરવામાં આવ્યો છે.

નવમી સદીમાં, ખાસ કરીને મધ્ય ભારતમાં, બીજી વખત નાગોને મહત્વ પાછું મળ્યું. 1800 ઇ.સ.માં, કૌશલ સ્થિત શ્રીપુરના મહારાજ આપ્તદેવે નાગા વંશને હરાવ્યો. થોડા સમય પછી, આપણને બંગાળના શિલાલેખમાં નાગોના બે ઉલ્લેખો પણ મળે છે. રાજગંજના મહામંડલિક ઈશ્વર ઘોષના એકાઉન્ટ ઓફિસર આપણને ઘોષનાગ પરિવાર સાથે પરિચય કરાવે છે. તે અગિયારમી સદીમાં હોવાનું માનવામાં આવે છે. તેમના દ્વારા નાગોના વિનાશનો ઉલ્લેખ બારમી સદીના હરિવમદેવના મંત્રી ભટ્ટ ભવદેવની ભુવનેશ્વર-પ્રશસ્તીમાં પણ છે. રામચરિત્ર માનસમાં રામપાલ દ્વારા ભવભૂષણ-સંતતિના રાજ્ય ઉત્કલના વિજયનો પણ ઉલ્લેખ છે. પરંતુ અહીં એ સ્પષ્ટ નથી કે તે નાગ હતો કે ચંદ્ર, તે નાગ હોવાની શક્યતા વધુ છે, કારણ કે તે જ વધુ પ્રખ્યાત હતો.

દસમીથી બારમી સદી સુધી, સેન્દ્રક, સિંધ અથવા છિંદક પરિવારની વિવિધ શાખાઓ ધીમે ધીમે મધ્ય ભારતના વિવિધ પ્રદેશોમાં, ખાસ કરીને બસ્તરમાં ફેલાઈ ગઈ. દસમી સદીના શિલાલેખો પણ બેગુરના નાગરક્ષોનું વર્ણન કરે છે. તેમણે પશ્ચિમ ગંગાના રાજા એરિયપ્પા વતી વીર મહેન્દ્ર સામે યુદ્ધ કર્યું અને યુદ્ધમાં ખ્યાતિ મેળવી. જો 'ભાવસાહસંક - ચરિત્ર' ની સાક્ષી યોગ્ય રીતે સ્વીકારવામાં આવે તો સિંધુરાજ પરમારની રાણીના પિતા નાગ રાજા આ સમયની આસપાસ નર્મદાના કિનારે રત્નાવતીમાં રાજ કરતા હશે.

કોણ છે દ્રવિડ? શું તેઓ નાગથી અલગ છે? અથવા એક જ જાતિના લોકોના આ બે અલગ અલગ નામ છે? લોકપ્રિય માન્યતા અથવા વિચાર એ છે કે દ્રવિડ અને નાગ બે અલગ-અલગ જાતિઓ હતી. આ વિચાર લોકોને વિચિત્ર લાગશે, પરંતુ તેમ છતાં એ વાત સાચી છે કે દ્રવિડ અને નાગ માત્ર બે અલગ-અલગ નામ છે, જાતિ એક જ છે.

બહુ ઓછા લોકો એ સ્વીકારી શકશે કે દ્રવિડ અને નાગ એક જ જાતિના બે અલગ-અલગ નામ છે, અને તેનાથી પણ ઓછા લોકો સ્વીકારશે કે દ્રવિડ 'નાગ' તરીકે માત્ર દક્ષિણ ભારત પર નહીં પરંતુ ઉત્તર અને દક્ષિણ ભારત પર પણ સત્તા ધરાવે છે. પણ આ ઐતિહાસિક

સત્ય છે. આ સમયે વિદ્વાનોના મંતવ્યો શું છે? પ્રસિદ્ધ પંડિત શ્રી દીક્ષિતરે તેમના 'રામાયણમાં દક્ષિણ ભારત' નામના લેખમાં લખ્યું છે -

"નાગો - અન્ય જૂથ, જે અર્ધ-અલૌકિક છે, અને જેનું વંશીય પ્રતીક સાપ છે, તે સમગ્ર ભારતમાં ઉત્તર-પશ્ચિમમાં તક્ષશિલાથી ઉત્તર-પૂર્વમાં આસામ અને સિંહલ અને દક્ષિણ ભારતમાં ફેલાયેલા હતા. તે સમયે તેઓ માત્ર સિંહલ જ નહીં પરંતુ પ્રાચીન મલબાર પ્રદેશો પર પણ પ્રભુત્વ ધરાવતા હતા. નાગો સમુદ્રી લોકો હતા, તેમની સ્ત્રીઓ ચેરાઓ સાથે ભળી ગઈ હતી, જેમણે પ્રથમ સદીની આસપાસ સત્તા અને ખ્યાતિ મેળવી હતી."

શ્રી ઓલ્ડહામે આ વિષયનો ઊંડો અભ્યાસ કર્યો છે. તેમનું નીચેનું નિવેદન આ વિષય પર વધુ પ્રકાશ ફેંકે છે.

"પ્રાચીન કાળથી, દ્રવિડિયન લોકોને ત્રણ ભાગમાં વહેંચવામાં આવ્યા છે - ચેરુ, ચોલ અને પાંડ્ય. ચેર અથવા સૈર (પ્રાચીન તમિલમાં સેરે) એ 'નાગ' નો પર્યાય છે. ચેરમંડલ, નાગદીપ અને નાગપ્રદેશ. આ સ્પષ્ટપણે દર્શાવે છે કે લોકો દક્ષિણના દ્રવિડોની ઉત્પત્તિ 'અસુરો'થી થઈ છે. આ સિવાય આજે પણ ગંગા ખીણની આસપાસ એ લોકો ફેલાયેલા છે જેઓ પોતાને ચેરુ અથવા સિઓરી કહે છે અને જેઓ માને છે કે પોતે નાગ દેવતાના વંશજ છે. ચેરુ બહુ પ્રાચીન જાતિના છે. એવું મનાય છે કે ગંગા ખીણના મોટા ભાગ પર તેમનો અધિકાર છે જ્યાં પહેલા નાગોનું નિયંત્રણ હતું. મુસ્લિમ આક્રમણના અશાંત દિવસોમાં તેઓ તેમના અધિકારોથી વંચિત હતા. તેઓ ગરીબ છે અને તેમની પાસે કોઈ જમીન નથી. તેમાં સહેજ પણ શંકા નથી તેમના દ્રવિડિયન ભાઈઓ ચેરુના સંબંધીઓ છે.

ચેરુઓમાં ઘણા વિશેષ રીતિ રિવાજો છે. તેમાંથી એક છે જે તેમને નેપાળના લિચ્છવીઓ અને નેવારો સાથે જોડતો હોવાનું જણાય છે. એટલે કે પાંચ-છ ઘરોમાંથી 'રાજા' ચૂંટવા અને તિલક વગેરેથી રાજ્યાભિષેક કરવો. લિચ્છવીઓ અને નેવારી બંનેમાં ઘણા રિવાજો અને પરંપરાઓ છે જે દક્ષિણના દ્રવિડની જેમ જ છે. દરેક વ્યક્તિ નાગની પૂજા કરે છે. કર્કોટક નાગનું નેપાળમાં તે જ સ્થાન છે જેવું કાશ્મીરમાં નીલ નાગનું. લિચ્છવીઓની રાજધાની વૈશાલીના રક્ષક દેવતા પણ નાગ હતા. લિચ્છવીઓ અને નેવારોના લગ્ન સંબંધો તમિલ લોકો જેવા જ છે, અને તેમના સામાન્ય મૂળની બાબત પર ખૂબ ભાર મૂકે છે.

નેવારોમાં, મિલકતનો અધિકાર માતૃત્વ રેખા અનુસાર રાખવામાં આવ્યો છે, જેમ કે પંજાબના અરટ્ટ, બહિક અને તખસમાં એક સમયે હતો. તેમાં ઉત્તરાધિકારી તેનો પોતાનો પુત્ર ન હતો, પરંતુ તેની બહેનનો પુત્ર

હતો. આ હજુ પણ દ્રવિડ રિવાજ છે. ટૂંકમાં, શ્રી બાલકૃષ્ણ નય્યર, એ જ યુગના દ્રવિડિયન લેખક, કહે છે કે તેમને તેમના લોકો લગભગ દરેક મહત્વના સંદર્ભમાં નેવારીઓના સંબંધી લાગે છે.

આ ઉપરાંત, અન્ય કડીઓ પણ છે જે દક્ષિણના નાગોને ઉત્તરના લોકો સાથે જોડે છે. ચંબલ નદી પાસે કંસવાહમાં કર્નલ તાડ દ્વારા મળેલા એક શિલાલેખ મુજબ, 'શૈલેન્દ્ર' નામના રાજાએ તાખ્યો પર શાસન કર્યું, જે સરાઈ જાતિના હતા. આ 'દલ' શક્તિશાળી લોકોમાં પ્રખ્યાત હતું. આ તાખ્યા અથવા તખ્ત પંજાબનું એ જ રાજ્ય હતું જ્યાં હ્યુએન ત્સાંગ આવ્યો હતો અને જેનો ઉલ્લેખ અગાઉ કરવામાં આવ્યો છે. આ પરથી જણાય છે કે તરના 'નાગ' લોકોને 'સરય' પણ કહેવામાં આવતા હતા.

પછી બહારના હિમાલયમાં, સતલજ અને વ્યાસની ખીણો વચ્ચે, સરજ અથવા સુરેઝ નામનો પ્રદેશ છે. આમાં નાગ દેવતાઓની વિશેષ પૂજા છે.

ઉપલા ચિનાબ ખીણમાં બીજું 'સ્યોરાજ' છે. માત્ર નાગ પૂજકો પણ ત્યાં રહે છે.

'સરાજ' અથવા 'સ્યોરજ' કર્નલ ટાડના શિલાલેખનું 'સરય' લાગે છે. 'સ્યોર' પણ ગંગા ઘાટીના 'ચેરુ' લોકોનું બીજું નામ છે. ચેર અથવા નાગ લોકોનું જૂનું તમિલ નામ 'સારે' પણ એવું જ લાગે છે. તેથી સ્પષ્ટ છે કે 'સરય' અથવા 'તાખ્યા' એ સતલજ ખીણનું 'સરજ' છે, ગંગાનું 'સરજ' છે. સ્યોરી અથવા ચેરુ અને દક્ષિણના ચેરા, સેરેર અને કેરળ એ બધા નાગની પૂજા કરતા લોકોની જુદી જુદી શાખાઓ છે.

તે પણ નોંધી શકાય છે કે હિમાલય પ્રદેશની કેટલીક બોલીઓમાં 'કીર' અથવા 'કિરી' નો અર્થ નાગ થાય છે. આ શબ્દ પરથી 'કિરાત' શબ્દ આવ્યો છે. 'રાજતરંગિણી›માં આ શબ્દ હિમાલયના લોકો માટે ઘણો વપરાયો છે. આ શબ્દ કાશ્મીર અથવા તેની આસપાસના લોકો માટે આવ્યો છે. વરાહમિહિરે 'કિરો›નો પણ ઉલ્લેખ કર્યો છે. પ્રો. કિએલ હોર્ન દ્વારા પ્રકાશિત તામ્રપત્રમાં પણ તેનો ઉલ્લેખ છે.

બૈજનાથ મંદિર કાંગડા ખીણમાં છે. એક શિલાલેખમાં તે જગ્યાનું નામ 'કિરગ્રામ' છે. સ્થાનિક બોલીમાં તેનો અર્થ નાગનું ગામ થાય છે. નાગ હાલમાં બૈજનાથ અને આજુબાજુના સમગ્ર પ્રદેશના લોકપ્રિય દેવતા છે અને આ રીતે કિરા (કૃમિ) શબ્દ નાગ માટે સમાનાર્થી છે. તેથી, એમાં કોઈ શંકા નથી કે હિમાલયના સાપની પૂજા કરતા કિરાઓ દક્ષિણના દ્રવિડિયન કેર, ચેરા અથવા કેરળ સાથે સંબંધિત હતા.

નામોની સમાનતા હંમેશા વિશ્વસનીય હોતી નથી, પરંતુ આપણી પાસે કંઈક બીજું છે. સમાન નામ ધરાવતા આ લોકો બધા સૂર્યવંશી છે.

બધા મણિયારો નાગમાં માને છે અને તમામ નાગ દેવતાઓને તેમના પૂર્વજો તરીકે પૂજે છે.

ઉપરોક્ત વિધાનથી તે લગભગ નિશ્ચિત છે કે દક્ષિણના દ્રવિડ લોકો ઉત્તરના નાગો અને અસુરો જેવી જ પરંપરાના છે.

આના પરથી સ્પષ્ટ થાય છે કે નાગ અને દ્રવિડ એક જ જાતિના છે. આટલા બધા પુરાવા હોવા છતાં પણ શક્ય છે કે લોકો આ વિચારને સ્વીકારે નહીં. આ વિચારને સ્વીકારવામાં સૌથી મોટી મુશ્કેલી દક્ષિણના લોકોનું દ્રવિડ નામ છે. તેમને પૂછવું સ્વાભાવિક હશે કે જો દક્ષિણના લોકો 'નાગ' છે, તો પછી તેઓને જ 'દ્રવિડ' કેમ કહેવામાં આવે છે? ટીકાકારો ચોક્કસપણે પૂછશે કે જો 'દ્રવિડ' અને 'નાગ' એક જ લોકો છે, તો પછી દક્ષિણના લોકો માટે પણ 'નાગ' શબ્દનો ઉપયોગ કેમ ન થયો? એમાં કોઈ શંકા નથી કે આ એક રહસ્ય છે. પરંતુ આ એવું રહસ્ય નથી કે જેને ઉકેલી ન શકાય. જો કેટલીક બાબતો ધ્યાનમાં રાખવામાં આવે તો આનો ઉકેલ આવી શકે છે.

નોંધનીય પ્રથમ વસ્તુ ભાષાકીય પરિસ્થિતિ છે. આજે દક્ષિણની ભાષા ઉત્તરની ભાષા કરતાં અલગ છે. શું હંમેશા આવું રહ્યું છે? આ પ્રશ્ન પર શ્રી ઓલ્ડહામના મંતવ્યો ધ્યાન આપવાને પાત્ર છે.

તે સ્પષ્ટ છે કે પ્રાચીન સંસ્કૃત વ્યાકરણકારો દ્રવિડ પ્રદેશોની ભાષાને ઉત્તરીય બોલીઓ સાથે સંબંધિત માનતા હતા, અને તેમના મતે તે લોકોની ભાષા સાથે વિશેષ સંબંધ ધરાવે છે, જેમ કે આપણે જોયું તેમ, અસુરોના વંશજ હોવાનું જણાય છે. તેવી જ રીતે, સહસ્ત્રચંદ્રિકામાં, લક્ષ્મીધર કહે છે કે પૈશાચી ભાષા પંડ્યા, કેકેય, બહુલિકા, સહ્યા અને નેપાળના પૈશાચી દેશોમાં બોલાય છે. કુંતલ, સુદેશ, ભોટ, ગાંધાર, હેવ અને કનોજન આસુરી દેશો છે. તમામ બોલીઓમાં પૈસાચીમાં સૌથી ઓછી માત્રામાં સંસ્કૃત છે.

"તે સ્પષ્ટ છે કે અસુરો શરૂઆતમાં આર્યો કરતા અલગ ભાષા બોલતા હતા. પ્રો. મ્યુરે ઋગ્વેદના ઘણા ફકરાઓ ટાંક્યા છે, જેમાં અસુરોની ભાષા માટે 'મૃહવાધ' શબ્દનો ઉપયોગ કરવામાં આવ્યો છે, 'મૃહવાધ'નો મારો અર્થ 'હાનિપ્રાપ્ત વાણી' એવો થાય છે, જેમની જીભ નાશ પામી છે એમાં કોઈ શંકા નથી કે આર્યો અસુરોની ભાષાને વધુ સમજી શકતા નથી. કેટલીક હદ સુધી આ જ સમજૂતી ઋગ્વેદના બીજા ફકરાને લાગુ પડે છે, જેમાં એવું કહેવામાં આવ્યું છે કે જેઓ ઇન્દ્રને ખુશ કરીને આપણને અપશબ્દો કહે તેમને જીતી લેવા જોઈએ.

શતપથ બ્રાહ્મણમાં લખ્યું છે કે «રાક્ષસોને વાણી ન હોવાથી તેઓ ક્યાંયના નહોતા. તેઓ 'હેલવ-હેલવ›ની બૂમો પાડતા હતા. તેમની વાણી

આટલી અગમ્ય હતી. અને જે આવું બોલે છે, તે મ્લેચ્છ છે. તેથી કોઈ બ્રાહ્મણે અસંસ્કારી ભાષા બોલવી જોઈએ નહીં, કારણ કે તે રાક્ષસોની ભાષા છે.

મનુએ લખ્યું છે કે જેઓ બ્રહ્માના મોં, હાથ, જાંઘ અને પગમાંથી જન્મેલા વર્ગની બહાર છે, પછી ભલે તેઓ મ્લેચ્છ ભાષા બોલતા હોય કે આર્ય ભાષા બોલતા હોય, તેઓ દસ્યુ છે. આના પરથી સ્પષ્ટ થાય છે કે મનુના સમયમાં આર્ય ભાષાની સાથે મ્લેચ્છ અથવા અસુરોની ભાષા પણ બોલાતી હતી. તેમ છતાં, મહાભારતમાં ઉલ્લેખિત સમય સુધીમાં, આર્ય-ભાષી જાતિઓમાં અસુર ભાષા લગભગ લુપ્ત થઈ ગઈ હશે. જ્યારે વિદુરે યુધિષ્ઠિરને સંબોધન કર્યું ત્યારે તેણે મ્લેચ્છ ભાષાનો ઉપયોગ કર્યો, જે યુધિષ્ઠિર સિવાય કોઈ સમજી શક્યું નહીં.

પછીના સમયમાં, રામ તર્ક વાગીશ વ્યાકરણકારે 'નાગ ભાષાઓ' બોલતા લોકોનો ઉલ્લેખ કર્યો છે. આ પરથી એવું અનુમાન કરવામાં આવે છે કે અપરિવર્તિત અસુરોએ તેમના બદલાયેલા ભાઈઓ પછી લાંબા સમય સુધી તેમના ધર્મ અને તેમના પરંપરાગત રિવાજોનું રક્ષણ કર્યું હતું. આ અપરિવર્તિત જાતિઓમાં જ પૈસાચી બોલીઓનો ઉપયોગ થતો હતો, અને આપણે હમણાં જ જોયું તેમ, દ્રવિડ-પંડ્યા તે જાતિઓમાંની હતી.

"તમિલ અને અન્ય સંબંધિત બોલીઓનો આધાર પ્રાચીન અસુર ભાષા છે. આ વાતને એ હકીકત દ્વારા પણ સમર્થન મળે છે કે સિંધ સરહદ પર રહેતી 'બ્રાઈ' નામની જાતિની ભાષા તેમની ભાષાની ખૂબ નજીક હોવાનું સાબિત થયું છે. ડૉ. કાલ્ડવેલ કહે છે કે 'બુહાઈ' નામની જાતિની ભાષાને કારણે, અમે મધ્ય એશિયાના દક્ષિણમાં સિંધમાં દ્રવિડિયન જાતિના નિશાન શોધી શકીએ છીએ." આ પ્રદેશ રાક્ષસો અથવા નાગોનું ઘર હતું. દ્રવિડિયન રાજ્યોના સ્થાપકો મોટાભાગે આ જાતિના હોવા જોઈએ.

"અમે એકત્રિત કરેલા તમામ પુરાવાઓને ધ્યાનમાં લેતા, એકમાત્ર નિષ્કર્ષ એ છે કે દક્ષિણના દ્રવિડ અને ઉત્તરના અસુરો અથવા નાગો સમાન પરંપરાના લોકો છે."

બીજી નોંધનીય બાબત એ છે કે 'દ્રવિડ' મૂળ શબ્દ નથી. તે 'તમિલ' શબ્દનું સંસ્કૃત સ્વરૂપ છે. મૂળ શબ્દ 'તમિલ' સંસ્કૃતમાં આવ્યો ત્યારે તે 'દમિલ' બન્યો અને 'દમિલ' પોતે જ 'દ્રવિડિયન' બની ગયો. 'દ્રવિડિયન' શબ્દ લોકોની ભાષાનું નામ છે. એમાંથી કોઈ 'જાતિ›નો અણસાર નથી.

યાદ રાખવા જેવી ત્રીજી વાત એ છે કે 'તમિલ' અથવા 'દ્રવિડિયન' એ માત્ર દક્ષિણ ભારતની ભાષા નહોતી, પરંતુ આર્યોના આગમન પહેલાં, તે સમગ્ર ભારતની ભાષા હતી, અને કાશ્મીરથી રામેશ્વરમ સુધી બોલાતી

હતી. આર્યો અને નાગો વચ્ચેનો સંબંધ અને તેની નાગો અને તેમની ભાષા પર પડેલી અસરની નોંધ લેવા જેવી આગળની બાબત છે. તે વિચિત્ર લાગે છે, પરંતુ ઉત્તરના નાગો પર આ સંબંધની અસર દક્ષિણ ભારતના નાગો કરતાં સંપૂર્ણપણે અલગ હતી. ઉત્તરના નાગોએ તેમની માતૃભાષા 'તમિલ' છોડીને સંસ્કૃત અપનાવી. દક્ષિણના નાગો તેમની માતૃભાષા તમિલ સાથે જોડાયેલા હતા અને આર્યોની સંસ્કૃત ભાષા અપનાવી ન હતી. જો આ ભેદ તમિલ પર કેન્દ્રિત રહે છે, તો તે સમજવામાં મદદ કરશે કે 'દ્રવિડિયન' નામ ફક્ત દક્ષિણ ભારતના લોકો માટે શા માટે લાગુ પડ્યું? ઉત્તર ભારતના નાગોને 'દ્રવિડિયન' નામથી સંબોધવાની જરૂર નહોતી, કારણ કે તેઓ દ્રવિડિયન ભાષા બોલવાનું ભૂલી ગયા હતા. પરંતુ જ્યાં સુધી દક્ષિણના નાગોનો સંબંધ છે, તેમને 'દ્રવિડિયન' કહેવાનું સમર્થન બે કારણોસર રહ્યું. પ્રથમ, તેઓ 'દ્રવિડિયન' ભાષાને વળગી રહ્યા હતા, બીજું, ઉત્તરના નાગોએ તેનો ત્યાગ કર્યા પછી, તેઓ એકમાત્ર એવા લોકો હતા જેઓ 'દ્રવિડિયન' ભાષા બોલતા હતા. દક્ષિણના લોકોને 'દ્રવિડ' કહેવાનું સાચું કારણ આ છે.

દક્ષિણના લોકો માટે 'દ્રવિડ' શબ્દના વિશેષ ઉપયોગથી એ અદૃશ્ય થઈ ન જાય કે 'નાગ' અને 'દ્રવિડ' એક જ લોકો છે. તેઓ એક જ સમુદાયના બે અલગ અલગ નામ છે. નાગ તેમનું જાતિ-સાંસ્કૃતિક નામ છે, અને દ્રવિડિયન ભાષા- ગત.

આમ, 'દાસ' તે છે જે નાગ છે અને નાગ તે છે જેઓ 'દ્રવિડ' છે. બીજા શબ્દોમાં કહીએ તો, ભારતની જાતિઓ વિશે આપણે એટલું જ કહી શકીએ કે ત્યાં ફક્ત બે જ જાતિઓ છે - આર્ય અને નાગ. તે સ્પષ્ટ છે કે શ્રી રાઈસનો વિચાર પાયાવિહોણો સાબિત થાય છે. આ વિચાર ભારતમાં ત્રણ જાતિઓને સ્વીકારે છે, જ્યારે વાસ્તવિકતામાં માત્ર બે જ જાતિઓ છે.

દ્રવિડના આગમન પહેલા ભારતમાં ત્રીજી આદિવાસી જાતિ રહેતી હતી એ વાત સ્વીકારી લેવામાં આવે તો પણ શું એમ કહી શકાય કે આ પૂર્વ-દ્રવિડ આદિવાસીઓ વર્તમાન સમયના 'અસ્પૃશ્ય›ના પૂર્વજો હતા? સત્ય શોધવા માટે આપણી પાસે બે પાયા છે - એક 'માનવશાસ્ત્રીય' અને બીજો 'વંશીય›.

માનવ શરીર રચનાના દૃષ્ટિકોણથી ભારતીય લોકોને ધ્યાનમાં લેવા પર, પ્રો. ધુરેએ તેમના પુસ્તક 'કાસ્ટ એન્ડ રેસ ઇન ઇન્ડિયા›માં ધ્યાન ખેંચનારી બાબતો કહી છે. જેમ કે - «સંયુક્ત પ્રાંતના બ્રાહ્મણને પ્રાચીન આર્યોના નમૂનાના પ્રતિનિધિ તરીકે ગણીને, આપણે તેની સાથે તેની સરખામણી કરવા માંડીએ છીએ. જો આપણે નાસિકાના માપદંડ પર

ધ્યાન આપીએ, તો એવું લાગે છે કે સંયુક્ત પ્રાંતના ક્ષત્રિય સિવાય, તે બ્રાહ્મણ છે. પંજાબના ચુહરા અને ખત્રી કરતા નાનો છે. સંયુક્ત પ્રાંત તેના પ્રાંતના ક્ષત્રિય કરતાં ઘણો નાનો છે, ઉપરાંત પંજાબના ચુહરા અને ખત્રીઓની નિકટતા સંયુક્ત પ્રાંતના બ્રાહ્મણો અને અન્ય ખત્રીઓ વચ્ચેની સરખામણી પર નજર કરીએ તો વધુ સ્પષ્ટ થાય છે. જો સંયુક્ત પ્રાંતના બ્રાહ્મણ અને બિહારના બ્રાહ્મણના માપને ધ્યાનમાં લો, તો કદાચ તેઓ ખૂબ સમાન હશે.

પરંતુ તેમાં એટલો જ તફાવત છે જેટલો સંયુક્ત પ્રાંતના બ્રાહ્મણ અને પંજાબના ચુહડા વચ્ચે છે. ઐતિહાસિક આધાર પર આપણે સમજીએ છીએ કે બિહાર સંયુક્ત પ્રાંતની આસપાસ હોવું જોઈએ. પરંતુ અનુક્રમણિકા પર એક નજર બતાવે છે કે કુર્મી બ્રાહ્મણની નજીક છે, અને ચમાર અને ડોમ દૂર છે. પરંતુ અહીં ચમાર બ્રાહ્મણથી એટલા દૂર નથી જેટલા સંયુક્ત પ્રાંતના ચમાર સંયુક્ત પ્રાંતના બ્રાહ્મણથી છે. બંગાળની અનુક્રમણિકા પર નજર કરીએ તો સ્પષ્ટ થાય છે કે સામાજિક નિસરણીના તળિયે છઠ્ઠા સ્તરે રહેલા ચંડાલ જેનો માત્ર સ્પર્શ અશુદ્ધ બનાવે છે તેમાં અને બ્રાહ્મણમાં બહુ ફરક નથી. બીજા સ્તર પર રહેલા કાયસ્થથી માત્ર નજીવો તફાવત છે. બોમ્બેમાં, દેશસ્થ બ્રાહ્મણ ચિત્પાવન બ્રાહ્મણની જેટલી નજીક છે તેટલી જ તે માછીમાર જાતિના પુત્ર-કોળીની નજીક છે. મરાઠા પ્રદેશની અસ્પૃશ્ય જાતિ, મહાર, કણબી તરીકે ઓળખાતી ખેડૂત જાતિ સાથે બીજા ક્રમે છે. તે પછી શેણવી બ્રાહ્મણો અને ઉચ્ચ જાતિના મરાઠાઓ આવે છે. આ પરિણામો થોડા જૂના છે. સામાન્ય રીતે કહીએ તો, આનો અર્થ એ છે કે સામાજિક વર્ગ અને ભૌતિક તફાવત વચ્ચે કોઈ પત્રવ્યવહાર નથી.

છેલ્લે આપણે મદ્રાસ લઈએ છીએ. અહીં આપણે અલગ-અલગ ભાષાકીય પ્રદેશોનો વિચાર કરવો જોઈએ, કારણ કે વિવિધ પ્રદેશોમાં સામાજિક અસમાનતાનું સ્તર અલગ-અલગ હોય છે. શ્રી. રિસ્લી અને ઇ. થર્સ્ટન દ્વારા ગણવામાં આવેલ જાતિઓના ક્રમની સરેરાશ નીચે મુજબ છે-

કાપુ, સાલે, માલા ગોલ્લા, માદિગ, ફોગતા અને કોમતી. તેમની સામાજિક સ્થિતિ અનુસાર તેમનો ક્રમ નીચે મુજબ રહેશે.

બ્રાહ્મણો, કોમતી, ગોલ્લા, કાપુ અને અન્ય અને સાલે, ફાગોત અને અન્ય.

માલા અને માદિગનો દરજ્જો સૌથી નીચો છે કારણ કે તેઓ તેલુગુ પ્રદેશના છે. કન્નડ પ્રદેશમાં અનુનાસિક માપ પ્રમાણે આ ક્રમ છે.

કન્નડ સ્માર્તા, બ્રાહ્મણ, બંતુ, બિલીવા, માંડે, બ્રાહ્મણ, બોક્કાલિંગ, ઞીગાલી, બંજીગ, પંચાલ, કુર્હા, હોલિયા, દેશસ્થ, બ્રાહ્મણ, સોરેપ્પા અને બિદર.

સામાજિક વંશવેલા અનુસાર, જાતિઓનો ક્રમ નીચે મુજબ છે - બ્રાહ્મણ, બંત, બોક્કાલિંગ, તોરેપ્પુ વગેરે. કુરુબા અને ગણિકા, બડિગા અને કુંભ, સેલ્ગા, કેટલીવા, બેડા, હોલી.

જ્યારે આપણે જોઈએ છીએ ત્યારે આ સરખામણીનું મહત્વ વધુ વધી જાય છે. કન્નડ અસ્પૃશ્યનું અનુનાસિક માપ 75.1 છે અને સૌથી વધુ બ્રાહ્મણનું 71.5 છે, અને જંગલના કુંભ અને સોલગાનું સ્થાન, જે તેમને હિન્દુ બન્યા પછી મળ્યું છે, તેના પર સ્થિત છે કે નાસિકાનું માપ 86.1 છે અને 85.1 છે.

તમિલ જ્ઞાતિઓનો નાસિકા પરિમાણ પ્રમાણેનો ક્રમ નીચે મુજબ છેઃ- અંબટ્ટન, વેલ્લાઈ, ઈડિયાન, આગમુદૈયાન, તમિલ બ્રાહ્મણ, પલ્લી, મલયાલી, શાનન અને પારાયણ નમૂનાની ચાર મલયાલમ જાતિઓનો નાસિકા ક્રમ નીચે મુજબ છે - તિયાન 75, નંબૂદિરી 75.5, નય્યર 76.7, ચારુમન 77.21 તેમની સામાજિક સ્થિતિ નીચે મુજબ છે.

નંબૂદિરી, નય્યર, તિયાન, ચારુમન, ત્રાવણકોરની જંગલી જાતિ - 84.6 માપે છે. આમ ચરુમન (એક અસ્પૃશ્ય) કણિકરને બદલે બ્રાહ્મણ જાતિના છે.

ઉપરોક્ત ઉદાહરણોમાં અન્ય જ્ઞાતિઓ વિશે જે કહેવામાં આવ્યું છે તે બાજુએ રાખીએ અને અસ્પૃશ્ય વિશે જે કહેવામાં આવ્યું છે તેના પર જ ધ્યાન આપીએ તો સ્પષ્ટ થાય છે કે પંજાબના ચુહડાઓના નાસિકા પરિમાણો યુક્ત પ્રાંતના બ્રાહ્મણોની સમાન છે . બિહારના મોચીના નાકનું કદ તમિલનાડુના બ્રાહ્મણના નાક જેટલું જ છે. જો માનવ શરીરરચના એ કોઈપણ જાતિની જાતિ નક્કી કરવા માટે એક વિશ્વસનીય વિજ્ઞાન છે, તો હિન્દુ સમાજ પર આ વિજ્ઞાનના ઉપયોગના પરિણામો એ સાબિત કરતા નથી કે અસ્પૃશ્ય 'આર્ય' અને 'દ્રવિડ' જાતિઓથી અલગ છે. આ નાસિકા માપ ચોક્કસપણે સાબિત કરે છે કે બ્રાહ્મણો અને અસ્પૃશ્યો એક જ જાતિના છે. એક માત્ર નિષ્કર્ષ એ છે કે જો બ્રાહ્મણો આર્ય છે, તો અસ્પૃશ્યો પણ આર્યો છે; જો બ્રાહ્મણો 'દ્રવિડ' છે, તો અસ્પૃશ્ય પણ દ્રવિડ છે, અને જો બ્રાહ્મણો નાગ છે, તો અસ્પૃશ્ય પણ નાગ છે, આ સ્થિતિમાં શ્રી રાઈસનો સિદ્ધાંત પાયાવિહોણો સાબિત થાય છે.

અસ્પૃશ્યતાનો આધાર હોવાનો જાતિનો સિદ્ધાંત માત્ર માનવ શરીરવિજ્ઞાનની વિરુદ્ધ જ નથી, તેને ભારતની જાતિઓ વિશેની આપણી પાસે રહેલી માહિતીમાંથી પણ કોઈ સમર્થન મળતું નથી. એ વાત જાણીતી છે કે ભારતના લોકો એક સમયે 'પક્ષો'ના આધારે સંગઠિત હતા, અને જો કે હવે 'પક્ષો'એ 'જાતિ'નું સ્વરૂપ લીધું છે, તેમ છતાં પક્ષોનું સંગઠન હજુ પણ સુરક્ષિત છે. દરેક પક્ષ જૂથોમાં વહેંચાયેલો હતો

અને જૂથો પરિવારોના જૂથોથી બનેલા હતા. દરેક કુટુંબ જૂથનું પોતાનું પ્રતીક હતું, પછી ભલે તે સજીવ પદાર્થ હોય કે નિર્જીવ પદાર્થ હોય, જેઓ એકબીજામાં સમાન પ્રતીક ધરાવતા હતા, તેઓ લગ્નના હુકમના જૂથ તરીકે ગોઠવાયેલા હતા, જેને આપણે 'ગોત્ર' અથવા 'કુલ' કહીએ છીએ. જે પરિવારો સમાન ગોત્ર ધરાવતા હતા તેઓને આંતરવિવાહ કરવાની મંજૂરી ન હતી કારણ કે એવું માનવામાં આવતું હતું કે તેઓ એક જ પૂર્વજના વંશજ હતા અને તેમની નસોમાં સમાન લોહી વહેતું હતું. આને ધ્યાનમાં રાખીને, જો વિવિધ જ્ઞાતિઓના નિશાનોનો અભ્યાસ કરવામાં આવે તો તે જાતિ નક્કી કરવામાં નાકના માપ જેવા સારા માપદંડ તરીકે કામ કરી શકે છે.

કમનસીબે, સમાજશાસ્ત્રના સંશોધકોએ આ પ્રતીકો અને વિવિધ જાતિઓમાં તેમના વિભાજન પર કોઈ ધ્યાન આપ્યું ન હતું. આ બેદરકારીનું મુખ્ય કારણ વસ્તીગણતરી પંચો દ્વારા ફેલાવવામાં આવેલો વિચાર છે કે હિંદુ સમાજ વ્યવસ્થાનું વાસ્તવિક એકમ અને હિંદુ સમાજનો પાયો 'પેટા-જ્ઞાતિ' છે જેનો નિયમ છે કે કોઈએ પેટાજાતિની બહાર લગ્ન ન કરવા જોઈએ. આનાથી મોટી કોઈ ભૂલ ન હોઈ શકે. હિન્દુ સમાજનું એકમ તે 'પેટા જાતિ' નથી, પરંતુ લગ્ન બહારના નિયમના આધારે રચાયેલું કુટુંબ છે. આ અર્થમાં હિંદુ પરિવારનું પક્ષ સંગઠન એ પેટાજાતિ આધારિત સામાજિક સંગઠન નથી. હિંદુ પરિવારમાં લગ્નમાં માત્ર કુળ અને ગોત્રને જ પ્રાથમિક મહત્વ આપવામાં આવે છે, 'જાતિ' અને 'પેટાજાતિ›નો વિચાર ગૌણ સ્થાન લે છે. હિંદુ સમાજના કુળ અને ગોત્રનો એ જ દરજ્જો છે જે પ્રારંભિક સમાજના પક્ષ પ્રતીકો તરીકેનો હતો. આ દર્શાવે છે કે હિંદુ સમાજ તેના સંગઠનની દ્રષ્ટિએ હજુ પણ પક્ષ આધારિત છે. કુટુંબ તેનો પાયો છે. તેણે બાહ્ય લગ્નના આદેશનું પાલન કરવું પડશે. 'જાતિ' અને 'પેટા-જ્ઞાતિ' એ સામાજિક સંસ્થાઓ છે, જે પક્ષ સંગઠન પર ઉપરથી લાદવામાં આવી છે. બાહ્ય લગ્નના નિયમો કે જે તેઓ લાગુ કરે છે તે પક્ષના સંગઠનના કુળ અને કુળના આધારે બાહ્ય લગ્નના પ્રતિબંધના નિયમને નકારતા નથી.

'પેટાજાતિ' કરતાં 'કુટુંબ' વધુ મહત્ત્વનું છે એ હકીકત સ્વીકારવાનું મહત્ત્વ સ્વાભાવિક છે. આ હિંદુ પરિવારોમાં પ્રચલિત કુળો અને ગોત્રોના નામોનો અભ્યાસ કરશે. આ પ્રકારનો અભ્યાસ ભારતના લોકોના વંશીય બનાવટનો અભ્યાસ કરવામાં ખૂબ મદદરૂપ થશે. જો એક જ કુળ અને ગોત્ર જુદી જુદી જ્ઞાતિઓમાં જોવા મળે તો કહી શકાય કે જ્ઞાતિઓ સામાજિક દૃષ્ટિકોણથી અલગ હોવા છતાં વંશીય દૃષ્ટિકોણથી એક જ છે. આવા બે અભ્યાસો થયા છે. એક મહારાષ્ટ્રમાં શ્રી રિજલે અને

એક પંજાબમાં હુરોજ દ્વારા. બંને અભ્યાસોના પરિણામો એ સિદ્ધાંતને સંપૂર્ણપણે રદિયો આપે છે કે અસ્પૃશ્યો આર્યો અથવા દ્રવિડોથી અલગ જાતિના છે. મહારાષ્ટ્રની મુખ્ય વસ્તી મરાઠાઓની છે. મહાર મહારાષ્ટ્રના અસ્પૃશ્ય છે. આ બંનેનો વંશીય અભ્યાસ દર્શાવે છે કે બંને એક જ કુળના છે. વાસ્તવમાં, એકરૂપતા એટલી વધારે છે કે મરાઠાઓમાં ભાગ્યે જ એક પણ કુળ હશે જે મહારોમાં ન હોય અને મહારોમાં ભાગ્યે જ કોઈ એવું કુળ હશે જે મરાઠાઓમાં ન હોય. એ જ રીતે પંજાબમાં જાટોની મોટી વસ્તી છે. ધાર્મિક શીખોને 'અસ્પૃશ્ય' ગણવામાં આવે છે. તેમાંના મોટા ભાગના મોચી છે. વંશીય સંશોધન દર્શાવે છે કે બંનેનું ગોત્ર સમાન છે. જો આ બધી વાતો સાચી હોય તો અસ્પૃશ્યો એક અલગ 'જાતિ'ના છે એમ કેવી રીતે કહી શકાય. મેં કહ્યું તેમ, જો આ ચિહ્નો, કુળ અને ગોત્રોનો કોઈ અર્થ હોય, તો અર્થ એ જ હોવો જોઈએ કે જેમની પાસે સમાન ચિહ્ન છે તે 'સંબંધિત' હશે. જો તેઓ એક જ લોહીના હોય, તો તેઓ જુદી જુદી જાતિના ન હોઈ શકે.

તેથી, અસ્પૃશ્યતાની ઉત્પત્તિને જાતિનો સિદ્ધાંત ન ગણવો જોઈએ.

■

8.

અસ્પૃશ્યતાનો આધાર: વ્યવસાય

હવે આપણે અસ્પૃશ્યતાના વ્યવસાયિક મૂળના સિદ્ધાંતની ચર્ચા કરીશું. રાઈસના મતે 'અસ્પૃશ્યતા'નો આધાર તેમના ગંદા અને ધૃણાસ્પદ વ્યવસાયોમાં રહેલો છે. આ વિચાર કંઈક અંશે વ્યાજબી લાગે છે. પરંતુ આને અસ્પૃશ્યતાના મૂળના સાચા ખુલાસા તરીકે સ્વીકારવામાં કેટલીક મુશ્કેલીઓ છે. અસ્પૃશ્યો દ્વારા કરવામાં આવતા ગંદા અને ધૃણાસ્પદ વ્યવસાયો તમામ માનવ સમાજ માટે સામાન્ય છે. દરેક સમાજમાં એવા લોકો છે જે આ વ્યવસાયો કરે છે, શા માટે વિશ્વના અન્ય દેશોમાં આવા લોકો સાથે અસ્પૃશ્યતાનો વ્યવહાર કરવામાં આવતો નથી? બીજો પ્રશ્ન એ છે કે શું દ્રવિડ લોકો આ વ્યવસાયોને નફરત કરતા હતા? અથવા જેમણે આ કર્યું તેમના પ્રત્યે નફરત હતી? આપણી પાસે આ મામલે કોઈ પણ પ્રકારના પુરાવા નથી. પરંતુ આપણી પાસે આવક અંગેના પુરાવા છે. આ પુરાવા સાબિત કરે છે કે આર્યો પણ અન્ય લોકોની જેમ હતા અને તેમની 'શુદ્ધતા' અને 'અશુદ્ધતા'ની કલ્પના અન્ય પ્રાચીન લોકો કરતા અલગ નહોતી. નારદ સ્મૃતિના નીચેના શ્લોકો પર વિચાર કરવાથી એ સ્પષ્ટ થાય છે કે આર્યોને ગંદા વ્યવસાયમાં કોઈ પણ પ્રકારનો વાંધો નહોતો. પાંચમા અધ્યાયમાં નારદે સેવા-ધર્મના ઉલ્લંઘનની ચર્ચા કરી છે. આ શ્લોકો તે પ્રકરણમાં દેખાય છે.

शुश्रूषक पञ्चविधः शास्त्रे दृष्टो मनीषिभिः।
चतुर्विधः कर्मकरास्तेषां दास विपञ्चका ॥

અર્થ: ઋષિમુનિઓએ શાસ્ત્રોમાં પાંચ પ્રકારના સેવકોનું વર્ણન કર્યું છે. તેમાંથી, ચાર પ્રકારના સેવકો છે, અને પાંચમો ગુલામ છે, જેઓ ફરીથી પંદર પ્રકારના છે.

शिष्यान्तेवासिप्रभुतकाश्चतुर्थस्त्वधिकर्मकृत।
एते कर्मकरा ज्ञेयः दासास्तु गृहजादयः ॥

અર્થ: એક વિદ્યાર્થી, એક શીખનાર, એક પગારદાર નોકર અને એક અધિકારી.

सामान्यमस्वतन्त्रत्वमेषामाहुर्मनीषिणः।
जातिकर्मकृतस्तूक्तो विशेषो वृत्तिव च ॥

અર્થ: ઋષિમુનિઓએ જાહેર કર્યું છે કે આશ્રિત રહેવું બધા માટે સમાન છે, પરંતુ તેમની અલગ સ્થિતિ અને આવક તેમની પોતાની જાતિ અને વ્યવસાય પર આધારિત છે.

कमपि द्विविधं ज्ञेयाशुभं च।
अशुभं दासकर्मोक्तं शुभं कर्मकृतां स्मृतम्॥

અર્થ: એ જાણવું અગત્યનું છે કે બે પ્રકારના વ્યવસાયો છે - શુદ્ધ અને ગંદા. જેઓ ગંદા વ્યવસાયો ધરાવે છે તેઓને ગુલામ કહેવાય છે, જેઓ શુદ્ધ વ્યવસાય ધરાવે છે તેમને શુદ્ર (કામદારો) કહેવાય છે.

गृहद्वाराशुचिस्थानरथ्यावस्करशोधनम्।
गुह्याङ्गस्पर्शनोच्छिविण्मूत्रग्रहणेज्झनम्॥

અર્થ: દરવાજા, સ્વચ્છ શૌચાલય, રસ્તાઓ અને કચરો ફેંકવાની જગ્યાએ સાવરણો ફેરવવો, શરીરના ગુપ્તાંગોનું માલિશ કરવું, એંઠો ખોરાક અને મળમૂત્ર ભેગા કરવા અને ફેંકી દેવા.

इच्छतः स्वामिनश्चाङ्गे ह्य पस्थानमथान्ततः।
अशुभ कर्म विज्ञेयं शुभमन्यदतः परम्॥

અર્થ: અને અંતે, જ્યારે પણ માલિક ઈચ્છે ત્યારે તેના શરીરના અંગોનું માલિશ કરવું, આ કાર્યોને ગંદા ગણવા જોઈએ. આ સિવાય બીજા બધા કામ શુદ્ધ છે.

शुभकर्मकरास्त्वेते चत्वारः समुदाह्यताः।
भाजस्तु शेषा दासस्त्रिपञ्चकाः ॥
जघन्यकर्म भाजस्तु

અર્થઃ આ રીતે શુદ્ધ કામ કરનારા ચાર પ્રકારના કર્મચારીઓની ગણતરી કરવામાં આવી છે. બીજા જે ગંદા કામ કરે છે તે ગુલામ છે અને તે પંદર પ્રકારના છે.

તે સ્પષ્ટ છે કે ગંદા કામ કરનારાઓ ગુલામ હતા અને ગંદા કામમાં સફાઈનો સમાવેશ થતો હતો. તો સવાલ એ થાય છે કે આ ગુલામો કોણ હતા? શું તેઓ આર્ય હતા કે બિન-આર્ય? એમાં કોઈ શંકા નથી કે લોકોમાં ગુલામી હતી. એક આર્ય બીજા આર્યનો ગુલામ હોઈ શકે, આર્ય ગમે તે વર્ગનો હોય, તે 'ગુલામ' હોઈ શકે, ક્ષત્રિય 'ગુલામ' હોઈ શકે. વૈશ્ય પણ 'દાસ' હોઈ શકે છે. એક બ્રાહ્મણ પણ હંમેશા 'ગુલામ' હોવાની શક્યતાથી મુક્ત ન હતો. દેશમાં જ્યારે ચાતુર્વર્ણ્ય કાયદો બન્યો ત્યારે ગુલામી પ્રથામાં થોડો ફેરફાર થયો. એ પરિવર્તનનું સ્વરૂપ નારદ-સ્મૃતિના નીચેના શબ્દો પરથી સ્પષ્ટ થાય છે.

वर्णानां प्रतिलोम्येन दासत्वं न विधीयते।
स्वधर्मत्यागिनोऽन्यज दारवद्दासता मता॥

અર્થ: ચાર વર્ગોના વ્યસ્ત ક્રમમાં ગુલામી માટે કોઈ સ્થાન નથી. જો જાદમા તેના વર્ણ ધર્મનું પાલન ન કરે, તો તે આ નિયમનો અપવાદ છે. એ સ્થિતિમાં ગુલામી એ પત્નીની સ્થિતિ સમાન છે.

याज्ञवलक्य व्यवहाराध्याय का भी कथन है

वर्णानामनुलोम्येन दास्यं तु प्रतिलोमतः। (4,183)

અર્થઃ દાસ પ્રથા અનુલોમ ક્રમથી છે, પ્રતિલોમ ક્રમથી નહીં, યાજ્ઞવલ્ક્ય સ્મૃતિ પર વિજ્ઞાનેશ્વરના મિતાક્ષર નામના ભાષ્યમાં આ રીતે સમજાવવામાં આવ્યું છે.

ब्राह्मणदीनां-वर्णानामानुलोम्यिन दास्यम्। ब्राह्मणस्य क्षत्रियादयः।

क्षत्रियस्य वैष्यशूद्रौ। वैशस्य शूद्र इत्येवमानुलोम्येन दासभावो भवति न प्रतिलोम्येन॥

અર્થ: બ્રાહ્મણો અને અન્ય વર્ગોમાં ગુલામી ચાલુ રહેશે. ક્ષત્રિયો અને બાકીના બધા બ્રાહ્મણોના 'ગુલામ' બની શકે છે. વૈશ્ય અને શુદ્ર ક્ષત્રિયના 'ગુલામ' હોઈ શકે છે. શુદ્ર વૈશ્યનો 'દાસ' બની શકે છે. આ ગુલામી પ્રણાલી માત્ર ઉલટા ક્રમમાં લાગુ કરી શકાય છે, વિપરીત ક્રમમાં નહીં.

આ પરિવર્તન માત્ર ગુલામ વ્યવસ્થાનું પુનર્ગઠન હતું, અને તે વ્યવસ્થિત અસમાનતાનો આધાર જે નક્કર સ્વરૂપમાં વ્યક્ત થયો છે, આ નિયમનો અર્થ છે કે એક બ્રાહ્મણ, એક ક્ષત્રિય, એક વૈશ્ય અને એક શૂદ્ર બ્રાહ્મણનો 'ગુલામ' હતો. ક્ષત્રિય, વૈશ્ય અને શુદ્ર ક્ષત્રિયના 'ગુલામ' હોઈ શકે છે. વૈશ્ય અને શુદ્ર વૈશ્યના ગુલામ હોઈ શકે છે. પણ શુદ્રનો 'ગુલામ' માત્ર શુદ્ર જ હોઈ શકે. આ બધું થયું ત્યારે ગુલામીનો કાયદો અમલમાં હતો. બ્રાહ્મણ હોય, ક્ષત્રિય હોય, વૈશ્ય હોય કે શુદ્ર હોય, જો તે 'ગુલામ' બની જાય તો આ નિયમ તેને ચોક્કસ લાગુ પડશે.

જો આપણે ગુલામો માટે નક્કી કરાયેલી ફરજો પર ધ્યાન આપીએ, તો આ પરિવર્તન કોઈ પણ પ્રકારનું પરિવર્તન નથી. આનો અર્થ એ થયો કે જો બ્રાહ્મણ 'દાસ' બને, ક્ષત્રિય 'દાસ' બને, વૈશ્ય 'દાસ' બને કે શુદ્ર 'દાસ' બને તો ઝાડુ મારવાનું કામ કરવું પડશે. હા, બ્રાહ્મણ ક્ષત્રિય, વૈશ્ય કે શુદ્રના ઘરે ઝાડુ નહીં કાઢે, પણ બ્રાહ્મણના ઘરમાં સફાઈ કામદારનું કામ કરશે. તેવી જ રીતે, ક્ષત્રિય બ્રાહ્મણ અને ક્ષત્રિયના ઘરે દાસ તરીકે કામ કરશે, પરંતુ તે વૈશ્ય કે શુદ્રના ઘરમાં કામ કરશે નહીં. બ્રાહ્મણ, ક્ષત્રિય અને વૈશ્યના ઘરમાં ભંગીનું કામ વૈશ્ય કરશે પણ શૂદ્રના ઘરમાં નહીં કરે. તેથી સ્પષ્ટ છે કે ભંગીનું કામ આર્ય માટે ધિક્કારપાત્ર કામ નહોતું, તો પછી ગંદા વ્યવસાય કરવા એ અસ્પૃશ્યતાનું કારણ છે એમ કેવી રીતે કહી શકાય? તેથી, ગંદા વ્યવસાયમાં જોડાવું એ અસ્પૃશ્યતાનું કારણ છે એવો અભિપ્રાય પાયાવિહોણો સાબિત થાય છે.

પરિવર્તન ક્યારેય દુઃખદાયક હોતું નથી, માત્ર પરિવર્તનનો પ્રતિકાર પીડાદાયક હોય છે. - ડૉ. ભીમરાવ આંબેડકર

■■

ભાગ-4

અસ્પૃશ્યતાની ઉત્પત્તિના નવા સિદ્ધાંતો

9.

અસ્પૃશ્યતાનો મૂળ આધાર - બૌદ્ધો પ્રત્યે તિરસ્કાર

1870 થી, વસ્તીગણતરી કમિશનર દ્વારા દર દસ વર્ષે જે વસ્તી ગણતરી અહેવાલ પ્રકાશિત કરવામાં આવે છે, તેમાં ભારતના સામાજિક અને ધાર્મિક જીવન વિશેની અમૂલ્ય માહિતી છે જે બીજે ક્યાંય ઉપલબ્ધ નથી. 1910 પહેલા, સેન્સસ કમિશનરે 'ધર્મ મુજબની વસ્તી'નો હિસાબ રાખ્યો હતો. આ ખાતામાં (1) મુસ્લિમો, (2) હિંદુઓ અને (3) ખ્રિસ્તીઓ વગેરેની વસ્તી રહેતી હતી. 1910 ના વસ્તી અહેવાલમાં, હાલની પરંપરાને બાજુ પર રાખીને એક નવી વસ્તુ અપનાવવામાં આવી હતી. પ્રથમ વખત, હિંદુઓને ત્રણ અલગ-અલગ વર્ગોમાં વહેંચવામાં આવ્યા હતા - (1) હિંદુઓ, (2) પ્રકૃતિની પૂજા કરનારા આદિવાસીઓ અને (3) અસ્પૃશ્ય ત્યારથી આ નવું વર્ગીકરણ પ્રચલિત છે.

(1) અગાઉના વસ્તી કમિશ્નરોની પરંપરાના ત્યાગના સંબંધમાં, ત્રણ પ્રશ્નો ઉભા થાય છે: - (I) 1910ની વસ્તી ગણતરીના કમિશનરે આ નવું વર્ગીકરણ શા માટે કર્યું? (II) આ વર્ગીકરણનો આધાર શું હતો? (III) કયા કારણો હતા જેના કારણે આવા કેટલાક રિવાજો વિકસ્યા, જેના કારણે હિંદુઓનું ત્રણ અલગ-અલગ વર્ગમાં વિભાજન વાજબી લાગે છે?

આગા ખાનના નેતૃત્વમાં મુસ્લિમોએ 1909માં તત્કાલિન વાઈસરોય લોર્ડ મિન્ટોની સેવામાં જે સન્માનપત્ર રજૂ કર્યું હતું તેમાં આપણને પ્રથમ પ્રશ્નનો જવાબ મળે છે. તેમાં, મુસ્લિમોએ વિધાનસભા, કારોબારી અને સરકારી નોકરીઓમાં પોતાને માટે પૂરતા પ્રતિનિધિત્વની માંગ કરી હતી. તે સન્માન પત્રનો એક નાનકડો અંશ અહીં આપવામાં આવી રહ્યો છે:-

"1909 માં હાથ ધરવામાં આવેલી વસ્તી ગણતરી મુજબ, ભારતમાં મુસ્લિમોની સંખ્યા 6 કરોડ, 20 લાખથી ઉપર છે, એટલે કે બ્રિટિશ સરકારની ભારતીય પ્રજાના એક ચતુર્થાંશ અને પાંચમા ભાગની વચ્ચે

છે. જો પ્રકૃતિના ઉપાસકો અને અનુયાયીઓ અન્ય નાના ધર્મોને ધ્યાનમાં લેવામાં આવે છે, જો અસંસ્કૃત જાતિના લોકો હિંદુ ન હોય તો પણ તેમને ખરેખર 'હિંદુ' તરીકે ગણવામાં આવે છે, તો હિન્દુઓની સંખ્યાની સરખામણીમાં મુસ્લિમોનું પ્રમાણ વધશે. તેથી અમે તેને યોગ્ય માનીએ છીએ કે પ્રતિનિધિત્વની કોઈપણ વ્યાપક અથવા સંકુચિત પ્રણાલીમાં એક એવી જાતિ જેની વસ્તી રશિયા સિવાય કોઈપણ પ્રથમ વર્ગની યુરોપીયન શક્તિની વસ્તી કરતા વધારે છે, તો યોગ્ય છે કે તે એવી માંગ કરી શકે છે કે તેને રાજ્યમાં મહત્વનો હોદ્દો મળવો જોઈએ.

"અમે સરકાર બહાદુરના આદેશથી એક ડગલું આગળ વધવા માંગીએ છીએ અને વિનંતી કરીએ છીએ કે પ્રતિનિધિત્વના કોઈપણ સ્વરૂપમાં, સીધી કે કુટિલ, અને અન્ય તમામ બાબતોમાં તેમના સ્થાન અને પ્રભાવને અસર કરતી હોય, મુસ્લિમ જાતિના હોદ્દા પ્રમાણસર હોવા જોઈએ. તેમની વસ્તીને માત્ર તેમના શાહી મહત્વ અને સામ્રાજ્યના સંરક્ષણમાં આપવામાં આવતી મદદને ધ્યાનમાં રાખીને, અમે આશા રાખીએ છીએ કે સરકાર આ બાબત પર ધ્યાન આપશે કે જે સો વર્ષ પહેલાં ભારતમાં મુસ્લિમોની જે હાલત હતી તેની યાદ કુદરતી રીતે તેમના હૃદયમાંથી અદૃશ્ય થઈ નથી."

આ અવતરણમાં, નિયમની નીચેની રેખાઓનો વિશેષ અર્થ છે. માનપત્રમાં આ શબ્દો એ સૂચવવા માટે આપવામાં આવ્યા છે કે જ્યારે મુસ્લિમોની હિંદુઓ સાથે સરખામણી કરવામાં આવે છે, ત્યારે હિંદુઓની વસ્તીમાં પ્રકૃતિ પૂજકો, આદિવાસીઓ અને અસ્પૃશ્યોની વસ્તીનો સમાવેશ ન કરવો જોઈએ. હિંદુઓના વર્ગીકરણની આ નવી પદ્ધતિ, જેને 1910માં સેન્સસ કમિશનર દ્વારા મંજૂર કરવામાં આવી હતી, તેનો અર્થ ગમે તે હોય, મુસ્લિમોની માંગ પર આધારિત હતો. સેન્સસ કમિશનરે વર્ગીકરણની નવી પદ્ધતિ શા માટે જારી કરી તે પ્રશ્ન પહેલાથી જ ઉઠાવવામાં આવ્યો છે, તેમ છતાં તે અન્ય પ્રશ્ન જેટલો મહત્વપૂર્ણ નથી. મહત્વની માહિતી એ છે કે સેન્સસ કમિશનરે કયા આધારે હિંદુઓના વિવિધ વર્ગોને "(1) જેઓ 100% હિંદુ હતા, (2) જેઓ ન હતા તેમાં વર્ગીકૃત કર્યા હતા?

સેન્સસ કમિશનર દ્વારા કરાયેલા આ વર્ગીકરણનો આધાર જારી કરાયેલા પરિપત્રમાં આપવામાં આવ્યો છે. તેમાં તેમને બે વર્ગમાં વિભાજીત કરવા માટે ચોક્કસ આધારો નક્કી કરવામાં આવ્યા છે. જે જાતિઓ 100% હિંદુ નથી તેમની વિશેષતાઓ નીચે મુજબ આપવામાં આવી છે:-

1) જેઓ બ્રાહ્મણોની સર્વોપરિતામાં માનતા નથી.

2) જેઓ કોઈ બ્રાહ્મણ અથવા અન્ય કોઈ માન્ય હિન્દુ ગુરુ પાસેથી

મંત્ર લેતા નથી.

3) જેઓ વેદોને પુરાવા તરીકે માનતા નથી.
4) જેઓ હિન્દુ દેવતાઓની પૂજા કરતા નથી.
5) જેમને સારા બ્રાહ્મણો કર્મકાંડ કરતા નથી.
6) જેઓ કોઈ બ્રાહ્મણ પુરોહિત રાખતા નથી.
7) જેઓ હિન્દુ મંદિરની અંદર જઈ શકતા નથી.
8) જે સ્પર્શ કરી શકાય તેમ નથી અથવા નિયત મર્યાદામાં આવે છે તે અશુદ્ધિનું કારણ બને છે.
9) જેઓ તેમના મૃતકોને દફનાવે છે.
10) જેઓ ગૌમાંસ ખાય છે અને ગાયોને કોઈપણ રીતે માન આપતા નથી.

આ દસ માપદંડોમાંથી કેટલાક એવા છે જે હિન્દુઓને આદિવાસીઓથી અલગ પાડે છે. બાકીના એવા છે કે હિંદુઓને અસ્પૃશ્યોથી અલગ કરે છે. અસ્પૃશ્યોને હિંદુઓથી અલગ કરતો માપદંડ નં. 2, 5, 6, 7 અને 10 છે. આપણે ખાસ કરીને આ લોકો માટે ચિંતિત છીએ.

સ્પષ્ટતા માટે, આ માપદંડોના ભાગ પાડવા અને તેમને અલગથી ધ્યાનમાં લેવું વધુ સારું છે. આ પ્રકરણમાં માત્ર માપદંડ નં. 2, 5 અને 6 ગણવામાં આવશે. ના. માપદંડ 2, 5 અને 6 હેઠળના પ્રશ્નોના સેન્સસ કમિશનર દ્વારા મળેલા જવાબો દર્શાવે છે કે (1) અસ્પૃશ્યો કોઈ બ્રાહ્મણ પાસેથી મંત્ર લેતા નથી, (2) સારા બ્રાહ્મણો અસ્પૃશ્યોની વિધિઓ કરતા નથી અને (3) અસ્પૃશ્યો પાસે વ્યક્તિગત પાદરીઓ છે જેઓ તેમની વચ્ચેથી બનાવવામાં આવ્યા છે. તમામ પ્રાંતોના સેન્સસ કમિશનર આ બાબતો પર સહમત છે.

આ પ્રશ્નોમાંથી ત્રીજો સૌથી મહત્વનો છે. કમનસીબે સેન્સસ કમિશનરને આ સમજાયું નહીં, કારણ કે તેઓ તેમની પ્રશ્નાવલિમાં આ બાબતના તળિયે જઈ શક્યા ન હતા. અસ્પૃશ્યોએ બ્રાહ્મણો પાસેથી મંત્ર કેમ નથી લીધા તે જાણવાનો તેમણે પ્રયાસ કર્યો નથી. બ્રાહ્મણો અસ્પૃશ્યોને પુરોહિત કેમ નથી આપતા? શા માટે અસ્પૃશ્યો પોતાના પાદરી રાખવાનું પસંદ કરે છે? અને શા માટે આ વસ્તુઓ બીજા બધા કરતાં વધુ મહત્વપૂર્ણ છે? આપણે આ વસ્તુઓનું 'શા માટે' શોધવું જોઈએ. કારણ કે અસ્પૃશ્યતાની ઉત્પત્તિનું મૂળ આમાં ક્યાંક ને ક્યાંક છુપાયેલું છે.

તે શોધ સાથે આગળ વધતા પહેલા આ મુદ્દાની નોંધ લેવી જરૂરી છે કે સેન્સસ કમિશનરની પ્રશ્નાવલી એકતરફી હતી. આ તેના પરથી સ્પષ્ટ થાય છે. કે બ્રાહ્મણો અસ્પૃશ્યોને ધિક્કારતા હતા. પરંતુ તેમણે જાહેર કર્યું ન હતું કે અસ્પૃશ્યો પણ બ્રાહ્મણોને ધિક્કારે છે. પરંતુ તે વાસ્તવિકતા છે.

બ્રાહ્મણને અસ્પૃશ્ય કરતાં ચડિયાતો ગણવો અને અસ્પૃશ્ય પણ પોતાને તેમના કરતાં નીચો માને છે એવું લોકોમાં એટલું સામાન્ય થઈ ગયું છે કે જો લોકોને કહેવામાં આવે કે અસ્પૃશ્ય બ્રાહ્મણને 'અશુદ્ધ' માને છે, તો તેઓને ખૂબ જ આશ્ચર્ય થશે. પરંતુ અસ્પૃશ્યોના સામાજિક રીતરિવાજોને ધ્યાનથી જોનારા અને તપાસનારા લેખકોએ આનો ઉલ્લેખ કર્યો છે. આ વિષય પર ઉદ્દભવતી કોઈપણ શંકાઓને દૂર કરવા માટે, તેમના લેખોમાંથી કેટલાક અવતરણો નીચે આપવામાં આવ્યા છે:

શ્રી અબેદુબ્યાવનું ધ્યાન આ તરફ ગયું. તે કહે છે-

આજે પણ ગામમાં પરિયા (અસ્પૃશ્ય) બ્રાહ્મણોની ગલીમાંથી પસાર થઈ શકતો નથી. જો કે, શહેરોમાં હવે તેને બ્રાહ્મણના ઘર પાસેથી પસાર થતા કોઈ રોકતું નથી કે રોકી શકતું નથી. પરંતુ બીજી તરફ, પરિયા, કોઈપણ સંજોગોમાં, બ્રાહ્મણને તેની ઝૂંપડીઓ વચ્ચેથી પસાર થવા દેતા નથી. તે નિશ્ચિતપણે માને છે કે આ તેમને વિનાશ તરફ દોરી જશે.»

તન્નાટર જિલ્લાના 'ગેઝેટિયર›ના તંત્રી શ્રી હેમિંગ્વેનું આ નિવેદન છે.

"આ જ્ઞાતિઓ, તન્નાટર જિલ્લાની અસ્પૃશ્ય જાતિઓ, કોઈપણ બ્રાહ્મણના તેમના વિસ્તારમાં પ્રવેશવા માટે ખૂબ જ વિરોધ કરે છે. તેઓ માને છે કે તેનાથી તેમને ઘણું નુકસાન થશે."

મૈસુરના હાસન જિલ્લાના 'હોલેન્ડ' લોકો વિશે લખતા, કેપ્ટન શ્રી જે. એસ. એફ. મેકેન્ઝી લખે છે: - «ગામની હદની બહાર દરેક ગામની 'હોલીગીરી' છે. ભૂતપૂર્વ સર્ફના નિવાસસ્થાન હોવાને કારણે, જેમને 'હોલિયર્સ' કહેવામાં આવતા હતા, હું માનું છું કે તે એટલા માટે હતું કારણ કે તેઓને ગંદી જાતિના માનવામાં આવતા હતા. જેનો માત્ર સ્પર્શ અશુદ્ધિનું કારણ બને છે.»

સામાન્ય રીતે બ્રાહ્મણો જેઓ હોલિયર પાસેથી કંઈપણ સ્વીકારવાનો ઇનકાર કરે છે તેઓ આ કારણ આપે છે. પરંતુ તેમ છતાં બ્રાહ્મણો તેને તેમના માટે ખૂબ જ ભાગ્યની વાત માને છે, જો તેઓ અપમાન કર્યા વિના હોલીગીરીમાંથી પસાર થાય. આ અંગે હોલિયરોને મોટો વાંધો છે. જો કોઈ બ્રાહ્મણ બળજબરીથી તેમના વિસ્તારમાં પ્રવેશ કરે, તો તેઓ એકસાથે બહાર આવીને તેને જૂતા વડે મારતા અને એવું કહેવાય છે કે અગાઉ તેઓ તેને મારી પણ નાખતા. અન્ય જ્ઞાતિના લોકો દરવાજા સુધી આવી શકે છે પરંતુ ઘરમાં પ્રવેશી શકતા નથી. જો આવું થાય, તો હોલર પર ખરાબ નસીબનો વરસાદ થશે. જો કોઈ વ્યક્તિ કોઈક રીતે ઘરમાં પ્રવેશ કરે છે, તો માલિક મુલાકાતીના કપડાં ફાડી નાખશે, એક ખૂણામાં મીઠું બાંધીને તેને બહાર ફેંકી દેશે. આના પરથી સમજાય છે કે ઉલ્લંઘન કરનારનું સૌભાગ્ય પલટાઈ જશે અને ઘરના માલિક પર

કોઈપણ પ્રકારની આફત નહીં આવે.

આ વિચિત્રતા માટે શું સમજૂતી છે? તે ગમે તે હોય, તે પ્રારંભિક સ્થિતિ સાથે સમાધાન કરવું આવશ્યક છે જ્યારે 'અસ્પૃશ્ય' અસ્પૃશ્ય ન હતા, પરંતુ માત્ર અલગ થયેલા લોકો હતા. આપણે પ્રશ્ન કરવો જોઈએ કે બ્રાહ્મણોએ આ વિખૂટા પડેલા લોકોના ધાર્મિક અનુષ્ઠાનના પ્રસંગે પુરોહિતની ફરજ કેમ ના પાડી? શું એવું છે કે બ્રાહ્મણોએ પોતે પુરોહિત થવાની ના પાડી? અથવા હકીકત એ છે કે આ અલગ થયેલા લોકોએ પોતે બ્રાહ્મણોને આમંત્રણ આપવાનો ઇનકાર કર્યો હતો? બ્રાહ્મણો છૂટા પડેલા લોકોને 'અશુદ્ધ' કેમ માનતા હતા? આ પરસ્પર દ્વેષનું કારણ શું છે?

આ પરસ્પર દ્વેષ માટે માત્ર એક જ સમજૂતી હોઈ શકે છે. એટલે કે, આ છૂટા પડી ગયેલા લોકો બૌદ્ધ હતા, તેથી તેઓ બ્રાહ્મણોને માન આપતા ન હતા, તેમને પુરોહિત નહોતા અને તેને તેઓ અપવિત્ર માનતા હતા. બીજી બાજુ, બ્રાહ્મણોને પણ છૂટા પડેલા લોકો પસંદ નહોતા; કારણ કે તે બૌદ્ધ હતા. જે તેમની વિરુદ્ધ નફરત ફેલાવવા માટે વપરાય છે. પરિણામ એ આવ્યું કે છૂટા પડી ગયેલા લોકોને 'અસ્પૃશ્ય' ગણવામાં આવવા લાગ્યા. પરંતુ તે સમયે મોટાભાગના હિંદુઓ બૌદ્ધ હતા ત્યારે કોઈ પુરાવાની જરૂર નથી. તેથી આપણે ધારીએ છીએ કે તે પણ બૌદ્ધ હતા.

આ એ વાતનો પુરાવો નથી કે હિંદુઓના મનમાં બૌદ્ધો પ્રત્યે તિરસ્કારની લાગણી હતી, અને આ નફરતની લાગણી બ્રાહ્મણોએ જ બનાવી હતી. નીલકંઠે તેના પશ્ચાતાપ મયુખમાં મનુનો એક શ્લોક ટાંક્યો છે, જેનો અર્થ આ પ્રમાણે છે - "જો કોઈ બૌદ્ધ, પાશુપતના કૂલ, લોકાયત, નાસ્તિક અથવા મહાપાતકીને સ્પર્શ કરે તો તે સ્નાન કરવાથી જ શુદ્ધ થશે."

અપારકરે તેમના સંસ્મરણોમાં પણ આ જ વિચારનો પ્રચાર કર્યો છે. વૃદ્ધ હારિતે એક ડગલું આગળ વધીને બૌદ્ધ મઠમાં જવાનું પણ પાપ માન્યું, અને કહ્યું કે તેનાથી છૂટકારો મેળવવા માટે સ્નાન કરવું જોઈએ. બુદ્ધના અનુયાયીઓ સામે આ નફરતની લાગણી કેટલી વ્યાપક હતી તે સંસ્કૃત નાટકોમાં જોઈ શકાય છે. આ દુર્ભાવનાનો શ્રેષ્ઠ પુરાવો 'મૃચ્છકટિકમ' નાટકમાં છે. નાટકના સાતમા એપિસોડમાં, નાયક ચારુદત્ત તેના મિત્ર ચૈત્રેય સાથે શહેરની બહાર બગીચામાં વસંત સેનાની રાહ જોઈ રહ્યો છે. તે ન આવી, તેથી ચારુદત્ત બગીચામાંથી બહાર જવા માંગતા હતા. જ્યારે તેઓ બહાર નીકળે છે, ત્યારે તેઓ 'સંવાહક' નામના બૌદ્ધ સાધુને જુએ છે. તેના દેખાવ પર ચારુદત્ત કહે છે-

"चारुदत्त : सखे मैत्रेय! वसन्तसेनादर्शनोत्सुकोऽयं जन तदेहि प्रच्छावः। (परिक्राम्य) कथामाभिमुखनाभ्युदयिकं श्रमणकं दसनम्। (विचार्य) प्रविश त्वयमनेन पथा। वयमप्यनेनव पथा गच्छावः। (इति निष्कान्तः)"

અર્થ: મિત્ર મૈત્રેય, હું વસંત સેનાને મળવા આતુર છું. મને જવા દો.

(થોડું ચાલીને) ઓહ! આ એક ખરાબ શુકન છે, એક બૌદ્ધ સાધુ આપણી તરફ આવી રહ્યા છે. (થોડું વિચારીને) ઠીક છે, તેને આવવા દો, આપણે આ બીજા રસ્તે જઈશું. (દૂર જાય છે)

આઠમા એપિસોડમાં, સાધુ રાજાના સાળા 'શક્ર'ના બગીચામાં તળાવમાં કપડાં ધોઈ રહ્યા છે. શક્ર વિટ સાથે આવે છે અને તેને જોઈને જાનથી મારી નાખવાની ધમકી આપે છે. તેમની વચ્ચે નીચેની વાતચીત વિશેષ મહત્વની છે. ઉદાહરણ તરીકેઃ

शकार : चिट्ठ, ले दुट्ट शमणक, चिट्ठ।

भिक्षु : आश्चर्यम्। एष स राज्यश्यालसंस्थानक आगतः। एकेन भिक्षुणऽपरासे कृते यतापि थव-यत्र भिक्षं पश्यति, तत्र-तत्र गामिव नासिकां सिद्ध वाऽपवाह्यति। तत् कुत्राशरणः शरणं गमिष्यामि। या भट्टारक एवं बुद्धों में शरणम्।

शकार : तिष्ठ रे, दुष्ट श्रमणक, तिष्ठ। आपानकमध्यप्रविष्टस्येव रक्त मूलकस्य शीर्ष ते भक्ष्यामि। (इति ताड्यति)

विट: काणोलोमातः। नय युक्त निर्वेदधृतकषायां भिक्षु ताडूयितुम्।

भिक्षु : स्वागतम् प्रसीदतूपासका

शकार : मित्र, पश्य पश्या आक्रोशीत माम्।

विट : किं ब्रवीति?

शकार : उपासक इति मां भणति, किमहं नापितः?

विट: बुद्धोपासक इति भवन्तं स्तौति।

शकार : भाव, तत्किमर्थमेष इहागतः?

भिक्षु : इदं चीवरं प्रक्षालयितुम।

शकार : रे दुष्ट श्रमणक ! अहमपि प्रवरपुरुषो मनुष्य को न स्नामि तत्त्वामेकंहारिक करोमि?

અર્થ:-

શકાર: રાહ જુઓ, તમે દુષ્ટ સાધુ, રાહ જુઓ.

ભિક્ષુ: અરે આ રાજાનો સાળો છે, તે કોઈ સાધુથી રુષ્ટ છે. જ્યાં પણતે કોઈ સાધુને જુએ છે ત્યાં તેને મારવા લાગે છે.

શકાર: થોભી જા. હું કડાઈમાં રહેલા મૂળાની જેમ તારા માથાના ટુકડેટુકડા કરી નાખીશ.

વિટ: મિત્ર, સંસારનો ત્યાગ કરીને ભગવા ધારણ કરનાર ભિક્ષુને મારવું સારું નથી.

ભિક્ષુ: ઉપાસક! ખુશ રહો.

શકાર: દોસ્ત, જુઓ તે મારી સાથે દુર્વ્યવહાર કરે છે.

વિટ: તે શું કહો છો?

શકર: તે મને 'ઉપાસક' કહે છે. શું હું વાળંદ છું?

વિટ: ઓહ! તે વાસ્તવમાં તમને બુદ્ધનો ઉપાસક બનાવીને તમારી

પ્રશંસા કરી રહ્યો છે.

શકાર: તે અહીં કેમ આવ્યો છે?

ભિક્ષુ: આ ઝભ્ભો ધોવા.

શકર: ઓહ! હે દુષ્ટ શ્રમણ, હું પોતે આ તળાવમાં સ્નાન કરતો નથી. હું તને એક જ ફટકાથી મારી નાખીશ. ઘણી લડાઈ પછી, ભિક્ષુને જવા દેવામાં આવે છે. અહીં હિન્દુઓની ભીડ વચ્ચે એક બૌદ્ધ ભિક્ષુ દેખાય છે. વ્યક્તિ તેનાથી દૂર રહે છે અને તેને ટાળે છે. તેની સામે નફરતની લાગણી એટલી પ્રબળ છે કે લોકો તે જે રસ્તે ચાલે છે તેને પણ ટાળે છે. ધિક્કારની લાગણી એટલી પ્રબળ છે કે હિન્દુને ભગાડવા માટે બૌદ્ધનો પ્રવેશ પૂરતો છે, ત્યાં પૂરતા લોકો છે. બૌદ્ધ ભિક્ષુ નો દરજ્જો બ્રાહ્મણ જેવો જ છે. બ્રાહ્મણો મૃત્યુદંડથી મુક્ત છે. તેને શારીરિક સજા પણ ન આપી શકાય. પરંતુ બૌદ્ધ સાધુની હત્યા કરવામાં આવે છે, કોઈ પણ પ્રાયશ્ચિત વિના, કોઈ પસ્તાવો કર્યા વિના, જાણે તેમાં કોઈ નુકસાન નથી.

જો આપણે સ્વીકારીએ કે આ વિખૂટા પડી ગયેલા લોકો બૌદ્ધ હતા અને જ્યારે બ્રાહ્મણવાદ બૌદ્ધ ધર્મ પર વર્ચસ્વ ધરાવતો હતો, ત્યારે તેઓ સરળતાથી બૌદ્ધ ધર્મ છોડીને અન્યોની જેમ બ્રાહ્મણવાદ સ્વીકારતા નહોતા, તો આપણને બંને પ્રશ્નોનો ઉકેલ મળે છે. આ સમજાવે છે કે શા માટે અસ્પૃશ્યો બ્રાહ્મણોને ખરાબ શુકન માને છે, શા માટે તેઓ તેમને પૂજારી નથી કહેતા અને શા માટે તેઓ તેમને તેમના વિસ્તારમાં પ્રવેશવા દેતા નથી. આ એ પણ સમજાવે છે કે આ અલગ થયેલા લોકોને શા માટે અસ્પૃશ્ય ગણવામાં આવતા હતા. આ અલગ થયેલા લોકો બ્રાહ્મણોને ધિક્કારતા હતા, કારણ કે બ્રાહ્મણો બૌદ્ધ ધર્મના દુશ્મન હતા અને બ્રાહ્મણોએ આ અલગ થયેલા લોકોને ‘અસ્પૃશ્ય’ બનાવ્યા કારણ કે તેઓ બૌદ્ધ ધર્મ છોડવા તૈયાર ન હતા. આ તર્કથી આપણે એ નિષ્કર્ષ પર આવી શકીએ છીએ કે અસ્પૃશ્યતાના મૂળ કારણોમાંનું એક એ તિરસ્કાર છે જે બ્રાહ્મણોએ બૌદ્ધો પ્રત્યે અનુભવ્યો હતો.

શું બૌદ્ધ ધર્મ અને બ્રાહ્મણવાદ વચ્ચેનો દ્વેષ આ અલગ થયેલા લોકોને અસ્પૃશ્ય બનવા માટે આ જ કારણ હોઈ શકે? દેખીતી રીતે એવું નથી. બ્રાહ્મણોએ બૌદ્ધો વિરુદ્ધ સમાન રીતે નફરતનો ઉપદેશ આપ્યો, પરંતુ ખાસ કરીને આ છૂટાછવાયા લોકો વિરુદ્ધ નહીં. તો પછી ‘અસ્પૃશ્યતા’ આ છૂટા પડેલા લોકોને જ કેમ વળગી રહી? તેથી, તે સ્પષ્ટ છે કે આ સિવાય, કેટલાક અન્ય સંજોગો પણ હોવા જોઈએ, જે આ અલગ થયેલા લોકો પર અસ્પૃશ્યતા લાદવાનું કારણ બન્યા. તે પરિસ્થિતિ શું હોઈ શકે? આગળ વધીને આપણે આ દિશામાં કેટલાક નિર્ણયો લેવાનો પ્રયાસ કરીશું.

■

10.

ગૌમાંસ ખાવું - અસ્પૃશ્યતાનો મૂળ આધાર

હવે આપણે સેન્સસ કમિશનરના પરિપત્રમાં આપેલા દસમા માપદંડ તરફ વળીએ છીએ. આ માપદંડ વિશે પહેલા પ્રકરણમાં ચર્ચા કરવામાં આવી છે, જે ગૌમાંસ ખાવાથી સંબંધિત છે.

વસ્તીગણતરીનાં પરિણામો દર્શાવે છે કે આજે 'અસ્પૃશ્ય' ગણાતી જાતિઓના આહારના મુખ્ય ઘટકોમાંનું એક મૃત ગાયનું માંસ છે. કોઈ પણ હિંદુ જાતિ ભલે ગમે તેટલી નીચી હોય, ગૌમાંસને સ્પર્શશે નહીં. એવી બીજી કોઈ જાતિ નથી કે જે ખરેખર 'અસ્પૃશ્ય' હોય અને જેને મૃત ગાય સાથે કોઈ લેવાદેવા ન હોય. કેટલાક તેનું માંસ ખાય છે, કેટલાક તેની ચામડી કાઢી નાખે છે, કેટલાક તેની ચામડી અને હાડકામાંથી વસ્તુઓ બનાવે છે.

સેન્સસ કમિશનરની તપાસ સાબિત કરે છે કે અસ્પૃશ્યો ગૌમાંસ ખાય છે. તો સવાલ એ થાય છે કે શું ગૌમાંસ ખાવાને અસ્પૃશ્યતાની ઉત્પત્તિ સાથે કોઈ સંબંધ છે? અથવા અસ્પૃશ્યોના આર્થિક જીવનમાં આ સામાન્ય ઘટના છે? શું આપણે કહી શકીએ કે ગૌમાંસ ખાવાને કારણે છૂટા પડી ગયેલા લોકોને 'અસ્પૃશ્ય' બનાવવામાં આવ્યા હતા? આ પ્રશ્નનો જવાબ કોઈપણ સંકોચ વિના 'હા' કહી શકાય. અન્ય કોઈપણ જવાબ અમારી માહિતી સાથે મેળ ખાતો નથી.

સૌપ્રથમ, એ ચોક્કસ છે કે 'અસ્પૃશ્ય' અથવા 'અસ્પૃશ્યોની અન્ય જાતિઓ' મૃત ગૌમાંસ ખાય છે અને મૃત ગાયના ઉપયોગ સાથેનો સંબંધ એટલો મજબૂત અને નજીકનો છે કે તેને 'અસ્પૃશ્યતા›નું કારણ ગણવું લગભગ અયોગ્ય લાગે છે. બીજું, જો અસ્પૃશ્યોને હિંદુઓથી અલગ કરતું કંઈ હોય તો તે છે ગૌમાંસ આહાર. ઉપરછલ્લી રીતે પણ, પ્રતિબંધિત ખોરાક સંબંધિત હિંદુ નિયમોમાં બે આદેશો છે જે વિભાજન રેખા દોરે છે. એક નિષેધ એ છે કે માંસ ન ખાવું. આ કારણે હિંદુઓમાં

બે ભાગલા પડ્યા છે. તેઓ જે ગૌમાંસ ખાય છે, અને તેઓ જે ગૌમાંસ ખાતા નથી. અસ્પૃશ્યતાના દૃષ્ટિકોણથી, પ્રથમ વિભાજન રેખાનું કોઈ મહત્વ નથી, પરંતુ બીજીનું છે: કારણ કે તે સ્પૃશ્ય અને અસ્પૃશ્યોને સંપૂર્ણપણે વિભાજિત કરે છે. 'બિન-અસ્પૃશ્ય›, પછી ભલે તે શાકાહારી હોય કે માંસાહારી, ગૌમાંસને પ્રતિબંધિત કરવામાં એકલતા ધરાવે છે. જેઓ ગૌમાંસ ખાય છે તેમની સામે દંડની જોગવાઈ છે - કોઈપણ પસ્તાવા વિના અને નિયમિત બાબત તરીકે.

આ સંદર્ભમાં જે લોકો ગૌમાંસ ખાવા માટે અત્યંત પ્રતિકૂળ છે તે સૂચવવું કોઈ મોટી વાત નથી કે તેઓ ગૌમાંસ ખાનારાને 'અસ્પૃશ્ય' માનવા લાગે છે.

વાસ્તવમાં, અસ્પૃશ્યતાનું મુખ્ય કારણ ગૌમાંસ ખાવું છે તે છે તે અંગે કંઈપણ કલ્પના કરવાની જરૂર નથી. હિન્દુ ધર્મગ્રંથો પણ આ નવા સિદ્ધાંતને સમર્થન આપે છે. વ્યાસ-સ્મૃતિમાં નીચેનો શ્લોક છે, જે અંત્યજની શ્રેણીમાં ગણાતી જ્ઞાતિઓના નામ અને તેમના આ પ્રમાણે હોવાનું કારણ આપે છે-

"ચમાર, મોર્યા ભટ્ટ (સૈનિક), ભીલ, રજક (ધોબી), પુષ્કર, નટ (અભિનેતા), બ્રાત્યા, મેડા, ચંડાલ, દાસ, સ્વપાક અને કોલિકા અને અન્ય તમામ જેઓ ગૌમાંસ ખાય છે તેમને 'અંત્યજ' કહેવામાં આવે છે. (12,13)

સામાન્ય રીતે, સ્મૃતિ લેખકો 'શા માટે અને કેવી રીતે?' કહીને તેમના મંતવ્યો સમજાવે છે. તેની જાળમાં ક્યારેય પડશો નહીં. પરંતુ આ એક અપવાદ છે કારણ કે અહીં 'અસ્પૃશ્યતા›નું કારણ સમજાવવામાં વેદવ્યાસ મહત્વપૂર્ણ છે. આનો અર્થ એ થયો કે સ્મૃતિઓને ખબર હતી કે 'અસ્પૃશ્યતા›નું મૂળ ગૌમાંસ ખાવામાં છે. વેદ વ્યાસના આ નિવેદન પછી કોઈપણ પ્રકારની દલીલ માટે કોઈ અવકાશ ન હોવો જોઈએ. આ 'હાથ કંગન કો આરસી ક્યા?' જેવું છે અને વિશેષતા એ છે કે આ સમજૂતી પણ અર્થપૂર્ણ છે કારણ કે તે આપણે જે જાણીએ છીએ તેની સાથે સંપૂર્ણપણે મેળ ખાય છે.

'અસ્પૃશ્યતા'ના કારણની આ નવી શોધમાં બે બાબતો પ્રકાશમાં આવી છે. એક બાબત એ છે કે બ્રાહ્મણોએ બૌદ્ધો વિરુદ્ધ ફેલાવેલી નફરતની સામાન્ય લાગણી અને બીજી વાત છે છૂટાછવાયા લોકોની ગૌમાંસ ખાવાની ટેવ. અગાઉ કહ્યું તેમ, છૂટા પડી ગયેલા લોકો પર 'અસ્પૃશ્યતા'નું કલંક લગાવવા માટે એકલા પ્રથમ મુદ્દાને પૂરતો ગણી શકાય નહીં. કારણ કે બ્રાહ્મણોએ બૌદ્ધો પ્રત્યે જે તિરસ્કારની લાગણી ફેલાવી હતી તે સામાન્ય રીતે તમામ બૌદ્ધો વિરુદ્ધ નહોતી, તે માત્ર 'અલગ થયેલા લોકો' વિરુદ્ધ જ નહોતી. માત્ર 'વિવિધ લોકો' જ અસ્પૃશ્ય

બની ગયા તેનું મુખ્ય કારણ એ હતું કે તેઓ બૌદ્ધ હતા અને તેમણે ગૌમાંસ ખાવાની ટેવ પણ છોડી ન હતી. આનાથી બ્રાહ્મણોને તેમની નવી ગાય ભક્તિને તેની ચરમ સીમા સુધી લઈ જવાની બીજી તક મળી. આના પરથી આપણે એ નિષ્કર્ષ પર આવી શકીએ છીએ કે છૂટા પડેલા લોકો બૌદ્ધ હોવાને કારણે નફરતનો શિકાર બન્યા હતા અને ગૌમાંસ ખાનારા હોવાને કારણે તેઓ 'અસ્પૃશ્યતા'નો શિકાર બન્યા હતા.

ગૌમાંસ ખાવું એ 'અસ્પૃશ્યતા›નું કારણ છે તે સિદ્ધાંતને સ્વીકારવાથી ઘણા પ્રશ્નો ઊભા થાય છે. ટીકાકારો ચોક્કસપણે પૂછશે કે, ગૌમાંસ ખાવા સામે હિન્દુઓની નફરતનું કારણ શું છે? શું હિંદુઓ હંમેશાથી ગૌમાંસ ખાવાના વિરોધમાં રહ્યા છે?

નહીં તો તેમનામાં આ નફરત કેવી રીતે ઊભી થઈ? શું અસ્પૃશ્યો શરૂઆતથી જ ગૌમાંસનું સેવન કરતા આવ્યા છે? શા માટે તેઓએ હિંદુઓએ જ્યારે ગૌમાંસ ખાવાનું બંધ કર્યું તે જ સમયે તે છોડ્યું નથી? શું 'અસ્પૃશ્ય' હંમેશા 'અસ્પૃશ્ય' રહ્યા છે? જો એવો સમય હતો કે જ્યારે 'અસ્પૃશ્યો' ગૌમાંસ ખાનારા હોવા છતાં 'અસ્પૃશ્ય' ન હતા, તો પછી ગૌમાંસ ખાવું એ 'અસ્પૃશ્યતા›નું કારણ કેવી રીતે બન્યું? જો હિંદુઓ ગૌમાંસ ખાતા હોય. તો તેઓએ તેને ખાવાનું ક્યારે બંધ કર્યું? હિંદુઓએ ગૌમાંસ ખાવાનું છોડી દીધું તેના કેટલા સમય પછી 'અસ્પૃશ્યતા' અસ્તિત્વમાં આવી? આ પ્રશ્નોના જવાબ આપવાના છે. જવાબો વિના આ નવો સિદ્ધાંત વાદળછાયો રહેશે. લોકો તેને 'શક્ય' તરીકે સ્વીકારી શકે છે પરંતુ તેને નિર્ણાયક તરીકે સ્વીકારશે નહીં. જ્યારે મેં કોઈ સિદ્ધાંત રજૂ કર્યો છે, ત્યારે મારે તે પ્રશ્નોના જવાબ પણ આપવા પડશે. હું નીચેના શીર્ષકોમાં જવાબ આપવા માંગુ છું.

1) શું હિંદુઓ ક્યારેય ગૌમાંસ ખાતા નથી?
2) હિંદુઓએ ગોમાંસ ખાવાનું કેમ છોડી દીધું?
3) બ્રાહ્મણો શાકાહારી ક્યારે બન્યા?
4) ગૌમાંસ ખાવાથી 'અસ્પૃશ્યતા'ની ઉત્પત્તિ શા માટે થઈ? અને
5) 'અસ્પૃશ્યતા'ની ઉત્પત્તિ ક્યારે થઈ?

■

ભાગ-5

ગૌમાંસનું સેવન અને અસ્પૃશ્યતા

11.

શું હિંદુઓ ક્યારેય ગૌમાંસ ખાતા નથી?

"શું હિંદુઓએ ક્યારેય ગૌમાંસ ખાધું નથી?" પ્રશ્નના જવાબમાં દરેક હિંદુ, બ્રાહ્મણ હોય કે બિનબ્રાહ્મણ, જવાબ આપશે - 'ના, ક્યારેય નહીં.' એક રીતે, તે જે કહે છે તે પણ સાચું છે. લાંબા સમયથી કોઈ હિન્દુએ ગૌમાંસ ખાધું નથી. જો 'હિંદુ'ના આ જવાબનો અર્થ આ જ હોય તો અમારો તેની સાથે કોઈ ઝઘડો નથી. પરંતુ જ્યારે શિક્ષિત બ્રાહ્મણો કહે છે - "એટલું જ નહીં કે હિન્દુઓએ ક્યારેય ગૌમાંસ ખાધું નથી, પરંતુ તેઓ હંમેશા ગાયને પવિત્ર માને છે અને હંમેશા ગૌહત્યાના વિરોધમાં રહ્યા છે, ત્યારે તેમના મતને સ્વીકારવો મુશ્કેલ બની જાય છે."

આ વિચારના સમર્થનમાં ઘણા પુરાવા છે કે હિંદુઓ ક્યારેય ગૌમાંસ ખાતા નથી અને તેઓ હંમેશા ગૌહત્યાના વિરોધમાં હતા.

ઋગ્વેદમાં બે પ્રકારના પુરાવા છે, જેને આધાર માનવામાં આવે છે. એક પ્રકારની સાબિતીમાં ગાયને 'અવધ્યા' કહેવામાં આવી છે. 'અવધ્યા' એટલે 'મારવાને લાયક નથી.' આનો અર્થ એવો થાય છે કે તે ગૌહત્યા સામે પ્રતિબંધ છે; અને ધર્મની બાબતમાં વેદ જ અંતિમ સત્તા હોવાથી, એવું કહેવાય છે કે આર્યો ગાયને મારી પણ શકતા ન હતા, તેને ખાવાનું છોડી દો. અન્ય પ્રકારના પુરાવાઓમાં ગાયને પવિત્ર કહેવામાં આવી છે. આ મંત્રોમાં ગાયને રુદ્રની માતા, વસુની પુત્રી, આદિત્યની બહેન અને અમૃતનું કેન્દ્રબિંદુ કહેવામાં આવ્યું છે. ઋગ્વેદમાં બીજો ઉલ્લેખ છે, જ્યાં ગાયને 'દેવી' કહેવામાં આવી છે. બ્રાહ્મણ અને સૂત્ર ગ્રંથોના કેટલાક વાક્યો પણ આ વિચારનો આધાર માનવામાં આવે છે.

શતપથ બ્રાહ્મણમાં બે સ્થાનો છે જે ગૌહત્યા અને ગાય ભક્ષણ સાથે સંબંધિત છે. આ રીતે તે છે

"अर्थे शालां प्रपादयति। स धेन्वै चानडुश्च नाश्नीयाद् धेन्व नडहौ वा इदं सर्वम्भितस्ते देवा अब्रुवमू धेन्वौ व इदं सर्व विभृतो हन्त यदन्येषां वयसां वीर्य्यं तद्धन्वनडुयोर्दधामेति स यदन्येषां

वयसां वीर्यमासीत्तद्धेनडुहयोरदधु स्तमस्तस्माद्धेनुश्चैवानवांश्च भूयिष्ठ भुक्तस्तद्धैतत् सर्वाश्यमिव यो धेन्वनडुहयोरश्नीयादन्य गतिरिव तं हभदतमभिजनितोर्णाययै गर्भ निरवधीदिति पापमकदिति पापी कीर्तिस्तस्माद्धेन्वनडुहयोर्चाश्नीयत्।" (श.प.)

અર્થ: તે (અધ્યયુ) પછી તેને મંડપમાં દાખલ કરે છે. તેને ગાય કે બળદનું માંસ ખાવું ન જોઈએ, કારણ કે નિઃશંકપણે ગાય અને બળદ પૃથ્વી પર અસ્તિત્વમાં છે તે દરેક વસ્તુનો આધાર છે. દેવતાઓએ કહ્યું છે, 'ગાય અને બળદ ચોક્કસપણે દરેક વસ્તુનો આધાર છે. ચાલો આપણે અન્ય (પ્રાણીઓ) જાતિઓની શક્તિ ગાય અને બળદને જ આપીએ. તેથી જ ગાય અને બળદ સૌથી વધુ ખાય છે. તેથી, જો કોઈ ગાય અથવા બળદનું માંસ ખાય છે, તો તે બધું જ ખાય છે, અથવા તે બધાનો અંત અને સર્વનો વિનાશ લાવે છે. તેથી તેણે ગાય અને બળદનું માંસ ન ખાવું જોઈએ.

મંત્ર નંબર. શ્લોક 1, 2, 3 અને 6 માં બીજી એક જગ્યા છે જ્યાં નૈતિક આધારો પર પશુ બલિદાન પર પ્રતિબંધ મૂકવામાં આવ્યો છે.

આ જ પ્રકારનું નિવેદન આપસ્તમ્બ ધર્મસૂત્રમાં પણ છે જ્યાં ગૌમાંસ ખાવા પર સામાન્ય પ્રતિબંધ લાદવામાં આવ્યો છે.

આ વિચારની તરફેણમાં એકમાત્ર પુરાવો છે કે હિન્દુઓ ક્યારેય ગૌમાંસ ખાતા નથી. આ પુરાવા પરથી આપણે કયા તારણો કાઢી શકીએ?

જ્યાં સુધી ઋગ્વેદના પુરાવાનો સંબંધ છે, આપણે તેને બરાબર વાંચીને અને તેને યોગ્ય રીતે ન સમજીને જ આ નિષ્કર્ષ પર પહોંચી શકીએ છીએ. ઋગ્વેદમાં બે માટે 'અઘન્ય' વિશેષણનો અર્થ એ છે કે ગાય દૂધ આપે છે, તેથી તે મારવા માટે અયોગ્ય છે. હા, એ વાત સાચી છે કે ઋગ્વેદના સમયમાં ગાય પ્રત્યે આદર હતો, પરંતુ ગાય પ્રત્યે આટલા આદર અને પૂજાની અપેક્ષાએ હિન્દી આર્યોને ખોરાક માટે તેની હત્યા કરતા અટકાવ્યા નથી. વાસ્તવમાં, ગાયોને પવિત્ર માનવામાં આવતી હોવાથી પણ મારી નાખવામાં આવતી હતી. શ્રી કેન કહે છેઃ-

"એવું નહોતું કે વૈદિક કાળમાં ગાય પવિત્ર ન હતી. તેની 'પવિત્રતા'ને કારણે જ વાજસનેયી સંહિતામાં ગૌમાંસ ખાવાનું સૂચવવામાં આવ્યું છે."

ઋગ્વેદ કાળના આર્યો ખોરાક માટે ગાયોની કતલ કરતા હતા અને ગૌમાંસ ખાતા હતા, આ વાત ઋગ્વેદમાંથી જ સ્પષ્ટ છે. ઋગ્વેદમાં ઈન્દ્ર દ્વારા કહેવામાં આવ્યું છે કે તે એક માટે 15-20 બળદ રાંધે છે. ઋગ્વેદ પોતે કહે છે કે અગ્નિ દેવતા માટે ઘોડા, બળદ, વાંઝણી ગાય અને ઘેટાંનો ઉપયોગ થાય છે. બલિદાન આપવામાં આવ્યા હતા. ગાયને તલવાર કે કુહાડી વડે મારવામાં આવી હોવાનું ઋગ્વેદમાંથી પણ સ્પષ્ટ છે. જ્યાં સુધી શતપથ બ્રાહ્મણની જુબાનીનો સંબંધ છે, શું તેને નિર્ણાયક

ગણી શકાય? દેખીતી રીતે નહીં. અન્ય બ્રાહ્મણોમાં એવા ગ્રંથો છે જે અલગ અભિપ્રાય આપે છે. એક ઉદાહરણ પૂરતું હશે. તૈત્તિરીય બ્રાહ્મણમાં વર્ણવેલ કામ્યષ્ટિ યજ્ઞોમાં માત્ર ગાય અને બળદની બલિદાનની અનુમતિ નથી, પરંતુ તે પણ સ્પષ્ટ કરવામાં આવ્યું છે કે કઈ, કયા પ્રકારની ગાય અને બળદનો ભોગ કયા દેવતાને ચઢાવવો જોઈએ?

ઉદાહરણ તરીકે, જો કોઈને 'વિષ્ણુ'ને બલિદાન આપવું હોય, તો વામન બળદની પસંદગી કરવી જોઈએ. જો વૃત્રના સંહારક 'ઇન્દ્ર'ને બલિદાન આપવું હોય તો એવા બળદની જરૂર પડે છે જેના શિંગડા લટકતા હોય અને જેના કપાળ પર નિશાન હોય.

'પુષણ' માટે કાળી ગાય, 'રુદ્ર' માટે લાલ ગાય, અને તેથી વધુ, તૈત્તિરીય બ્રાહ્મણ પંચશારદીય સેવા નામના યજ્ઞનું વર્ણન કરે છે, જેમાં સૌથી મહત્વની વાત એ હતી કે તેમાં પાંચ વર્ષની વયના સત્તર વામન બળદનો સમાવેશ થતો હતો. અને એટલી જ સંખ્યામાં ત્રણ વર્ષની વયના વામન વાછરડા માર્યા ગયા હતા.

અને 'આપસ્થમ્બ ધર્મસૂત્ર' સામે નીચેની બાબતો નોંધવા જેવી છે

સૌપ્રથમ, એ જ સૂત્રમાં, શ્લોક 15, 14, 29 માં તેની વિરુદ્ધ નિવેદન છે. સૂત્રમાં લખ્યું છે - "ગાય અને બળદ પવિત્ર છે, તેથી તેમને ખાવા જોઈએ."

બીજી વાત છે ગૃહ્ય-સૂત્રમાં આપેલી મધુપર્ક બનાવવાની પદ્ધતિ. આયસમાં વિશેષ મહેમાનોનું સ્વાગત કરવાની એક નિશ્ચિત પરંપરા બની ગઈ હતી જે સર્વશ્રેષ્ઠ વસ્તુને 'મધુપર્ક' કહેવામાં આવતું હતું. અનેક ગૃહ્ય-સૂત્રોમાં મધુપર્ક વિશે વિગતવાર માહિતી છે. ગૃહ્ય-સૂત્રો અનુસાર, છ લોકોને મધુપર્ક આપવાનો અધિકાર છે (1) ઋત્વિજ એટલે કે યજ્ઞ કરનાર બ્રાહ્મણ, (2) આચાર્ય (3) વર, (4) રાજા, (5) સ્નાતક, એટલે કે વિદ્યાર્થી જે. તેમનું ગુરુકુલ શિક્ષણ પૂર્ણ કર્યું છે, અને (6) કોઈપણ લોકો જે અતિથિને પ્રિય છે. કેટલાક આ યાદીમાં અતિથિઓનો પણ સમાવેશ કરે છે. ઋત્વિજ, રાજા અને આચાર્ય ઉપરાંત બાકીના લોકોને વર્ષમાં એકવાર મધુપર્ક આપવાનો નિયમ છે. ઋત્વિજ, રાજા અને આચાર્યએ દરેક વખતે તેમના આગમન પર તે આપવાનું હતું.

આ મધુપાર્ક શેનો બનેલો હતો? જે વસ્તુઓમાંથી આ મધુપર્ક બનાવવામાં આવતો તે બાબતે મતભેદો છે. 'આશ્વલયન ગૃહ્ય સૂત્ર અને આપસ્તમ્બ ગૃહ્ય સૂત્ર મધ અને દહીં અથવા ઘી અને દહીંના મિશ્રણ વિશે વાત કરે છે. 'આપસ્તમ્બ ગૃહ્યસૂત્ર' (13,11,12)માં પણ અન્ય લોકોના અભિપ્રાયનો ઉલ્લેખ છે કે આ ત્રણ વસ્તુઓને મિશ્રિત કરી શકાય છે. હિરણ્ય ગૃહ્ય સૂત્ર (1,9,10,12) આ પાંચમાંથી કોઈપણ ત્રણ વસ્તુઓને

મિશ્રિત કરવાની મંજૂરી આપે છે - દહીં, મધ, ઘી, પાણી અને અન્ય. 'કૌશિકા સૂત્રમાં 9 પ્રકારની ભેળસેળનો ઉલ્લેખ છે - બ્રહ્મા (મધ અને દહીં), ઇન્દ્ર (દૂધમાં ચોખા), સૌમ્ય (દહીં અને ઘી), પૌષણ (ઘી અને ઘી), સારસ્વત (દૂધ અને ઘી), મૌસલ અને ઘી, તેનો ઉપયોગ માત્ર સૈત્રામણિ અને રાજસૂય યજ્ઞોમાં થતો હતો,

પરિવ્રાજક (સરસનું તેલ અને તેની કેક). માધવ-ગૃહ્યસત્ર (1,9,22) કહે છે કે વેદ આજ્ઞા આપે છે કે મધુપર્ક માંસ વિના ન હોવું જોઈએ; તેથી, જો ગાય બચી જાય, તો બકરીનું માંસ અથવા બકરી બલિદાન આપી શકાય છે. 'હિરણ્ય ગૃહ્ય સૂત્ર' (1,13,14) કહે છે કે માત્ર અન્ય માંસનો ભોગ આપવો જોઈએ. બોધાયન ગૃહ્ય સૂત્ર (1,13,14) કહે છે. મધુપર્ક માંસ વિના અસ્તિત્વમાં નથી. જો કોઈ વ્યક્તિ માંસનું બલિદાન આપી શકતું નથી, તો તે. અનાજ રાંધી લે.

આમ, માંસ, ખાસ કરીને ગૌમાંસ, મધુપર્કમાં આવશ્યક ઘટક છે. મહેમાન માટે ગૌહત્યાની વાત એટલી સામાન્ય થઈ ગઈ હતી કે 'અતિથિ›નું નામ જ 'ગોધના' થઈ ગયું એટલે કે ગાયોની કતલ કરનાર. આ હત્યાથી બચવા માટે, આશ્વલયન ગૃહ્ય સૂત્ર સૂચવે છે કે મહેમાનના આગમન પર ગાયને છોડવી જોઈએ, જેથી ગાયની હત્યા ન થાય અને 'આતિથ્ય›ના નિયમનું પણ ઉલ્લંઘન ન થાય.

મૃતદેહના અગ્નિસંસ્કારનો ઉલ્લેખ ત્રીજા 'આપસ્તમ્બ ધર્મસૂત્ર' વિધાનના વિરોધી તરીકે કરી શકાય છે. સૂત્ર કહે છેઃ-

ત્યારપછી તેણે મૃત શરીર પર નીચેના યજ્ઞના સાધનો મૂકવા જોઈએઃ-

1. જમણા હાથમાં ગુહુ નામની ચમચી.
2. ડાબા હાથમાં ઉપભ્રિત નામની બીજી ચમચી
3. જમણી બાજુએ 'સ્ફ્યા' નામના લાકડાના યાજ્ઞિક ખડગ, ડાબી બાજુએ અગ્નિહોત્ર હવાણી.
4. છાતી પર ધ્રુવ (ખુવા બડા), માથા પર વાટકી અને દાંત પર પથરી.
5. તેના નાકની બંને બાજુએ બે સુવાદાણા.
6. જો ત્યાં માત્ર એક ભાગ હોય, તો પછી તેને બે ટુકડાઓમાં કાપવા જોઈએ.
7. બંને કાનની પાસે પ્રસિત્રાહરણ એટલે કે આ વાસણો જેમાં બ્રાહ્મણનો ભોગ બનતો ખોરાક સામગ્રી રાખવામાં આવી હતી.
8. જો પ્રસિત્રાહરણ એક હોય તો તેના બે ટુકડા કરવા જોઈએ.
9. પેટ પર પત્રી નામનું પાત્ર.
10. ચશક અથવા પ્યાલો જેમાં યજ્ઞના ભોજનનો ભાગ રાખવામાં આવે છે.

11. ગુપ્તાંગ પર શમી નામનું લાકડું.
12. જાંઘ પર બે સળગતી લાકડીઓ.
13. પગ પર ચૂનો અને પથ્થર
14. પગ પર બે ટોપલી.
15. જો ત્યાં માત્ર એક ટોપલી હોય, તો તેને બે ભાગમાં વહેંચો.
16. ખોખલી વસ્તુઓ પર ઘી છાંટવાથી તે ભરાઈ જાય છે.
17. મૃતકના પુત્રએ મિલના નીચલા અને ઉપરના ભાગને ઉપાડવું જોઈએ.
18. તાંબુ, લોખંડ અને માટીની વસ્તુઓ
19. ઋગ્વેદના મંત્ર (10, 16, 7) નો પાઠ કરતી વખતે માદા પ્રાણીના પેટમાંથી પટલને દૂર કરો અને મૃત વ્યક્તિના માથા અને ચહેરાને તેનાથી ઢાંકી દો કે "બાહુ પર જે ભવિષ્યથી તમારું રક્ષણ કરશે અને જે ગાયમાંથી મળે છે."
20. પ્રાણીના અંડકોષ બહાર કાઢો અને તેને મૃત વ્યક્તિના હાથમાં મૂકો. આ મંત્ર સાથે
    વાંચો- 'બંને કૂતરાથી શમીના બંને પુત્રો બચી ગયા›, જમણા હાથમાં અંડકોષ, ડાબા હાથમાં.
21. તે મૃત વ્યક્તિના હૃદય પર પ્રાણીઓના હૃદય મૂકે છે.
22. કેટલાક આચાર્યોના મતે બે મુઠ્ઠી લોટ કે ચોખા પણ.
23. કેટલાક આચાર્યોના અભિપ્રાય મુજબ, અંડકોષ ન મળે ત્યારે જ આવું થાય છે.
24. પ્રાણીના શરીરના ભાગોને વિભાજીત કર્યા પછી અને તેને મૃત વ્યક્તિના શરીરના ભાગો પર મૂકીને તેની ચામડીથી ઢાંકી દીધા પછી, તે મંત્રનો પાઠ કરે છે, 'હે અગ્નિ! જ્યારે પવિત્ર જળ આગળ લઈ જવામાં આવે, ત્યારે આ પ્યાલાને ઉથલાવી ન દો.'
25. વ્યક્તિએ પોતાનો ડાબો ઘૂંટણ વાળીને તે દક્ષિણી અગ્નિમાં 'અગ્નયે સ્વાહા, કામાય સ્વાહા, લોકાય સ્વાહા, અનુમાયતે સ્વાહા' કહીને યજ્ઞ કરવો જોઈએ.
26. પાંચમો પ્રસાદ મૃતકની છાતી પર ચઢાવવો જોઈએ. આ મંત્રની સાથે- 'હજારો આમાંથી આસ્થા સાથે જન્મ્યા છે. હવે તે આમાંથી જન્મ્યો છે. સ્વર્ગ માટે સ્વાહા.

'આશ્વલયન ગૃહ્યસૂત્ર'ના ઉપરોક્ત અવતરણ પરથી સ્પષ્ટ થાય છે કે પ્રાચીન હિન્દી આર્યોમાં જ્યારે પણ કોઈનું મૃત્યુ થાય ત્યારે કોઈ પ્રાણીની બલિ ચઢાવવામાં આવતી અને તે પ્રાણીના શરીરના અંગો મૃત વ્યક્તિના શરીરના અંગો પર મૂકીને તેને બાળી નાખવામાં આવતા.

ગૌહત્યા અને ગૌમાંસ ખાવા અંગેના પુરાવાઓની આ સ્થિતિ છે. આમાંથી કઈ બાજુ સાચી ગણવી જોઈએ? સત્ય એ છે કે 'શતપથ બ્રાહ્મણ' અને આપસ્તમ્બ ધર્મસૂત્રના આવા લેખો જે હિંદુઓને ગૌહત્યા અને ગૌમાંસ ખાવાના વિરોધમાં જાહેર કરે છે, તે માત્ર અતિશય ગૌહત્યા અને ગૌમાંસ ભક્ષણ સામેની પ્રેરણા છે. તેઓ ગૌહત્યા પર પ્રતિબંધ મૂકતા નથી. વાસ્તવમાં, આ પ્રેરણાઓ સાબિત કરે છે કે તે સમયે ગૌહત્યા અને ગાય માંસાહારી એક સામાન્ય બાબત બની ગઈ હતી. આ પ્રેરણાઓ છતાં, ગૌહત્યા અને ગૌમાંસનું સેવન ચાલુ રહ્યું. આ ઉપદેશો ઘણીવાર નિરર્થક ગયા, આ આર્યોના મહાન ઋષિ, યાજ્ઞવલ્ક્યના આચરણ દ્વારા સાબિત થાય છે.

ઉપર ટાંકવામાં આવેલ શતપથ બ્રાહ્મણનો પ્રથમ ફકરો યાજ્ઞવલ્ક્યને જ સંબોધવામાં આવ્યો હતો. યાજ્ઞવલ્ક્યે તેને શું ન આપ્યું? એ ઉપદેશ સાંભળીને યાજ્ઞવલ્ક્ય બોલ્યા-

"જો તે કોમળ હોય તો જ હું તેને ખાઉં છું."

એક સમયે હિંદુઓ ગાયોની હત્યા કરતા હતા અને ગૌમાંસ પણ ખાતા હતા. બૌદ્ધ સૂત્રોમાં આપેલા યજ્ઞોના વર્ણન દ્વારા આ ખૂબ જ સારી રીતે સાબિત થાય છે. બૌદ્ધ સૂત્રોનો સમય વેદ અને બ્રાહ્મણ ગ્રંથો કરતાં ઘણો પાછળનો છે. જે પરિમાણમાં ગાય અને અન્ય પ્રાણીઓના મોત થયા તે ભયાનક છે. ધર્મના નામે બ્રાહ્મણોએ કરેલી હત્યાનો હિસાબ શક્ય નથી. હા, બૌદ્ધ વાડ્માયાના કેટલાક અવતરણો પરથી આપણને આ કટ્ટરતાનો થોડો ખ્યાલ આવી શકે છે. ઉદાહરણ તરીકે, આપણે કુતદંત સૂત્રનો ઉલ્લેખ કરી શકીએ છીએ, જેના દ્વારા બુદ્ધે કરદંત બ્રાહ્મણને પ્રાણીઓની હત્યા ન કરવાની સલાહ આપી છે. જો કે બુદ્ધ વ્યંગની ભાષા બોલતા નથી, તેમ છતાં તેમનું નિવેદન વૈદિક યુગની ધાર્મિક વિધિઓનું સારું ચિત્ર આપે છે. તે કહે છે-

"અને આગળ, હે બ્રાહ્મણ, તે યજ્ઞમાં ન તો બળદ, ન બકરા, ન મોટું ભૂંડ, કે અન્ય કોઈ જીવને પણ આ માટે થાંભલાઓ માટે કાપવામાં આવ્યા ન હતા ઘાસની છાલ ઉતારવામાં આવી હતી અને ત્યાંના ગુલામો અથવા અન્ય કામદારોએ ન તો હિંસા કે ભયથી કામ કર્યું હતું, ન તો કામ કરતી વખતે તેમના ચહેરા પરથી આંસુ વહી ગયા હતા.

બીજી બાજુ, કુતદંત બુદ્ધ, ધમ્મ આવા યજ્ઞોમાં કરવામાં આવતા કેટલાક ભયંકર પ્રાણીઓના બલિદાન વિશે જણાવે છે. તે કહે છે-

"હું બુદ્ધ, ધર્મ અને સંઘનો આશ્રય લઉં છું. આજથી હે ભંતે! યવજ્જીવન, મને ત્રણ શરણ પામેલા ઉપાસક તરીકે જાણો, હું પોતે, હે ગૌતમ, હવે સાતસો બળદ, સાતસો તરૂણ બળદ, સાતસો વાછરડાં, સાતસો બકરાં

અને સાતસો ઘેટાંને હું મુક્ત કરું છું, તેમને ઘાસ ખાવા દો, ઠંડું પાણી પીવડાવો અને ઠંડા પવનનો આનંદ મણાવો."

સંયુક્ત નિકાયના કોસલ રાજા પ્રસેનજિત દ્વારા કરવામાં આવેલ યજ્ઞનું વર્ણન આપવામાં આવ્યું છે. લખેલું છે કે «પાંચસો બળદ, પાંચસો વાછરડા અને ઘણા યુવાન બળદ, બકરા અને ઘેટાંને યજ્ઞમાં બલિદાન આપવા માટે યુપના સ્તંભ પર લઈ જવામાં આવ્યા હતા.»

આવા પુરાવાઓની હાજરીમાં, કોઈને કોઈ શંકા નથી કે એક સમય એવો હતો જ્યારે હિંદુઓ - પછી ભલે તે બ્રાહ્મણ હોય કે બિનબ્રાહ્મણ, માત્ર માંસાહારી જ નહોતા પણ ગૌમાંસાહારી પણ હતા.

■

12.

બિન-બ્રાહ્મણોએ ગૌમાંસ ખાવાનું કેમ બંધ કર્યું?

હિંદુઓની વિવિધ જાતિઓ અથવા વર્ગોની ખાવાની ટેવ અને સ્વભાવ તેમના અન્ય રીતરિવાજો અને પરંપરાઓની જેમ સ્થિર અને જકડાયેલા છે. જેમ આપણે હિંદુઓને તેમના રિવાજોના આધારે વર્ગીકૃત કરી શકીએ છીએ, તેવી જ રીતે આપણે તેમની ખાવાની આદતોના આધારે પણ તેમને વર્ગીકૃત કરી શકીએ છીએ. જેમ સાંપ્રદાયિક દૃષ્ટિકોણથી હિન્દુઓ કાં તો શૈવ અથવા વૈષ્ણવ છે, તેવી જ રીતે તેઓ કાં તો માંસાહારી અથવા શાકાહારી છે.

સામાન્ય રીતે માંસાહારી અને શાકાહારીનું આ વર્ગીકરણ પૂરતું હોઈ શકે છે. પરંતુ, તે સ્વીકારવું જ જોઇએ કે આ સંપૂર્ણપણે સાચું વર્ગીકરણ નથી. વધુ વિગતવાર વર્ગીકરણ માટે આપણે માંસાહારી વર્ગને બે ભાગમાં વહેંચવો પડશે: (1) જેઓ માંસ ખાય છે, પણ ગૌમાંસ ખાતા નથી, (2) જેઓ ગૌમાંસ પણ ખાય છે. બીજા શબ્દોમાં કહીએ તો, ખાવાની આદતો અંગે હિન્દુ સમાજના ત્રણ વર્ગો હશે - (1) જેઓ શાકાહારી છે, (2) જેઓ માંસાહારી છે પણ ગૌમાંસ ખાતા નથી, (3) જેઓ ગૌમાંસ ખાય છે. આ વર્ગીકરણ સાથે મેળ ખાતા હિંદુ સમાજના ત્રણ વર્ગો અથવા વર્ણો છે: - (1) બ્રાહ્મણ, (2) બિન-બ્રાહ્મણ, (3) અસ્પૃશ્ય. જો કે આ વર્ગીકરણ હિંદુ સમાજના ચાતુર્વર્ણ્ય સાથે મેળ ખાતું નથી, તેમ છતાં તે ઉદ્દેશ્યની પરિસ્થિતિ સાથે સંપૂર્ણ રીતે મેળ ખાય છે. કારણ કે બ્રાહ્મણોમાં એક વર્ગ એવો છે જે શાકાહારી છે અને બિનબ્રાહ્મણોમાં એક વર્ગ એવો છે જે માંસ ખાય છે પણ ગૌમાંસ ખાતો નથી અને અસ્પૃશ્યોમાં એક વર્ગ એવો પણ છે જે ગૌમાંસ ખાય છે.

આ ત્રણ ગણું વર્ગીકરણ અમૂર્ત છે અને ઑબ્જેક્ટ પરિસ્થિતિ સાથે મેળ ખાય છે. જો કોઈ વ્યક્તિ આ વર્ગીકરણ વિશે કાળજીપૂર્વક વિચારે તો, બિન-બ્રાહ્મણોની પરિસ્થિતિ ખાસ કરીને તેનું ધ્યાન આકર્ષિત કરશે.

શાકાહારી હોવાનો અર્થ છે, માંસાહારી હોવાનો પણ અર્થ છે. પરંતુ એ સમજવું મુશ્કેલ છે કે માંસાહારી વ્યક્તિએ માત્ર એક જ પ્રકારનું માંસ, ગૌમાંસ ખાવા સામે શા માટે વાંધો ઉઠાવવો જોઈએ? આ એક કોયડો છે જેને ઉકેલવાની જરૂર છે. બિન-બ્રાહ્મણોએ ગૌમાંસ ખાવાનું કેમ છોડી દીધું? આ અર્થ માટે, આ વિષયના નિયમોનો અભ્યાસ કરવો જરૂરી છે, જે કાં તો અશોક-કાનુનમાં હશે અથવા મનુ-કાનુનમાં જ હશે. અશોકના ત્રણ શિલાલેખો છે, જે આ વિષય સાથે સંબંધિત છે. શિલાલેખ નંબર 1, સ્તંભ લેખ નંબર 2 અને 5. શિલાલેખ નંબર 1 નીચે મુજબ છે:-

"इयं धम्मलिपी देवानं पियेन पियदसिना राजा लेखायिता इध न किंचि जीवं आरभित्वा प्रजूहित्वं न च समाजो कतथवा बहुकं हि दोस समाज हि पसति देवानं पियो पियदसी राजा। अस्ति पितु एकचा समाजा साधुमता देवानं पियस पियदसिनो राजो, पुरा महानसं हि देवानं पिय पियदसिनो राजो अनुदिसं लिपी लिखिता ती रात प्राणा आरभरे सूपाथाय, दो मोरा एको मगो सोपि मगो न धुबो एतेपि त्री प्राणा पथा न आराभसरे।'

અર્થ: આ ગ્રંથ દેવતાઓના પ્રિય પ્રિયદર્શી રાજા દ્વારા લખવામાં આવ્યો છે. અહીં આ રાજ્યમાં અને રાજધાનીમાં કોઈ જીવની હત્યા ન કરવી જોઈએ અને કોઈને અગ્નિદાહ ન કરવો જોઈએ અને કોઈ આનંદ ઉત્સવ ઉજવવો જોઈએ નહીં, કારણ કે દેવોના પ્રિય રાજા સમાજમાં ઘણા દોષો જુએ છે. (તે 'સમાજ'નો એક પ્રકારનો ઉત્સવ હતો, જેમાં રમત-ગમત, નૃત્ય, ગાયન, માંસ ખાવું, તમાકુ પીવું વગેરેનું વર્ચસ્વ હતું). જો કે, આવી સોસાયટીઓનો એક પ્રકાર છે. જેને દેવતાઓના પ્રિય રાજા પસંદ કરે છે. અગાઉ, દેવતાઓના પ્રિય રાજા પ્રિયદર્શીના રસોડામાં સૂપ બનાવવા માટે દરરોજ હજારો પ્રાણીઓની હત્યા કરવામાં આવતી હતી, પરંતુ હવેથી જ્યારે આ શાસ્ત્ર લખાઈ રહ્યું છે, ત્યારે ફક્ત ત્રણ પ્રાણીઓ (જેમ કે) બે મોર અને એક હરણ માર્યા ગયા છે. પરંતુ હરણની હત્યા એ નિયમ નથી. આ ત્રણેય જીવોને પણ ભવિષ્યમાં મારવામાં આવશે નહીં.

સ્તંભ લેખ નંબર 2 નીચે મુજબ છે:-

"देवानं पिये पियदसि लाजा हेवं आह- धम्मे साधू कियं च धम्मे ति अपासिनवे बहुकयाने दया दाने सेच सोचय, चखुदान पि में बहुविधे दिने दुपद चतुपदसु पखिवालिचले सुविविधे में अनुगह करे आपान दाखिनाये अन्नानि पि च में बहुनि कयानानि करानि एताय में अठाए इयं धम्मलिपि लिखायिता हवं अनुपरिपजंतु पितिका च होतुतीति, ये च हेवं संवटिपजीसति से सुकट कद्दतीति।"

અર્થ: દેવતાઓના પ્રિય પ્રિયદર્શી રાજા આ કહે છે:- ધર્મ કરવો સારું છે. પણ ધર્મ એટલે શું? માનસિક તકલીફમાં ઘટાડો, અનેક શુભ કાર્યો, દયા, દાન, સત્ય અને સ્વચ્છતાનું પાલન. મેં પણ અનેક રીતે જ્ઞાનનું

દાન કર્યું. હું દ્વિપક્ષી, ચતુર્ભુજ, પક્ષીઓ અને જળચર પ્રાણીઓ પ્રત્યે ખૂબ જ દયાળુ હતો. મેં તેને પ્રાણ-દક્ષિણા આપી અને બીજા ઘણા પ્રકારના ઉપકાર કર્યા. મેં આ લેખ લખ્યો છે જેથી લોકો તે પ્રમાણે વર્તે અને તે કાયમ રહે. જે આનું પાલન કરશે તે સુખી થશે.

સ્તંભ લેખ નંબર 5 નીચે મુજબ છેઃ-

"देवानं पियदसि लाजा हेवं अह-सद बीसति बस अभिसितेन मे ईमानि जातानि अवधियानि करानि से यथा सुके सालिका अलुसे चकवाके हंसे नंदीमुखे, गालाटे, जतूका, अंवाक-पीलिका, दड़ी, अनठिकमछे, वेदवेयके, गंगापुटके, संकुजमछे, कफर सयके, पन्नससे सिमले संडके ओकपिंडे पलसते सेतकपोते गामकपोते सवे चतुपदय परिभाग नो एति न च खादियादि एडका च सूकनी चा गामिनी व पयकना व अवधिप पतके पिच कानि आसमासिके वधिककुटे नो कर वेये; तुसे सजीवे नो ज्ञावेतिरये; दावे अमठाये वा विहिसाये बा नो भावेतविये, जीवेन जीवे नो पुसितविये तीसु चातुमासीसु तिसायं पु निमासियं तिनि दिवसानि चातुदसं पन्नउसाय परिपदाये धुवाये चा अनुपोसथ मछेअबधिये नोपी वकितविये, एतानि चेव दिवरानि नागवानसि केवटभो-गसियानि अन्नानि पि जीवनकायानि नो हंत वियानि अठमी परवाये चातुदसाये पन्नउसासय तिसाय पुनावसने तीसु चातुं मासीसु सुदिवसाये गौने नो नीलखितविये, अजके एण्डये सूकले एवापि अन्ने नीलखियति गौने ना नीलखितविये, तिसाके पुनावसुने चातुमॉसिये चातुंमासि परवाये अस्वसा गोनसा लखने नो करविये, याव सडूडवीसति वस अभिसितेन में एताये अंतलिकाये पन्नविसति बन्धनमोखानि करनि।"

અર્થ: દેવતાઓના પ્રિય પ્રિયદર્શી રાજા આ કહે છે - રાજ્યાભિષેકના 26 વર્ષ પછી મેં આ જીવોને મારવાની ના પાડી છે. જેમ કે સુગ્ગા, મૈના, અરુણ, ચકોર, હંસ, નંદીમુ, જિલાત, જટુકા (ચામાચીડિયા), અંબકપિલિકા, ડુડી (કાચબો), હાડકા વગરની માછલી, વિદ્ધાયક (જીવજીવક), ગંગાપુટકા, સંકુજામત્સ્ય, કાચબો, શાહુડી, પર્ણશા, બારહસિંહ, બળદ, બળદ, હરણ, સફેદ કબૂતર, ગામડાના કબૂતરો અને તમામ પ્રકારના ચતુષ્કોણ જે નથી તેથી કોઈક રીતે તેઓ ખુલ્લા થઈ જાય છે અને ખાવામાં આવતા નથી. સગર્ભા અથવા સ્તનપાન કરાવતી બકરી, ઘેટાં અને ડુક્કર અને તેમના છ મહિના સુધીના બાળકોને મારવા જોઈએ નહીં. ચિકન માટે કાસ્ટ્રેટ ન કરવું જોઈએ. જીવંત પ્રાણીઓની સાથે ચાફને બાળવો જોઈએ નહીં. તોફાન કરવા માટે પ્રાણીઓની હત્યા કરવા અથવા હિંસા કરવા માટે જંગલમાં આગ લગાડવી જોઈએ નહીં. એક પ્રાણીને મારીને વ્યક્તિએ બીજા જીવને ખવડાવવું જોઈએ નહીં. ચાર મહિનાની ત્રણ ઋતુઓના ત્રણ પૂર્ણ ચંદ્ર પૌષ માસના દિવસે, પૂર્ણિમાના દિવસે, ચતુર્દશી, અમાવસ્યા અને પ્રતિપદાના દિવસે અને દર વ્રતના દિવસે

માછલી મારવી કે વેચવી ન જોઈએ. આ બધા દિવસો હાથીઓ જંગલો અને તળાવોમાં અન્ય કોઈપણ પ્રકારના પ્રાણીઓને મારવા જોઈએ નહીં. દરેક બાજુની અષ્ટમી, દરેક ચાતુર્માસ્યના ચતુર્દશી, અમાવસ્યા અથવા પૂર્ણિમા અને પુષ્ય અને પુનર્વસુ નક્ષત્રના દિવસે જે પૂર્ણિમાનો અગ્નિ છે, તેને બાળવો જોઈએ નહીં. પુષ્ય અને પુનર્વસુ નક્ષત્રના દિવસોમાં દરેક ચાતુર્માસ્ય પૂર્ણિમાના દિવસે અને દરેક ચાતુર્માસ્યના શુક્લ પક્ષમાં ઘોડા અને બળદને દાગવા ન જોઈએ.

મારા રાજ્યાભિષેક પછીના 26 વર્ષમાં મેં 25 વખત લોકોને જેલમાંથી મુક્ત કર્યા છે. અહીં અત્યાર સુધી અશોક કાયદાની વાત હતી.

હવે આપણે મનુ પર ધ્યાન આપીએ. માંસાહારી ખોરાક અંગે તેના કાયદામાં નીચેની જોગવાઈઓ છે:-

> क्रव्यादाञ्छकुनान्सर्वास्तथा ग्रामनिवासिनः।
>
> अनिर्दिशष्टांश्चैकशफांष्टिदृभिं च विवर्जयेत्।। 5-11

અર્થ: જેઓ કાચું માંસ ખાય છે (ગીધ વગેરે) અને જેઓ ગામડાઓમાં રહે છે (કબૂતર વગેરે) પક્ષીઓનું માંસ ન ખાવું. એક ખૂરવાળો ઘોડો જેના નામનો ઉલ્લેખ કરવામાં આવ્યો નથી અને ગધેડા વગેરે પણ અખાદ્ય છે. તિતિહારી પક્ષીનું માંસ પણ પ્રતિબંધિત છે.

> कलबिङ्ङ्क प्लवं हंस चकांद ग्रामकुक्कुटम्।
>
> सारसं रज्जुवालं य दात्यूहं शुकसारिके।। 5,12

અર્થ: કાલબિંકા (સ્પેરો), પપીહા, હંસ, ચકવા, ગામડાના મરઘા (રુસ્ટર), સરક, બતક, રજ્જુવાલ, કોર્મોરન્ટ, સુગા અને માયનાનું માંસ ન ખાવું.

> प्रतुदाञ्जालपदांश्चव कोयष्टि नखविकिष्करान्।
>
> निमज्जतश्च मत्स्यादान्शौनं वल्लूरमेव च।। 5,13

અર્થ: લક્કડખોદ અને જેમની ચુંગાલમાં જાળી હોય છે, જળપક્ષી, પક્ષીઓ જે માછલીને નખ (બાજ વગેરે) વડે ખાઈને ખાય છે, જે પક્ષીઓ પાણીમાં ડૂબીને માછલી ખાય છે, કતલખાનાનું માંસ અને સૂકું માંસ વર્જિત છે.

> बकं चैव बलाकां खंजरीटकम्।
>
> मत्स्यादान्विड वराहांश्च मत्स्यानेव च सर्वशः ।। 5,14

અર્થ: બગલા, વાલકા, દ્રોણકાકા, ખંજન, માછલી, ખાદ્ય પાણીના જીવો (મગર વગેરે), ગામડાનું ડુક્કર અને તમામ પ્રકારની માછલીઓ ન ખાવી.

यो यस्य मांसश्नाति स तन्मांसाद उच्चते।

मस्त्यादः सर्वमांसादतस्तस्मान्मत्स्यान्विर्जयेत्॥ 5, 14

અર્થ: જે કોઈનું માંસ ખાય છે તે માંસ ખાનાર કહેવાય છે. માછલી દરેકનું માંસ ખાય છે, જે માછલી ખાય છે તે બધાનું માંસ ખાઈ જાય છે, તેથી માછલી ન ખાવી જોઈએ.

पाठीनरोहितावाद्यौ नियुक्तौ हज्यकव्ययोः।

राजीवा सिंह तुण्डाञ्च सशल्कांश्चैव सर्वशः ॥ 5,16

અર્થ: પથિન (બુઆરી) અને રોહિત (રોહુ) માછલી હાઈકાય માટે ફાયદાકારક કહેવાય છે. રાજીવ, સિંઘટુંડ અને જાડી ચામડીવાળી તમામ માછલીઓ ખાદ્ય છે.

न भक्षयेदेकचरानज्ञातांछ मृगद्विजान।

भक्ष्येष्वपि समुद्दिष्टान्सर्वान्पञ्च मृगद्विजान् ॥ 1,17

અર્થ: ચાલતા અને એકલા રહેતા સપડ જીવો, ખોરાકમાં ઉલ્લેખિત પ્રાણીઓ અને પક્ષીઓ જે તમને પરિચિત નથી અને પાંચ નખવાળા વાંદરાઓને ખાશો નહીં.

श्वाविधं शल्यक गोधां खंडकूर्मशशांस्तथा।

भक्ष्यान्पञ्चनखेष्वाहुरनुष्ट्रांश्चैकतोदतः॥

અર્થ: એવું કહેવામાં આવ્યું છે કે પંચાંગી, શાહુડી, શાહુડી, ગેંડા, કાચબો અને સસલું અને દાંતવાળા પ્રાણીઓમાં ઊંટ, બકરી વગેરે સિવાયના પ્રાણીઓ ખાવાલાયક છે.

પ્રાણીઓની હત્યા અંગે અશોક અને મનુના કાયદા અહીં આવ્યા છે. અલબત્ત આપણો વિષય મુખ્યત્વે ગૌહત્યાનો છે. અશોકના કાયદાની તપાસ કરીએ તો પ્રશ્ન થાય છે કે શું ગૌહત્યા પ્રતિબંધિત હતી? આ અંગે મતભેદ હોવાનું જણાય છે. પ્રો. વિન્સેન્ટ સ્મિથનું માનવું છે કે અશોકે ગૌહત્યા પર પ્રતિબંધ મૂક્યો ન હતો. અશોકના કાયદાઓ પર ટિપ્પણી કરતા, પ્રો. સ્મિથ કહે છે:-

“એ નોંધવું યોગ્ય છે કે અશોક કાયદામાં ગૌહત્યા પ્રતિબંધિત નથી; તે ગેરકાયદેસર હોય તેવું લાગતું નથી.”

પ્રો. રાધાકુમુદ મુખર્જી પ્રો. સ્મિથ સંમત નથી, તેઓ કહે છે કે અશોકે ગાયની કતલ સંપૂર્ણપણે બંધ કરી દીધી હતી. પ્રો. મુખર્જીનો પાયાનો શિલાન્યાસ કલમ નંબર 5 નો અવતરણ છે જે હત્યાથી દૂર તમામ ચતુર્ભુજને લાગુ પડતો હતો. તેમની દલીલ એવી છે કે આ રીતે ગૌહત્યામાં છૂટ આપવામાં આવી હતી. કૉલમ લેખમાં જે કહેવામાં આવ્યું છે તેનો આ સાચો અર્થ નથી. કોલમમાં નિવેદન ખાસ છે. તે તમામ

ચતુષ્કોણને લાગુ પડતું નથી. તે ફક્ત તે જ પ્રાણીઓને લાગુ પડે છે જેનો 'કોઈપણ રીતે ઉપયોગ થતો નથી કે ખાવામાં આવતો નથી.' આપણે ગાયને ચતુર્ભુજ ન કહી શકીએ જે ન તો કોઈ કામમાં વપરાય છે અને ન ખાય છે. એવું લાગે છે કે પ્રો. સ્મિથનું કહેવું સાચું છે કે અશોકે ગૌહત્યા બંધ કરી ન હતી. પ્રો. મુખર્જી એમ કહીને આ મુશ્કેલી ટાળવાનો પ્રયાસ કરે છે કે અશોકના સમયમાં ગૌમાંસ ખાવામાં આવતું ન હતું અને તેથી તેમનો પ્રતિબંધિત આદેશ ગાયને પણ લાગુ પડે છે. પ્રો. મુખર્જીનું નિવેદન સંપૂર્ણપણે વાહિયાત છે, કારણ કે ગાય એક એવું પ્રાણી છે જેને તમામ વર્ગના લોકો ખાય છે.

પ્રો. મુખર્જીની જેમ, અશોકના સ્તંભના શિલાલેખને ખેંચવાની જરૂર નથી કે અશોકે કાયદા દ્વારા ગૌહત્યા પર પ્રતિબંધ મૂક્યો હતો, જાણે તેમ કરવું તેની વિશેષ ફરજ હતી. અશોકને ગાયોની કોઈ ખાસ ચિંતા ન હતી અને ન તો ગાયોને મારવાથી બચાવવાનું પોતાનું વિશેષ કર્તવ્ય માન્યું. અશોક દરેક જીવ પર દયા કરવા માંગતા હતા, પછી તે મનુષ્ય હોય કે પ્રાણી. તે જાણતો હતો કે પ્રાણીઓની બિનજરૂરી હત્યાને રોકવાની તેની ફરજ છે. આ જ કારણ છે કે તેમણે યજ્ઞો માટે પ્રાણીઓની હત્યા પર પ્રતિબંધ મૂક્યો હતો. તેને આ બિનજરૂરી લાગ્યું. તેમણે એવા 'પ્રાણીઓ' પર પણ પ્રતિબંધ મૂક્યો જે કોઈ કામના નથી અથવા જે ખાવામાં આવતા નથી. અશોક ખાસ કરીને ગો. કતલ સામે કોઈ કાયદો બનાવવામાં આવ્યો ન હતો. જો આપણે બૌદ્ધ દૃષ્ટિકોણને સમજીએ, તો આ બાબતે અશોક પર કોઈ દોષ ન મૂકી શકાય.

જ્યારે આપણે મનુને લઈએ છીએ ત્યારે તેમણે પણ ગૌહત્યા વિરુદ્ધ કોઈ કાયદો બનાવ્યો ન હતો, બલ્કે ખાસ પ્રસંગોએ ગૌમાંસ ખાવું ફરજિયાત બનાવ્યું હતું.

તો શા માટે બિનબ્રાહ્મણોએ ગૌમાંસ ખાવાનું છોડી દીધું? તેના 'બલિદાન' માટે કોઈ કારણ જણાતું નથી - જે ફક્ત સપાટી પર જ જોઈ શકાય છે. પરંતુ આ માટે કોઈ કારણ હોવું જોઈએ. હું વિચારી શકું તે કારણ એ છે કે બ્રાહ્મણોનું અનુકરણ કરવાના પ્રયાસમાં બિન-બ્રાહ્મણોએ ગૌમાંસ ખાવાનું છોડી દીધું. આ એક નવું સૂચન હોઈ શકે છે; પરંતુ આ કોઈ અશક્ય સૂચન નથી. શ્રી જેબ્રિલ ટાર્ડ નામના ફ્રેન્ચ લેખકે સંસ્કૃતિ વિશે લખ્યું છે કે તે પોતાના કરતા ઉચ્ચ વર્ગની સંસ્કૃતિની નકલ કરીને નીચલા વર્ગમાં ફેલાય છે. જોકે આ નકલ ધીમે ધીમે થાય છે, તે કોઈપણ કુદરતી કાયદાની જેમ મશીનની જેમ કામ કરે છે. જબરિલ ટાર્ડ દ્વારા ચર્ચા કરાયેલ અનુકરણના નિયમોમાંનો એક એ છે કે નીચલા વર્ગના

લોકો હંમેશા ઉચ્ચ વર્ગના લોકોની નકલ કરે છે. આ એટલું સામાન્ય જ્ઞાન છે કે ભાગ્યે જ કોઈ તેની અધિકૃતતાનો ઇનકાર કરશે.

એમાં કોઈ શંકા નથી કે બ્રાહ્મણો સિવાયના લોકોમાં જે ગાય-પૂજાની લાગણી ઉભી થઈ અને તેઓએ ગૌમાંસ ખાવાનું બંધ કરી દીધું તે તેમના કરતાં ઉચ્ચ દરજ્જાના બ્રાહ્મણોનું અનુકરણ કરવાના પ્રયાસનું પરિણામ હતું. એ વાત પણ સાચી છે કે બ્રાહ્મણો દ્વારા ગાય પૂજાની તરફેણમાં ઘણું પ્રચાર કાર્ય કરવામાં આવ્યું છે. ગાયત્રી પુરાણ આ પ્રચાર કાર્યનું ઉદાહરણ છે. પરંતુ મૂળભૂત રીતે આ નકલ કરવાના કુદરતી નિયમનું પરિણામ છે. હા, હવે આ બીજો પ્રશ્ન ઉભો કરે છે - બ્રાહ્મણોએ ગૌમાંસ ખાવાનું કેમ બંધ કર્યું?

■

13.

શા માટે બ્રાહ્મણો શાકાહારી બન્યા?

તે સ્પષ્ટ છે કે બિન-બ્રાહ્મણોમાં ક્રાંતિ થઈ. ગૌમાંસ છોડવું એ એક ક્રાંતિ હતી. પરંતુ જો બિન-બ્રાહ્મણોમાં ક્રાંતિ હતી, તો બ્રાહ્મણોમાં જોરદાર બેવડી પ્રતિક્રાંતિ હતી. તેણે ગૌમાંસ ખાવાનું છોડી દીધું, આ એક ક્રાંતિ હતી અને માંસાહારી ખોરાકને કાયમ માટે છોડી દેવો અને શાકાહારી બનવું એ બીજી ક્રાંતિ હતી.

તે ખરેખર એક ક્રાંતિ હતી. કારણ કે એક સમય હતો જ્યારે બ્રાહ્મણો સૌથી વધુ ગૌમાંસ ખાનારા હતા. જોકે બ્રાહ્મણ સિવાયના લોકો પણ ગૌમાંસ ખાતા હતા, પરંતુ તે તેમને દરરોજ મળતું ન હતું. ગાય એક મૂલ્યવાન પ્રાણી હતું અને બિન-બ્રાહ્મણો માટે માત્ર ખોરાક માટે ગાયોને મારવી ખૂબ જ મુશ્કેલ હતું. તેઓ ફક્ત અમુક સમયે જ આવું કરી શકતા હતા, કાં તો કોઈ દેવતાને ખુશ કરવા માટે ધાર્મિક ફરજ અથવા વ્યક્તિગત હિત દ્વારા ફરજ પાડવામાં આવે ત્યારે. પણ બ્રાહ્મણની વાત જુદી હતી. તે પુરોહિત હતો. કર્મકાંડના એ જમાનામાં ભાગ્યે જ એવો કોઈ દિવસ હશે કે જ્યારે કોઈ યજ્ઞ માટે ગાયની કતલ ન થઈ હોય અને જેમાં બ્રાહ્મણ સિવાયના વ્યક્તિ બ્રાહ્મણને ન બોલાવતા હોય. બ્રાહ્મણ માટે દરેક દિવસ ગૌમાંસ ખાવાનો દિવસ હતો. તેથી જ બ્રાહ્મણો સૌથી મોટા માંસાહારી હતા. બ્રાહ્મણોનો યજ્ઞ ધર્મના નામે નિર્દોષ પ્રાણીઓની હત્યાના આયોજન સિવાય બીજું કંઈ ન હતું. આ ખૂબ જ ધામધૂમથી કરવામાં આવતું હતું અને તેણે તેની ગૌમાંસની વાસનાને છુપાવવા માટે તેને 'રહસ્યમય' બનાવવાનો પ્રયાસ કર્યો હતો. આ રહસ્યમય વૈભવ વિશે કેટલીક માહિતી પ્રાણી હત્યા સંબંધિત ઐતરેય બ્રાહ્મણ ગ્રંથમાં આપવામાં આવેલી માહિતી પરથી મેળવી શકાય છે.

પ્રાણીને મારતા પહેલા, અસંખ્ય લાંબા અને વૈવિધ્યસભર મંત્રો સાથે પ્રારંભિક સંસ્કાર કરવામાં આવ્યા હતા. યજ્ઞના મુખ્ય મુદ્દાઓનું કાલ્પનિક ઉદાહરણ આપવા માટે પૂરતું છે. યજ્ઞસ્તંભને જ 'યુપ' કહે છે. યજ્ઞની શરૂઆત તેની સ્થાપનાથી થાય છે. યૂપની જરૂરિયાત સમજાવ્યા પછી,

ઐતરેય બ્રાહ્મણે તેનો અર્થ આપ્યો છેઃ-

"ब्रजो वा एष यदियूपएं सोऽष्टीश्रः कर्तव्योऽष्टाश्रिर्वे वज्रस्तं तं प्रहरति। भ्रातृव्याय वधं योऽस्य तृस्तस्मै स्तर्तव, इति।"

"वज्रो वै यूपस एष द्विषतो बध उद्यतरष्ठति तस्माद्धार येत्तहि यो देष्टि तस्याप्रिय भवत्यमुष्ययायं यूपोऽमुष्ययायं इति दृष्ट्वा, इति।"

અર્થ: 'યુપ' એક શસ્ત્ર છે. તેના અંતમાં આઠ કિનારીઓ હોવી જોઈએ. કારણ કે એક હથિયાર (લોખંડનો દડો) ને આઠ ખૂણા હોય છે. જ્યારે પણ તે કોઈ પણ દુશ્મન અથવા વિરોધી પર હુમલો કરે છે, ત્યારે તે તેને મારી નાખે છે, જે તેને વશ થવાનું છે. 'યુપ' એક શસ્ત્ર છે, જે દુશ્મનના વિનાશ માટે સીધું ઊભું છે. આ કારણે, યજ્ઞ કરનારનો શત્રુ, જે (યજ્ઞમાં) હાજર હોઈ શકે છે, તે 'યુપ' જોઈને દુઃખી થાય છે.

યજ્ઞ કર્તા યજ્ઞના હેતુ મુજબ યુપ માટે વિવિધ પ્રકારના લાકડાની પસંદગી કરે છે. ઐતરેય બ્રાહ્મણ કહે છેઃ-

"खदिरं यूप कुर्वीत स्वर्गकामः खदिरेण वै यूपैन देवाः स्वर्ग लोकमजयंस्तथैवैतद्यजमानः खदिरेण यूपेन स्वर्ग लोकं जयति, इति।'

અર્થઃ જેને સ્વર્ગ જોઈતું હોય તેણે ખદિરના લાકડાનું 'યુપ' બનાવવું જોઈએ, કારણ કે દેવતાઓએ ખદિરના લાકડાના 'યુપ›થી જ દૈવી જગત જીત્યું હતું. તેવી જ રીતે, યજ્ઞ કરનાર ખદિર લાકડામાંથી બનેલા 'યુપ' વડે દૈવી વિશ્વને જીતી લે છે.

"विल्वं यूप कुर्वीतान्नाद्यकामः पुष्टिकामः समां समां बै विल्व गृभीतस्तदन्नाद्यस्य रूपमामूलाच्छाखाभिरनुचितस्तत्पष्टे; इति।"

અર્થ: જે વ્યક્તિ ખોરાક માંગે છે અને ચરબીયુક્ત બનવા માંગે છે, તેણે વેલા (વિલ્વા) ના લાકડામાંથી 'યુપ' બનાવવું જોઈએ. વેલાના ઝાડ દર વર્ષે ફળ આપે છે. તે ફળદ્રુપતાનું પ્રતીક છે કારણ કે તે મૂળથી શાખાઓ સુધી (વાર્ષિક) કદમાં સતત વધારો કરે છે, તેથી તે સ્થૂળતાનું પ્રતીક છે. જે આ જાણે છે અને તેથી તે લાકડામાંથી 'યૂપ' બનાવે છે, તેને જાડા બાળકો અને પ્રાણીઓ હશે.

"पुष्यति प्रजां च पशूश्च य एवं विद्वान्चल्वं यूपं कुरुते, इति।
यदेव वैल्वां विल्वं ज्योरिति वा आचक्षते, इति।
ज्योतिः वेषु भवति श्रेष्ठःस्वानां बवति य एवं वेद, इति।"

અર્થ: આટલું તો વિલોના લાકડામાંથી બનેલા યુપ વિશે કહેવાનું છે જે વારંવાર વિલ્વાને 'પ્રકાશ' કહે છે અને આ રીતે તે જાણીને કે તે પોતાની રીતે 'પ્રકાશ' બની જાય છે અને પોતાની રીતે સર્વોપરી બની જાય છે.

"पलाशं यूपं तेजकसमो ब्रह्मवर्चकाकस्तेजो वै ब्रह्मवर्चसं बनस्पताना पा इति।"

અર્થ: જેને સૌંદર્ય અને પવિત્ર જ્ઞાન જોઈએ છે, તેને કમળના લાકડાનું 'યુપ' જોઈએ. બનાવવી જોઈએ. કારણ કે પલાશ એ સુંદરતા અને પવિત્ર જ્ઞાનનું વૃક્ષ છે. જે આ જાણે છે અને તેથી પલાશના લાકડામાંથી 'યુપ' બનાવે છે, તે સુંદર બને છે અને પવિત્ર જ્ઞાનની પ્રાપ્તિ કરે છે.

"यदेव पालाशं सर्वेषां वा वनस्पतीनां योनिर्यत्पलाशस्तस्मात्पलाशस्यैव पलशेना चक्षतेऽमुष्य पलाशमण्य पलाशमिति इति।"

"सर्वेषां हास्य वनस्पतीनां काम उपाप्तो भरति य यवं वेद, इति।"

અર્થ: પલાશના લાકડામાંથી બનેલા 'યુપ' વિશે (આટલું વધુ વિધાન છે) કે પલાશ એ તમામ વૃક્ષોનો ગર્ભ છે. તેથી જ તેઓ પેલા કે પેલા ઝાડના પલાશ વિશે વાત કરે છે, જે જાણે છે કે તેની બધી ઈચ્છાઓ ભલે ગમે તે વૃક્ષ હોય, પૂરી થાય છે. આ પછી, અંતમાં 'યુપ' ના અભિષેકની વિધિ થાય છે.

युपमनुब्रू होत्याहाध्वर्यः अतन्ति त्वामध्वरे देवयन्त इत्यन्चाह, इति।

अध्वरे से नं देवयन्तोऽञ्जन्ति, वनस्पते मधुना देव्येनेत्येतद्वै मधु देव्यं यदाज्यम्, यदूध्वस्तिष्ठा द्रविणेह धत्ताद्यद्वा क्षयो मातुरस्या उपस्थ, इति।

यदि च तिष्ठासि यदि च शयासै द्रविणमेवास्मासु धत्तादित्येव तदाह, इति।

અર્થ: અધ્યર્બુ કહે છે - "અમે 'યુપ' ને પવિત્ર કરીએ છીએ. જરૂરી મંત્રનો પાઠ કરો." પછી હોતા મંત્ર વાંચે છે - "અંજંતિ ત્વાં અધ્વારે» એટલે કે ઓ વૃક્ષના પૂજારી તમને દૈવી મધ (માખણ) થી આવકારે છે. જો તમે અહીં સીધા ઉભા છો, અથવા જો તમે તમારી માતા (પૃથ્વી) પર આડા પડ્યા છો, તો અમને સંપત્તિ આપો." "દૈવી મધુ' એ ઓગળેલું માખણ છે જેનાથી પૂજારીઓ 'યુપ' નો અભિષેક કરે છે. મંત્રનો બીજો અડધો ભાગ 'અમને આપો" વગેરેનો અર્થ થાય છે કે "તમે ઊભા હો કે સૂતા હો, અમને પૈસા આપો." (3,8,1)

"जातो जाएते सुदिनत्वे आन्हमिती, इति।

जातो ह्येष एतजाएते, इति।

समर्थ आ विदथे वर्धमान इति। वर्धयन्त्येवैनं तत्, इति। पुनन्ति धीरा अपसो मनीषेति पुनन्त्येवैनं तत् इति।

देवया वित्तं उदियतिं वाचमिति देवभ्य एवैनं तन्निवेदयति इति।»

અર્થ: (પછી પુનરાવર્તન કરે છે) "ઉત્પત્તિ પછી તે (યુપ) તેના જીવનના મધ્ય સમયગાળામાં નશ્વર પુરુષોના બલિદાનનો આનંદ માણવા આવે છે. બુદ્ધિશાળી લોકો તેને (યુપ) શણગારવામાં રોકાયેલા

છે. તે દેવતાઓનો દૂત છે જે તે દેવતાઓના પ્રવચનથી સારી રીતે વાકેફ છે જેથી દેવતાઓ તેને સાંભળી શકે. વર્ધમાન (શબ્દ જેનો અર્થ થાય છે 'વધારવું') તેઓ તેને આ પ્રકારે વધારે છે. પુનંતિ (શબ્દમાંથી) નો અર્થ થાય છે પવિત્ર કરવું, સજાવટ કરવી તેઓ આ રીતે તેને પવિત્ર કરે છે. 'એક વ્યાખ્યાન - કુશળ સંદેશવાહક' શબ્દો સાથે તે દેવતાઓને વેદીના અસ્તિત્વની માહિતી આપે છે. હોતા બલિદાન સ્તંભ પર અભિષેક કરવાની વિધિ પૂર્ણ કરે છે. તે સમયે તે વાંચે છે:

"युवा सुवासाः परिवीत आगादित्युतमया परिदधाति, इति। प्रणो वै युवा सुवासः सोऽयं शरीरैः परिवृत; इति।"

स उ श्रेयान् भवति जाएमान इति श्रेयाच्छे यान्ह्येष एतद्भवति जायमान; इति तं धीरासः कवय उन्नयन्ति स्वाध्यो मनसा देवयन्त इति ये वा अनूचानास्ते कवयस्त वैनं तदुन्नयन्ति इति।

અર્થ: એટલે કે, પટ્ટાઓથી સજ્જ થઈને પહોંચ્યા. તે (બધા વૃક્ષો) જે ક્યારેય ઉદ્ભવ્યા છે તેના કરતા મહાન છે, જ્ઞાની પુરોહિતો તેને પોતાની અંદર સુવ્યવસ્થિત વિચારોના મંત્રો પાઠવીને ઉછેરે છે. પટ્ટાથી શોભતો યુવાન એ શરીરના અવયવોમાંથી વહેતી જીવન આપતી વાયુ (આત્મા) છે. જે શરીરના અંગો દ્વારા આવરી લેવામાં આવે છે. 'તે મહાન છે' વગેરે જેવા શબ્દો દ્વારા તેનો અર્થ છે કે તે 'હા' મહાન બની રહ્યો છે, (વધુ ઉત્તમ, સુંદર) આ મંત્રની શક્તિથી.

આગળની વિધિ યજ્ઞસ્તંભની અગ્નિથી પરિક્રમા કરવાની છે. ઐતરેય બ્રાહ્મણ પાસે આ સંદર્ભમાં નીચેની માહિતી છે:

"पर्यग्नेय क्रियाणामनुबू हीत्याध्वर्यु, इति।"

"अग्निर्होता नो अध्वर इति तृचमाग्नेयं गायत्रमन्वाह पर्यग्नि क्रिमाणे स्वयैवैनं तदैवतया स्वेनच्छान्दसा समर्धति, इति।'

અર્થ: ધક્કાની આસપાસ અગ્નિ ફેરવવામાં આવે છે ત્યારે અધ્વર્યુ હોતાને કહે છે - તમારા મંત્રનો પાઠ કરો. પછી, અગ્નિને સંબોધતા, તે ગાયત્રી શ્લોકમાં રચાયેલા ત્રણ મંત્રો કહે છે, 'અગ્નિર' હોતા નો અધ્વારે... (4, 15, 1-3) એટલે કે (1) આપણા પૂજારી 'અગ્નિ' નો ઉપયોગ ઘોડાની જેમ ફેરવવો જોઈએ હોવું. તે દેવતાઓમાં યજ્ઞનો દેવ છે. (2) અગ્નિની નજીકથી ત્રણ વાર પસાર થતા સારથિની જેમ તે દેવતાઓને અર્પણ કરે છે. (3) 'અગ્નિઋષિ', અન્નના પ્રમુખ દેવતા, અર્પણની આસપાસ ફરતા હતા; તે બલિદાન આપનારને પૈસા આપે છે.

"वाजी सन्परिणीयत इति वाजिनमिव ह्येनं सन्तं परिणयन्ति इति।

परित्रिविष्टयध्वरं यात्यग्नी रथीरिवेत्येष हि रथीरिवाध्वरं परियाति, इति। परिवाजपति कविरित्येष हि वाजानां पतिः इति।"

અર્થ: જ્યારે અગ્નિ પ્રાણીની આસપાસ કરવામાં આવે છે, ત્યારે તે તેના દેવતા અને તેના છંદો દ્વારા તેને પ્રખ્યાત બનાવે છે. તેને 'ઘોડાની જેમ વહન કરવામાં આવે છે' એટલે કે

તેઓ તેના પર સવારી કરે છે જાણે તે ઘોડો હોય. 'સારથિની જેમ, અગ્નિ ત્રણ વખત યજ્ઞ પસાર કરે છે' એટલે કે તે સારથિની જેમ યજ્ઞની આસપાસ (ઝડપથી) જાય છે. તેમને વજપતિ (ભોજનના પ્રમુખ દેવતા) કહેવામાં આવે છે, કારણ કે તેઓ (વિવિધ પ્રકારના) ખોરાકના પ્રમુખ દેવતા છે. અધ્વર્યુ કહે છે -

"अत्तः उपप्रेष्य होतर्हव्या देवेभ्य इत्याहाध्वर्युः इति।"

અર્થઃ હે હોતા! દેવતાઓને બલિદાન આપવા માટે વધારાના આદેશો આપો. હોતા પછી બધિકોને આદેશ આપે છેઃ

"दैव्यः शमितार आरभध्वमुत मनुष्या इत्याह, ये चैव देवानां शमितारो ये च मनुष्याणां तानेव तस्सशास्ति, इति।"

અર્થઃ હે દિવ્ય ઋષિઓ! શરૂ કરો (તમારું કાર્ય) અને તમે, માનવ હત્યારો પણ. તેનો અર્થ એ છે કે તે બધા ભક્તોને, પછી ભલે તે દેવતાઓમાં હોય કે લોકોમાં, (શરૂઆત કરવા) માટે આદેશ આપે છે.

'उपनयत मेध्या आशासनाना मेध पतिभ्यां मेघमिति, इति।"

અર્થઃ અહીં મારવા માટેના શસ્ત્રો લાવો, તમે લોકો યજ્ઞના બે સ્વામીઓ તરફથી શું આદેશ આપો છો.

"पशुचें मेध यजमानो मेधपतिर्यजमानमेव तत्स्वेन मेधेन समर्धयति, इति।

अथो खल्वाहुर्यस्यै वारकस्यै च देवतायै पशुरालभ्यते सैव मेधपतिरिति, इति।"

"यद्येकदेवत्यः पशुः स्यान्मेधपतय इति ब्रयाद्यादि द्विवेवत्यों मेधपतिभ्यमिति यदि बहुदेवत्यो मेधपतिभ्यत इत्येतदेव स्थितम्, इति।"

અર્થઃ પશુ એ યજ્ઞ છે, યજ્ઞ કરનાર વ્યક્તિ યજ્ઞનો સ્વામી છે. આ રીતે યજ્ઞ કરનાર પોતાના યજ્ઞ દ્વારા સફળ થાય છે. તેથી જ તેઓ સત્ય કહે છે - જે દેવતા માટે પ્રાણીની કતલ કરવામાં આવે છે તે તેના માલિક છે. જો ફક્ત એક જ દેવતા માટે 'પ્રાણી' બલિદાન આપવામાં આવે છે, તો પૂજારીએ 'મેધપતયે' બોલવું જોઈએ, એટલે કે યજ્ઞના સ્વામી (એક શબ્દ), જો બે દેવતાઓ માટે, તો તેણે દ્વિ શબ્દનો ઉપયોગ કરવો જોઈએ - યજ્ઞના સ્વામી માટે. બંને માલિકો માટે. જો ઘણા દેવતાઓ માટે હોય, ત્યારે બહુવચનનો ઉપયોગ કરવો જોઈએ - યજ્ઞના સ્વામીઓ માટે. આ ચોક્કસ ધર્મ છે.

"प्राष्मा अग्नि भरतेति, इति।

पशुवै नीयमानः स मृत्यु प्रापश्यत्स देवानान्वकामयतैतुं तं देवा अब्रु वर्षेहि स्वर्ग

वै त्वा लोकां गमिष्याम इति स तथेत्यब्रवीत्स्य वै में युष्माकमेकः पुरस्तादेत्विति तथेति तस्याग्निः पुरस्तादैत्सोऽग्नि मनुप्राच्यवत, इति। तस्मादाहुरोग्नेयो वाव सर्वः पशुरग्नि हि सोऽनुप्राच्यवेतेति, इति।

અર્થ: તમે તેના માટે આગ લાવો. જ્યારે પ્રાણીને કતલ સ્થળે લઈ જવામાં આવ્યું ત્યારે તેણે તેની સામે મૃત્યુ જોયું. તે દેવતાઓ પાસે જવા માંગતું ન હતું, ત્યારે દેવતાઓએ તેને કહ્યું - «આવ, અમે તમને સ્વર્ગમાં લઈ જઈશું.» પ્રાણી સંમત થયું અને કહ્યું, «તમારામાંથી કોઈએ મારી આગળ ચાલવું જોઈએ.» દેવતાઓએ સ્વીકાર્યું. પછી અગ્નિ પ્રાણીની આગળ ચાલ્યો અને પાછળ ગયો. તેથી જ તેઓ કહે છે કે અગ્નિ દરેક પ્રાણી પર સત્તા ધરાવે છે,

"स्तृणीत वर्हिरित्योषध्यात्मा वं पशुः पशुमेव तत्सर्वात्मानं करोति, इति।"

અર્થ: પવિત્ર દૂધ ફેલાવો! પ્રાણીઓ વનસ્પતિ પર ટકી રહે છે. આમ તે પ્રાણીને તેનો સંપૂર્ણ આત્મા આપે છે (કારણ કે છોડને તેનો એક ભાગ માનવામાં આવે છે).

અગ્નિને પ્રાણીની આસપાસ પ્રદક્ષિણા કર્યા પછી, પ્રાણીને યજ્ઞ માટે પૂજારીઓને આપવામાં આવે છે. યજ્ઞ માટે પ્રાણી કોને સમર્પિત કરવું જોઈએ? આ બાબતે ઐતરેય બ્રાહ્મણનો આદેશ છે:-

"अन्वेनं माता मन्यातामनु पितानु भ्राता सगर्योऽनु सखा सयूथ्य इति।

जनिवैरेधैन तत्समनु मतमालभन्ते इति।"

તેને તેની માતા, પિતા, ભાઈ, સાગરિતો, મિત્ર વગેરે જોઈએ જે વધ કરવા માટે પશુનું સમર્પણ કરે.

(જે ક્ષણે આ શબ્દો કહેવામાં આવે છે, તેઓ એ પ્રાણીને પકડે છે, જેને માતાપિતા દ્વારા હંમેશા ત્યજી દેવામાં આવે છે તેવું મનાય છે, વગેરે)

આ માહિતી વાંચીને નવાઈ લાગે છે - યજ્ઞ માટે પ્રાણીને સમર્પિત કરવાના સંસ્કારમાં લગભગ દરેક વ્યક્તિએ ભાગ લેવો શા માટે જરૂરી છે. કારણ સ્પષ્ટ છે. યજ્ઞમાં ભાગ લેવા માટે અધિકૃત કુલ પુરોહિતોની સંખ્યા સત્તર હતી. કુદરતી રીતે તે મૃત પ્રાણીઓની આખી લાશ પોતાના માટે લઈ જવા માંગતા હતા. મતલબ કે તે એ બ્રાહ્મણ હતો જે આખો મૃતદેહ લઈ જતો. યજ્ઞ કરનાર અને તેની ધર્મપત્નીના હિસ્સા તરીકે માત્ર પ્રાણીના પગ જ આવતા.

વાસ્તવમાં, જો તેઓને આખી લાશ પોતાને માટે ન મળી હોય, તો તેઓ તેને સત્તર પુરોહિત વચ્ચે યોગ્ય રીતે વહેંચી પણ ન શકે. કાયદા મુજબ, બ્રાહ્મણો પ્રાણીનું સંપૂર્ણ શબ પણ મેળવી શકતા ન હતા, સિવાય કે દરેક વ્યક્તિ જે પ્રાણી પર કોઈપણ પ્રકારનો અધિકાર દાવો કરી

શકે તે હંમેશ માટે તે અધિકાર છોડી દે. તેથી જ ઉપરોક્ત માહિતીમાં પ્રાણી સાથે આવેલા લોકોને પણ તેમના અધિકારો છોડી દેવાનો આદેશ આપવામાં આવ્યો છે.

હવે પ્રાણીની હત્યાનો 'કાયદો અને વ્યવસ્થા' આવે છે. ઐતરેય બ્રાહ્મણ પ્રાણીની હત્યાના 'કાયદો અને વ્યવસ્થા›ની વિગતો નીચે મુજબ આપે છે.

"उदाचीनां अस्य पदो निधत्त, तूसूर्य चक्षुगर्भयतात् वात प्राणमन्चवसृज्ञतात्। अन्तक्षरिमसू दिशः श्रोत्र पृथिव शरीरमित्येष्वेनं तल्लोकेष्वाधाति।"

અર્થ: તેના પગ ઉત્તર તરફ વાળો. તેની આંખો સૂર્યને, તેનો શ્વાસ હવામાં, તેની જીવનની હવા, તેની દિશાઓને સાંભળો અને તેનું શરીર પૃથ્વીને સમર્પિત કરો.

આમ (હોતા) તેને વિશ્વ સાથે જોડે છે.

"एकधाऽस्य त्वचमाच्छयातात्म पुरा नाभ्या अपिशसोमु वपामुत्खिदातदन्तरेथोष्माणां वारयध्वादिति पशुष्वेव तत् प्राणा दधाति।"

અર્થ: (કાપ્યા વિના) બધી ચામડી ઉતારી લો. નાભિ કાપતા પહેલા નાળને તોડી નાખો. (તેનું મોં બંધ કરીને) તેનો શ્વાસ અંદર રોકી રાખો. આમ તે (હોતા) પશુઓમાં શ્વાસ આપશે.

"श्येनमस्य वक्षः कृणुतात प्रशसा बाहू शाला दोषणी अश्यपेवांसाऽच्छिद्रे श्रोणी कवषोरूस्तेकपर्णादष्ठीवन्ना षडू विंशतिरस्य वडूक्रयस्ता अनुष्ठयो च्यावयतादू। गात्र गोत्रमस्या नूने कृणुताः दित्यंगान्येवात्य तद् गात्राणि प्रीणति।»

અર્થ: તેની છાતીનો એક ટુકડો ગરુડના આકારનો હતો, તેના કાળા હાથના બે ટુકડા કુહાડીના આકારના હતા, તેના આગળના પગના બે ટુકડા ધાનના વાળના આકારના હતા, તેના ખભાના બે ટુકડા બે શેવાળના આકારના, કમરની નીચેનો ભાગ અતૂટ રહેવો જોઈએ, જાંઘના બે ટુકડા વાળના આકારના, બંને ઘૂંટણના બે ટુકડા પાંદડાના આકારના, તેની 26 પાંસળીઓ અનુક્રમે બહાર કાઢવી જોઈએ. તેનો દરેક ભાગ સુરક્ષિત રાખવો જોઈએ. આ રીતે તેને તેના તમામ અંગો માટે લાભ મળે છે.

યજ્ઞ માટે પ્રાણીઓની હત્યા અંગે બે સંસ્કાર બચી છે. એક છે, બ્રાહ્મણ પૂજારી માટે, જેમણે કસાઈ તરીકે કામ કર્યું હતું, તેને 'હત્યા' ના પાપમાંથી મુક્ત કરવાનો સંસ્કાર. સિદ્ધાંતમાં, તેઓ 'હત્યારા' હશે કારણ કે પ્રાણી માત્ર બલિદાનનો વિકલ્પ છે. તેમને 'હત્યા›ના પરિણામોથી બચાવવા માટે, ઐતરેય બ્રાહ્મણે હોતાને નીચેનો આદેશ આપ્યો છે.

"वनिष्ठ मस्य वा रविष्टोकं मन्यमाना नेटुवतस्तो के तनये रवितारखच्छमितार इति ये चैव देवानां शमितारो ये च मनुष्याणां तेभ्य एवैनं तत् परिगधाति।"

અર્થ: «ધુવડના આકારની હોજરી કાપશો નહીં અને તમારા બાળકો અથવા તમારા વંશમાં એવું કોઈ ન હોવું જોઈએ જે તેને કાપી નાખે.» આ શબ્દો કહીને, તે તે દેવતાઓ અને મનુષ્યો બંનેમાંના હત્યારાઓને આપે છે. પછી તેણે હોતાને ત્રણ વાર કહ્યું: -

"अधिंगो शमीध्वं सुशमि शमेध्वं शमीध्वमध्रिगो 3 उ इति त्रिब्रू यादयापेति घाधियुव देवानां शमिताऽपापो निग्रमीता शभितृभ्यश्चवैनं तन्निग्रमीतृभ्यश्च सवप्रयच्छिति।"

અર્થ: હે અધ્રિગુ! અને હે અન્યો! પ્રાણીનો વધ કરો, સારું કરો, તેને મારી નાખો, હે અદ્રિગુ! પ્રાણીને માર્યા પછી, તે ત્રણ વખત કહેવું જોઈએ. આ હત્યાનું પરિણામ આપણા પર આવે. કારણ કે દેવતાઓમાં અધૃગુ છે જે પ્રાણીને શાંત કરે છે, અને અદ્રિગુ (દુર), જે તેને નીચે ફેંકી દે છે. આ શબ્દો કહીને તે પ્રાણીને તેમના હાથમાં સોંપે છે. જેઓ તેનું મોં બંધ કરીને તેને ચૂપ કરે છે, અને જેઓ તેને મારી નાખે છે.

પછી હોતા મંત્રોચ્ચાર કરે છે:-

"शमितारो यदत्र सुकृतं कृणवथास्मासु तद् यदुष्कृतमन्यत्र तदित्याहग्निर्वे देवानां होताऽसीत से एनं वाचा व्यशात् वाचा वा एनं होता विशास्ति तद् यर्वाग् यत्परः।

कुन्तन्ति यदुल्वणं गथुरं क्रियते शनितृभ्यश्चैवैनत्तत्रिग्रमीतृभ्यश्च समनुदिशति स्वस्त्ये व हो तोन्मुख्य सर्वायुः सर्वायुत्वाय। सर्वमायुरोति य एवं वेदा।"

અર્થ: ઓ મૂર્ખ લોકો! તમારું પુણ્ય અહીં અમારી સાથે રહે; તમારા પાપો બીજે ક્યાંક જાય. તે નિવેદન સાથે, હોતા પ્રાણીઓની હત્યાનો આદેશ આપે છે. કારણ કે જ્યારે અગ્નિ દેવતાઓના યજમાન હતા ત્યારે તેમણે આ શબ્દોથી પ્રાણીઓને મારવાનો આદેશ પણ આપ્યો હતો.

ઉપરોક્ત મંત્રોચ્ચાર કરીને, હોતા તે બધાને મુક્ત કરે છે જેઓ પ્રાણીના શ્વાસને અટકાવે છે અથવા જેઓ તેને પાપના દુષ્પ્રભાવથી મુક્ત કરે છે જે તેના એક ટુકડાને ખૂબ મોટો કાપવાથી અથવા બીજા ભાગને ખૂબ નાનો કાપવાથી થાય છે. આનો આનંદ લેતા હોતા પોતાની જાતને તમામ પાપોમાંથી મુક્ત કરે છે. જેની પાસે આ જ્ઞાન છે, તેના સંપૂર્ણ જીવનને પ્રાપ્ત કરે છે.

આગળ ઐતરેય બ્રાહ્મણ મૃત પ્રાણીના શરીરના અંગના નિકાલના પ્રશ્નને ધ્યાનમાં લે છે. તેમનો આદેશ છે:-

"ऊवध्यगोहं पार्थिवं खनतादिस्याहौषधं या ऊवध्यमियं वा ओषधीनां प्रतिष्ठा तदेनत्सत्त्वायामेव प्रतिष्ठायामन्ततः प्रतिष्ठापयतीति।'

अस्ना रक्षः संसृजतादित्याह तुषेर्वे फलीकरणैर्देवा हविर्यक्षोभ्यो रक्षांसि निरभजत्रस्ना महायज्ञात्सः यदस्ना रक्षा संसृजतादित्याह रक्षांस्येव तत्स्वेन भागधेयेन यज्ञान्निरवदयते इति। तदान यज्ञे रक्षासां कीर्तयेत्कानि रक्षांसृतेरक्षा वे यज्ञ, इति।

तदु वा आहुः कीतियेदेव, इति।

यो वै भागिनं भागान्न दते चयते वेनं न चयतेऽथ पुत्रमथ पौत्र चयते त्वेषैनिमित्ति, इति। से यदि कीर्तयेदुषांशु कीतयेत्तिर इव वा एतद्वाचो यदुपांशु तिर इवैतद्यद्रक्षांसि इति।

अथ यदुच्चैः कीतयदाश्वरी हास्यवाचो रक्षो भाषो जनितो इति।

'योऽयं राक्षस वाचे वदति सः इति।

यां व दृप्तो वदति नाम्य प्रजाया द्रप्त आजायते वाक्, इति। नाऽऽत्मना दृत्यति नाम्य प्रजाया दृप्त आजायते एवं वंद, इति।

અર્થ: તેનું છાણ છુપાવવા માટે જમીનમાં ખાડો ખોદો. છોડનું છાણ; કારણ કે પૃથ્વી વનસ્પતિનું સ્થાન છે. તેથી, હોતા અંતે ગાયના છાણને તેની યોગ્ય જગ્યાએ મૂકે છે. ભૂતોને રક્ત આપો, કારણ કે એક વખત દેવતાઓએ હવિર્યગ્ય પૂર્ણિમા અને પ્રતિપદાના દિવસે ભૂતોને તેમનો હિસ્સો ન આપ્યો, તેઓએ તેમને માત્ર ભૂસું અને નાનું ડાંગર આપ્યું અને પછી તેમને સોમ અને પશુબલિ જેવા મોટા યજ્ઞોમાંથી બાકાત રાખ્યા. અને તેમને રક્ત આપ્યું. તેથી જ હોતા આ મંત્રનો જાપ કરો, આત્માઓને રક્ત આપો. તેમને આ હિસ્સો આપ્યા પછી, તેઓ યજ્ઞમાંથી બીજું કંઈ લેવાથી વંચિત રહે છે. તેઓ કહે છે- યાઈમાં દુષ્ટ આત્માઓને યાદ ન કરવી જોઈએ. તે રાક્ષસો હોય, રાક્ષસો હોય, દુષ્ટ આત્માઓ હોય; કારણ કે યજ્ઞ તેમના વિઘ્નો વિના કરવો જોઈએ. પરંતુ અન્ય લોકો માને છે કે તેમને યાદ રાખવું જોઈએ. કેમ કે જો કોઈ તેના ભાગમાંથી કોઈને વંચિત રાખે છે, તો તે જેને વંચિત કરે છે તેને તે દુઃખ પહોંચાડશે. જો તે તેની સજામાંથી બચી જશે તો તેના પુત્રને ભોગવવું પડશે અને જો તે બચી જશે તો તેના પૌત્રને પણ ભોગવવું પડશે. આ રીતે તમને ગમે તેટલી તકલીફ પડે, તમારા પુત્ર કે પૌત્રને પણ એટલી જ તકલીફ પડે છે.

ગમે તે હોય, હોતા સંબોધન કરે તો ધીમા અવાજે કરવું જોઈએ, કારણ કે 'ધીમો અવાજ' અને ભૂત બંને છુપાયેલા રહે છે. જો તે મોટા અવાજમાં બોલે છે, તે ભૂતપ્રેતના અવાજમાં બોલે છે, તો તે કદાચ રક્ષા સ્વરા (ભયંકર અવાજ) માં બોલવાનું શરૂ કરી શકે છે. ક્રોધિત અને નશામાં ધૂત લોકો જે ભાષામાં બોલે છે તે રાક્ષસોની ભાષા છે. જેને આ જ્ઞાન હશે તે ન તો પોતે ગુસ્સે થશે અને ન તો તેને આવા બાળકો થશે.

પછી જે બાકી રહે છે તે છે અંતિમ સંસ્કાર, દેવી-દેવતાઓને પ્રાણીના શરીરના અંગો સમર્પિત કરવાના સંસ્કાર. આને 'મનોત' કહે છે. અત્રેય બ્રાહ્મણના મતે:-

> "मनातायें हबिषोऽवदीयमानस्यानुब्रूहीत्याहाध्वर्युः इति।
> त्वं हग्ने प्रथमो मनोतेति सुक्तमन्वाह, इति।"

અર્થ: અધ્વર્યુ હોતાને કહે છે - 'યજ્ઞના શરીરના અંગોને દેવતાઓને સમર્પિત કરવા માટે યોગ્ય મંત્રો કહો, જે મનોત માટે કાપવામાં આવે છે.' પછી તે આ મંત્રનું પુનરાવર્તન કરે છે - 'હે અગ્નિ! તમે પ્રથમ મનોત છો.

હવે પશુ માંસના વિતરણનો પ્રશ્ન રહ્યો. આ બાબતે અત્રેય બ્રાહ્મણનો અભિપ્રાય નિર્ણય નીચે મુજબ છે:-

"अर्थातः पशोर्विभस्तस्य विभागं वक्ष्यामः, इति"

हनू सजिहे प्रस्तोतुः श्येन वक्ष उद्गातः कण्ठ काकुदः प्रतिहर्तु दक्षिण श्रोणिर्हेतुः सव्या ब्राह्मणो

दक्षिणां सक्थि मैत्रावरुणस्य सव्यं ब्राह्मणाच्छंसिनो दक्षिणं पारशव मांसमध्वर्योः सव्यमुपगातृणां

सर्योऽसः प्रतिस्थातुर्दक्षिणं दोर्नेष्टुः सव्यं पोतुदक्षिण ऊचरच्छावाकस्य सव्य अग्नीध्रस्य दक्षिण

बाहुराब्रेयस्य सव्यःसदस्यस्य सदं चानूकं च गृहपतेर्दक्षिण पादौ गृहपतेर्बत पदस्य सव्या पादौ गृहपति-

भार्यायै व्रतपदस्यौष्ठस्तर्यो साधारण भरति तं गृहपतिरेव प्रशिष्याज्जाघनी पत्नीभ्यो हरन्ति तां ब्राह्मणाय

दद्युः स्कन्ध्याश्च मणिकांस्तस्रश्च कीकसा ग्रावसुतस्तिस्रश्चैव कीकसा अर्ध च वंकर्तस्योन्तेतुरर्ध चेव

वैकर्तस्य क्लोमा च शमितुस्तद्ब्राह्मणाय दद्याद्यद्यब्राह्मण न्याच्छिरः सुब्रम्हण्यायः श्वः सुत्यां प्राह

तस्वाजिनामिश्रा सर्वेषां हौतुर्वा, इति।»

અર્થ: હવે વિશ્વના વિવિધ ભાગોના પૂજારીઓ વચ્ચે બલિદાનના પ્રાણીઓને વહેંચવાનો પ્રશ્ન ઊભો થાય છે. આપણે તેનું વર્ણન કરીશું. જડબાના હાડકાં અને જીભ બંને પ્રસ્તુતકર્તાને આપવા જોઈએ. ગરુડના આકારમાં છાતી ઉદગાતાને સમર્પિત છે, ગળું અને તાળવું પ્રતિહર્તાને સમર્પિત છે, કમરની નીચે જમણી બાજુ હોતાને સમર્પિત છે, ડાબી બાજુ બ્રહ્માને સમર્પિત છે, જમણી જાંઘ મૈત્રવરુણને સમર્પિત છે, ડાબી બાજુ બ્રાહ્મણચ્છાસોને સમર્પિત છે, ખભાની સાથેની જમણી બાજુ અધ્વર્યુને સમર્પિત છે, અને ડાબી બાજુ મંત્રોના જાપ માટે સમર્પિત છે, ડાબા ખભા પ્રતિસ્થાન માટે છે, જમણા હાથનો નીચેનો ભાગ છે. નેષ્ટા માટે છે, ડાબા હાથનો નીચેનો ભાગ પૌત્ર માટે છે, જમણી જાંઘનો ઉપરનો ભાગ અચ્છાવાક માટે છે, ડાબી જાંઘનો ઉપરનો ભાગ અગ્નિધર માટે છે,

જમણો હાથનો ઉપરનો ભાગ અત્રેય માટે છે, ડાબા હાથનો ઉપરનો ભાગ સદસ્ય છે, પીઠનું હાડકું અને અંડકોષનો ઉપરનો ભાગ ગૃહસ્થ માટે છે, જમણો પગ મિજબાની આપનાર ઘરમાલિકને, ડાબો પગ ભોજન આપનાર ગૃહપતિની પત્નીને, ઉપલા હોઠ પતિ અને તેની પત્નીના સમાન અધિકારમાં છે, જે પતિ દ્વારા વહેંચવામાં આવશે. તેઓ તેમની પત્નીઓને પ્રાણીની પૂંછડી આપે છે. પરંતુ તેઓએ તે બ્રાહ્મણને જ આપવું જોઈએ, જેમાં એક માણેક અને ગળામાં ત્રણ કીક ગ્રાવસ્તુતને, માથા અને પીઠનો માંસલ ભાગ, અડધો ભાગ કાકાર્તા ઉન્મેટા, ગરદન પરનો માંસલ ભાગ, (ગિલ) અડધો ભાગ હત્યા કરનારને, જો હત્યા કરનાર પોતે બ્રાહ્મણ ન હોય તો બ્રાહ્મણને આપી દેવું. માથું સુબ્રહ્મણ્યને આપવું જોઈએ, જેમણે ગઈ કાલે સોમ યજ્ઞ (શ્વસુત્ય) સમયે કહ્યું હતું કે, સોમ યજ્ઞમાં બલિદાન આપવામાં આવેલ પ્રાણીનો ભાગ, જે યજ્ઞભોજનનો ભાગ છે, તે બધા પુરોહિતોનો છે, તે માત્ર હોતા માટે છે.

"ता वा एतः षट्त्रिंशतमेकपका यज्ञं वहन्ति षट्त्रिंशदक्षरा वै बृहती। वार्हताः स्वर्गा लोकाः प्राणस्चैव तत्स्वर्गश्च लोकानाप्नुवंति प्राणेषु चैव तत्त्वगषु च लोकेषु प्राताातिष्ठन्तो यन्ति, इति।"

અર્થ: બલિદાનના પ્રાણીના આ તમામ ટુકડાઓની સંખ્યા 36 છે. દરેક ભાગ શ્લોકોના એક તબક્કાનું પ્રતીક છે જેમાંથી યજ્ઞ કરવામાં આવે છે. બૃહતિ છંદમાં 36 શબ્દોના ભાગો છે; અને દિવ્ય જગત બૃહતિના સ્વભાવના છે. આ રીતે, પ્રાણીને 36 ભાગોમાં વહેંચીને, તેઓ આ જગત અને સ્વર્ગમાં જીવન પ્રાપ્ત કરે છે; અને (આ અને તે વિશ્વ) બંનેમાં પોતાને સ્થાપિત કર્યા પછી, તેઓ ત્યાં જાય છે.

"सः एष स्वर्यः पशुर्य एनमेवं विभजन्ति, इति।

येऽतोऽन्यथा तद्यथा सेलगा था पापकृतो वा पशु विमन्थीरंस्तादक्तत, इति। तां वा एतां पशोर्विभक्ति श्रेत ऋषिदेवभागो विदां चकार तासु तामु हाप्राच्यैव

वास्माल्लोकादुच्चक्रमत, इति। तामु ह गिरिजाय बाभ्रव्यायामनुष्यः प्रोवाच ततो हैनामेतदर्वाङ मनुष्य।

अधीयतेऽधीयते इति।"

અર્થ: જેઓ ઉપરોક્ત રીતે પ્રાણીઓના માંસનું વિતરણ કરે છે તેમના માટે તે સ્વર્ગની સીડી બની જાય છે. પરંતુ જેઓ આની વિરુદ્ધ વહેંચે છે તેઓ ગુંડાઓ અને તોફાની લોકો જેવા છે, જેઓ માત્ર માંસની લાલસા સંતોષવા માટે પ્રાણીઓનું બલિદાન આપે છે. બલિદાનના પ્રાણીઓનું આ વિભાજન શ્રુતના પુત્ર દેવભાગની શોધ છે. જ્યારે તે આ જીવન છોડી રહ્યો હતો, ત્યારે તેણે આ રહસ્ય કોઈને સોંપ્યું ન હતું. પરંતુ કોઈ

અલૌકિક દેવદૂતે બભરુના પુત્ર ગિરિજાને તમામ સમાચાર સંભળાવ્યા. લોકો તેમના સમયથી આનો અભ્યાસ કરે છે.

ઐતરેય બ્રાહ્મણમાં જે પણ કહેવામાં આવ્યું છે તે બે બાબતો સ્પષ્ટપણે સ્પષ્ટ કરે છે. એક વાત એ છે કે બ્રાહ્મણો બલિના પ્રાણીનું તમામ માંસ લેતા હતા. નાના ટુકડા સિવાય, તેઓ યજ્ઞ કરતા ગૃહસ્થને કંઈ લેવા દેતા ન હતા; બીજું, બ્રાહ્મણો પોતે જ પ્રાણીઓની કતલ કરવા માટે કસાઈ તરીકે કામ કરતા હતા. સિદ્ધાંતના દૃષ્ટિકોણથી, યજ્ઞમાં બલિદાન આપવામાં આવતું પ્રાણી ભૂત છે, સિદ્ધાંત એ છે કે જે વ્યક્તિ દેવતાઓને બલિદાન આપે છે, તે ફક્ત પોતાનો જીવ બચાવવા માટે જ બલિદાન આપે છે. તેણે પોતાનો જીવ બચાવ્યો.

આ માટે તે પોતાની જગ્યાએ એક પ્રાણીનું બલિદાન આપે છે. આનો અર્થ એ થયો કે જે પ્રાણીઓનું માંસ ખાય છે, તે લોકોનું માંસ પણ ખાય છે, કારણ કે અહીં પ્રાણીઓ લોકોનો વિકલ્પ છે. બ્રાહ્મણોના સ્વાર્થ માટે આ વિચાર ખૂબ જ ખતરનાક હતો. બ્રાહ્મણ પોતે જ પ્રાણીનું બધુ માંસ પડાવી લેવા માંગતો હતો. જ્યારે ઐતરેય બ્રાહ્મણે જોયું કે આ વિચારને સ્વીકારવાથી બ્રાહ્મણોના હાથમાંથી બલિના પ્રાણીનું માંસ ગુમાવવાનો ભય છે. તેથી તેણે આ વિચારને સદંતર ફગાવીને સમજાવવાનો પ્રયાસ કર્યો છે.

"सर्वाभ्यो व एष देवताभ्य आत्मानमालभते यो दीक्षतेऽग्निः सर्वा देवतः सोमः देवतः स सदग्निषीमीय पशुमालते सर्वाभ्य एव तद्द वताम्यो यजमान आत्मानं निष्कोणीते, इति।"

અર્થ: જેઓ ત્યાગના રહસ્યોમાં દીક્ષિત છે તેઓ દેવતાઓને બલિદાન આપે છે. અગ્નિ એ બધા દેવતાઓના પ્રતિનિધિ છે અને સોમ એ બધા દેવતાઓના પ્રતિનિધિ છે. જ્યારે તે અગ્નિ અને ચંદ્રને બલિદાન આપે છે, ત્યારે તે પોતાને બધા દેવતાઓના બલિદાન થવાથી મુક્ત કરે છે.

"तदाहुर्नाग्नीपौमीयस्य पशोरनीयास्पुरुषस्य वां एषोंऽश्नाति योऽनीषोमीयस्य पशोरश्नाति यजमानी ह्यतेनाऽऽमानं निष्क्रीणीत, इति।"

અર્થ: જેઓ કહે છે - અગ્નિ સોમ પર બલિ ચઢાવેલા પ્રાણીનું માંસ ન ખાવું. જે કોઈ આવા પ્રાણીનું માંસ ખાય છે, તે લોકોનું માંસ ખાય છે, કારણ કે પ્રાણીની બલિ ચઢાવવાથી બલિદાન આપનાર પોતાને બચાવે છે. પરંતુ આ વિચાર પર ધ્યાન આપવું બિનજરૂરી છે. આ બાબતોને જોતાં, બ્રાહ્મણો માત્ર માંસાહારી જ નહીં, કસાઈ પણ હતા એ સાબિત કરવા માટે કોઈ વધુ પુરાવાની જરૂર નથી.

તો પછી બ્રાહ્મણોએ તેમની રણનીતિ કેમ બદલી? આપણે બે ભાગમાં તેમની રણનીતિ બદલવાની વાત કરીએ છીએ. પ્રથમ, તેણે ગૌમાંસ કેમ છોડ્યું?

ઉપર બતાવ્યા પ્રમાણે, અશોકે ક્યારેય કાયદા દ્વારા ગૌહત્યા પર પ્રતિબંધ મૂક્યો ન હતો. તેના પર પ્રતિબંધ હતો તો પણ બ્રાહ્મણો ક્યારે બૌદ્ધ સમ્રાટ દ્વારા બનાવેલા કાયદાને સ્વીકારતા હતા?

શું મનુએ ગૌહત્યા પર પ્રતિબંધ મૂક્યો હતો? જો તેણે તેમ કર્યું, તો તે બ્રાહ્મણોને સ્વીકાર્ય છે અને બ્રાહ્મણોમાં આ પરિવર્તનનો સંતોષકારક ખુલાસો પણ સમજી શકાય છે. મનુસ્મૃતિમાં નીચેના શ્લોકો જોવા મળે છે:-

यो बन्धनवधक्लेशान्प्राणिनां न चिकीर्षति स सर्वस्य हितप्रेप्सुः सुखमत्यन्तमश्नुते। 15,46

જે જીવોને બાંધવા, મારવા કે ત્રાસ આપવા માંગતો નથી, તે તમામ જીવોનું હિત ઇચ્છે છે.

જે પ્રેમ કરે છે તેને અપાર સુખ મળે છે.

यद्ध्यायति यत्कुरुते धृतिं बध्नाति यत्र चा तदवतप्नोत्ययत्नेन यो हिनस्ति न किचन।

અર્થ: જે કોઈ પણ જીવને દુઃખ પહોંચાડતો નથી, જે કોઈ ધર્મની ઈચ્છા હૃદયથી કરે છે, જે કંઈ કાર્ય કરે છે, ગમે તે દાન કરે છે, તે તેને વિના પ્રયાસે પ્રાપ્ત થાય છે.

नाकृत्वा प्राणिनां हिसां मांसमुत्पद्यते क्वचित। न च प्राणिवधः स्वस्तस्मान्मांसं विवर्जयेत्। 5,48

અર્થઃ જીવોની હિંસા કર્યા વિના ક્યારેય માંસ ઉત્પન્ન થઈ શકતું નથી. પ્રાણીઓને મારવા એ સ્વર્ગનું કારણ નથી. તેથી, તમારે માંસ ખાવાનું બંધ કરવું જોઈએ.

समुत्पत्तिं हि मांसस्य वधबन्धौ च देहिनाम्। प्रसमीक्ष्य निवर्तेत सर्वमांसस्य भक्षणात।। 5,46

અર્થ: માંસની ઉત્પત્તિનો ક્રમ (વીર્યમાંથી) છે અને જીવોની હત્યા એ બંધન (ક્રૂરતાની ઉત્પત્તિ) છે. વ્યક્તિએ આ વિશે કાળજીપૂર્વક વિચારવું જોઈએ અને તમામ પ્રકારના માંસ ખાવાનું છોડી દેવું જોઈએ.

જો આ પંક્તિઓને નક્કર નિષેધ તરીકે સ્વીકારવામાં આવે, તો આ જ એક પર્યાપ્ત સમજૂતી બની જાય છે કે શા માટે બ્રાહ્મણોએ માંસાહારી ખોરાક છોડી દીધો અને શાકાહારી બન્યા. પરંતુ આ કલમોને કાયદા અને નિર્ણાયક પ્રતિબંધ આદેશો તરીકે સ્વીકારવી અશક્ય છે. કાં તો આ કેવળ પ્રેરણા છે અથવા પ્રક્ષેપણ છે, જે બાદમાં શાકાહારી બન્યા પછી બ્રાહ્મણોના કૃત્યની પ્રશંસામાં દાખલ કરવામાં આવ્યા હતા. તે બીજો મુદ્દો સાચો છે, કારણ કે તે મનુસ્મૃતિના સમાન પાંચમા અધ્યાયમાં આવતા અન્ય શ્લોકોમાં સાબિત થાય છે: -

प्राणस्यान्निमिदं सर्व प्रजापतिरकल्पयत्।

स्थावर जङ्गमं चैव सर्व प्राणस्य भोजनम् ॥ 5,25

અર્થ: બ્રહ્માએ આ બધું જીવનના ખોરાક તરીકે કલ્પ્યું છે. સ્થાવર (અનાજ, ફળ વગેરે) અને જંગમ (પ્રાણીઓ, પક્ષીઓ, વગેરે) એ બધા આત્માનો ખોરાક છે.

चराणामन्नमचरा दंष्ट्रिणामप्यदंष्ट्रिण।

अहस्ताश्च सहस्तानां शूराणां चैव भीरवः॥ 5,6

અર્થ: ગોચરનો ખોરાક સ્થાવર (ઘાસ વગેરે) છે, દાઢવાળાનો ખોરાક દાઢ વગરનો છે (હરણ વગેરે), હાથ વાળાનો ખોરાક હાથ વિનાના જીવો (માછલી વગેરે) અને સિંહોનો ખોરાક ડરપોક (પુરુષો) છે.

नात्ता दुष्यत्यदन्नाद्यन्प्राणिनोऽहन्यहन्यपि।

धात्रैव स्रष्टा ह्यद्यांश्च प्राणिनोत्तार एव च ॥ 5,30

અર્થઃ ખાદ્ય જીવો દરરોજ ખાય તે પછી પણ ખાદ્ય જીવોને દોષ લાગતો નથી. કારણ કે બ્રહ્માએ જ અન્ન અને ખાનાર બંનેનું સર્જન કર્યું છે.

न मांसभक्षणो दोषो न मद्ये च मैथुने।

प्रवृत्तिरेषा भूतानां निवृत्तिस्तु महाफला ॥ 5,56

અર્થઃ માંસાહાર, મદ્યપાન અને સંભોગમાં કોઈ દોષ નથી, કારણ કે આ મનુષ્યની વૃત્તિઓ છે, પરંતુ તેનો ત્યાગ કરવો ખૂબ જ ફળદાયી છે.

प्रोक्षितं भक्ष्यन्मांसं ब्राह्मणानां च काम्यया।

यथाविधि नुथुक्तस्तु प्राणानामेव चात्यत्ये ॥ 5,27

અર્થ: વ્યક્તિએ મંત્રો દ્વારા પવિત્ર કરાયેલ માંસ ખાવું જોઈએ અને શાસ્ત્રોક્ત પદ્ધતિ અનુસાર માંસ ખાવું જોઈએ. જ્યારે જીવન જોખમમાં હોય ત્યારે જરૂર અને ખાવું જોઈએ.

यज्ञाय जग्धिर्मासस्येत्येष दैव-विधिः स्मृता।

अतोऽन्यथा प्रवृत्तिस्तु राक्षसो विधिरुच्यते ॥ 5,31

અર્થઃ યજ્ઞને અર્થે માંસ ખાવું એ દિવ્ય કર્મ કહેવાય છે. આનાથી વિપરીત, માંસ ખાવાની વૃત્તિ એ રાક્ષસી વૃત્તિ છે.

क्रीत्वा खुद वाप्युत्पाद्यपरोपकृतमेववा।

देवान्पितृश्चयित्वा खादन्मांस न दुष्यति ॥ 5,32

અર્થઃ જો કોઈ વ્યક્તિ ક્યાંકથી માંસ ખરીદે છે અથવા લાવે છે અથવા ભગવાન અને પિતૃઓને અર્પણ કર્યા પછી ખાય છે, તો ખાનાર દોષિત નથી.

एष्वर्येषु पशून्हंसन्वेदतत्त्वार्थविद् द्विजः।

आत्मानं च पशु चैव गमयत्यत्तमां गतिम् ॥5,42

અર્થ: વેદના સિદ્ધાંતોને જાણનાર દ્વિજ ઉપરોક્ત મધુપર્ક પ્રવૃત્તિઓમાં પ્રાણીઓની હિંસા કરીને પોતાના અને પ્રાણીઓ માટે શ્રેષ્ઠ સ્થિતિ પ્રાપ્ત કરે છે.

यज्ञार्थ पशवः सृष्टा स्वयमेव खुदभुवा।

यज्ञस्य भूत्यै सर्वस्य तस्माद्यज्ञे वधोऽवधः ॥5,36

અર્થ: બહ્માએ પોતે બલિદાન માટે અને સર્વ યજ્ઞોની સમૃદ્ધિ માટે પ્રાણીઓની રચના કરી છે, તેથી પ્રાણીની હત્યા કરવી એ અહિંસા છે.

औषध्यः पशवो वृक्षास्तिर्यञ्चः पक्षिणास्तथा।

यज्ञार्थ निधनं प्राप्तः प्राप्नुवन्त्यस्तृतीः पुनः ॥ 5,40

અર્થઃ ઔષધિઓ, પ્રાણીઓ, વૃક્ષો, કાચબા વગેરે અને પક્ષીઓ, આ બધા જ્યારે યજ્ઞને અર્થે મારી નાખવામાં આવે છે, તો પછી તે સારા જીવનમાં જન્મ લે છે.

મનુ આનાથી આગળ વધે છે અને માંસાહારી ખોરાકને ફરજિયાત બનાવે છે. નીચેની પંક્તિઓ નોંધવા જેવી છે:-

नियुक्तस्तु यथान्यायं यो मांस नात्ति मानवः।

स प्रेत्य पशुतां यादि संभवानेकविंशतिम् 115,34

અર્થઃ જે વ્યક્તિ નિર્ધારિત કાર્યપદ્ધતિ પ્રમાણે નિયુક્ત થયા પછી માંસ ખાતી નથી, તે મૃત્યુ પછી એકવીસ જન્મો સુધી પ્રાણી જ રહે છે. તે સ્પષ્ટ છે કે મનુએ માંસાહારી ખોરાક પર પ્રતિબંધ મૂક્યો હતો. મનુએ ગૌહત્યા પર પણ પ્રતિબંધ મૂક્યો હતો. આ મનુથી જ સાબિત થાય છે. સૌપ્રથમ, મનુસ્મૃતિમાં ગાયનો ઉલ્લેખ માત્ર નિયમોની યાદીમાં કરવામાં આવ્યો છે જે મનુના મતે સ્નાતકો માટે માન્ય હોવું આવશ્યક છે. તેઓ નીચે આપેલ છે:-

1. સ્નાતક માટે ગાયનો સૂંઘેલો ખોરાક પ્રતિબંધિત છે. (4,201)
2. સ્નાતક માટે વાછરડાને બાંધેલા દોરડા ઉપરથી કૂદવાનું પ્રતિબંધિત છે. (4,38)
3. સ્નાતકો માટે ગો-બ્રજમાં લઘુ-શંકા કરવું પ્રતિબંધિત છે. (4,45)
4. સ્નાતકો માટે ગાયની સામે પેશાબ અને મળ પસાર કરવા પ્રતિબંધિત છે. (4,48)

5. ગો- બ્રજમાં પ્રવેશ કરતી વખતે, સ્નાતકે પોતાનો જમણો હાથ ઉઘાડો કરવો જોઈએ. (4,48)
6. જો ગાય તેના વાછરડાને ખવડાવી રહી હોય, તો સ્નાતક માટે તેને અટકાવવા અથવા તેના વિશે કોઈને જાણ કરવા માટે પ્રતિબંધ છે. (4,56)
7. સ્નાતકો માટે ગાય પર ચડવું પ્રતિબંધિત છે. (4,72)
8. સ્નાતકો માટે ગાયોની હિંસા એટલે કે તેમને પીડા પહોંચાડવી પ્રતિબંધિત છે. (4,162)
9. ગાયને ખુલ્લા મોંથી સ્પર્શ કરવાની મનાઈ છે. (4,142)

આ ઉલ્લેખો સાબિત કરે છે કે મનુ ગાયને પવિત્ર પ્રાણી માનતા ન હતા. બીજી બાજુ, તે તેને એક અશુદ્ધ પ્રાણી માનતા હતા જેના સ્પર્શથી સાંસ્કૃતિક અશુદ્ધિ થાય છે. મનુસ્મૃતિમાં એવા શ્લોકો છે જે સાબિત કરે છે કે ગૌમાંસ ખાવા પર કોઈ પ્રતિબંધ નથી. આ સંદર્ભે ત્રીજા અધ્યાયના ત્રીજા શ્લોકનો ઉલ્લેખ કરી શકાય.

તે નીચે મુજબ છે:-

तं प्रतीतं स्वधर्मेण ब्रह्मदाहरं पितुः।

स्रग्विणं तल्प आसीनमर्हयेत्प्रथमं गवा॥ 3,3

અર્થ: જે પોતાના ધર્મ પરિવર્તન માટે પ્રખ્યાત છે, જેને તેના પિતા પાસેથી ધાર્મિક વારસો મળ્યો છે, તેને સારા આસન પર બેસાડવા જોઈએ, ફૂલોની માળા પહેરવી જોઈએ અને ગાયના (મધુપર્ક)થી પૂજા કરવી જોઈએ.

પ્રશ્ન એ થાય છે કે મનુએ સ્નાતકને ગાય આપવાની ભલામણ શા માટે કરવી પડી? તે સ્પષ્ટ છે - જેમાં તે મધુપર્ક બનાવી શકે છે. જો આવું હોય તો તેનો અર્થ એ છે કે મનુને બ્રાહ્મણો ગૌમાંસ ખાતા હોવાની જાણકારી હતી. અને તેણે તેમને ના પાડી નહિ.

બીજો ઉલ્લેખ મનુએ પ્રાણીઓના ખાદ્ય અને અખાદ્ય માંસ અંગે કરેલી ચર્ચાનો છે. તે પાંચમા અધ્યાયના 18મા શ્લોકમાં લખાયેલું છે.

श्वाविधं शल्यकं गोधा खड्गकूर्मशशांस्तथा।

भक्ष्यान्पञ्चनखेष्वाहुरनुष्टाश्चैकतो दतः॥ 5,18

અર્થ: એવું કહેવાય છે કે પંચનાખી પ્રાણીઓમાં શાહુડી, ઈગુઆના, ગેંડા, કાચબો, સસલું અને દાંતવાળા પ્રાણીઓમાં ઊંટ, બકરી વગેરે સિવાયના પ્રાણીઓ ખવાય છે. પરંતુ નોંધનીય છે કે મનુ ગાયને અપવાદ તરીકે સ્વીકારતા નથી. આનો સ્પષ્ટ અર્થ એ છે કે મનુને ગૌમાંસ ખાવા સામે કોઈ વાંધો નહોતો.

મનુ ગૌહત્યાને ગુનો માનતા ન હતા. તેમના મતે, પાપના પ્રકારો છે: (1) મહા-પાતક, (2) ઉપ-પાતક. આ કેટલાક મહા-પાતક છે?

ब्रह्महत्या सुरापानं स्तेयं गुर्वङ्ड्गनागमः।

महान्ति पातकायाहुः संसर्गश्चापि तैः सह।। 11,54

અર્થ: બ્રહ્મહત્યા, નશો, ચોરી, શિક્ષકની પત્ની પાસે જવું, આ (ચાર) મહાપાપ કહેવાય છે અને આ પાપીઓનો સંગ એ પણ મહાપાપ છે. કેટલાક ઉપપાતક, એટલે કે, નાના અપરાધો, આ છે:-

गोवधोऽयाज्य संयाज्य पारदार्यम विक्रयाः।

गुरु- मातृ-पितृ-त्यागः स्वाध्यायाग्न्यो सुतस्य च।। 1,56

અર્થ: ગાયની હત્યા, જાતિ કર્મથી દૂષિત મનુષ્યોનો યજ્ઞ કરવો, સ્ત્રીઓ સાથે સંભોગ કરવો, પોતાને વેચવું, ગુરૂ, માતા, પિતાની સેવાનો ત્યાગ, સ્વ-અધ્યયનનો ત્યાગ, ચતુર અગ્નિનો ત્યાગ અને પુત્રના ભરણપોષણનો ભોગ આપવો.

આના પરથી સ્પષ્ટ થાય છે કે મનુની દૃષ્ટિએ ગૌહત્યા એ નાનું પાપ અથવા 'ઉપપાતક' છે. ગાયની હત્યા કોઈ યોગ્ય અને પર્યાપ્ત કારણ વગર થઈ ત્યારે જ તે નિંદનીય હતું. અને જો એવું ન હોય તો પણ તે બહુ જઘન્ય કૃત્ય નહોતું. યાજ્ઞવલ્ક્યના પણ આવા જ વિચારો હતા. આ બધું સાબિત કરે છે કે બ્રાહ્મણો પેઢી દર પેઢી માંસાહારી હતા. તેણે ગૌમાંસ ખાવાનું કેમ છોડી દીધું? તેઓ સંપૂર્ણપણે અલગ મર્યાદા પર ગયા. તેણે માત્ર ગૌમાંસ જ નહીં પરંતુ માંસ ખાવાનું પણ છોડી દીધું અને શાકાહારી બની ગયા. આ એક સાથે બે ક્રાંતિ હતી. તેઓએ તેમના દિવ્ય સંસ્મરણકાર મનુના ઉપદેશને લીધે આ કર્યું નથી, બ્રાહ્મણોએ શા માટે આ કર્યું? શું તે કોઈ સિદ્ધાંતને કારણે છે? કે પછી આનો શ્રેય યુદ્ધનીતિને જ અપાશે?

આ પ્રશ્નના બે જવાબો આપવામાં આવ્યા છે. એક જવાબ એ છે કે ગાયની પૂજા અદ્વૈત ફિલસૂફીનું પરિણામ છે, જે શીખવે છે કે સમગ્ર બ્રહ્માંડમાં એક 'બ્રહ્મ' છે અને તેથી તમામ જીવન, પછી ભલે તે મનુષ્ય હોય કે પ્રાણી, પવિત્ર છે. આ ખુલાસો સંતોષકારક નથી. સૌ પ્રથમ, તેની વાસ્તવિકતા સાથે કોઈ સામ્યતા નથી. વેદાંત સૂત્રો, જે 'બ્રહ્મા›ની એકતાનો ઉપદેશ આપે છે, સૌ પ્રથમ આનો વાસ્તવિકતા સાથે મેળ ખાતો નથી. બીજા અધ્યાયના 28મા સૂત્રથી આ સ્પષ્ટ થાય છે. બીજું, જો આ પરિવર્તન વેદાંતના આદેશોને અમલમાં મૂકવાનું પરિણામ છે, તો પછી તે ફક્ત ગાય પર જ કેમ અટકવું જોઈએ? આ બીજા બધા પ્રાણીઓને પણ લાગુ પડવું જોઈએ.

બીજી સમજૂતી પ્રથમ કરતાં વધુ 'મૂળભૂત' છે. આ મુજબ, બ્રાહ્મણના જીવનમાં આ પરિવર્તનનું કારણ પુનર્જન્મ લેવાનો આત્માનો સિદ્ધાંત છે. આ ખુલાસો પણ વાસ્તવિકતા સાથે કોઈ મેળ ખાતો નથી. બૃહદારણ્યક ઉપનિષદમાં આત્માના પુનર્જન્મનો સિદ્ધાંત પ્રતિપાદિત કરવામાં આવ્યો છે. તેમ છતાં, તે કહે છે કે જો લોકો તેજસ્વી પુત્રનો જન્મ ઇચ્છે છે, તો તેને ઘેટાંનું માંસ ચોખા અને ઘી સાથે ખવડાવવું જોઈએ. તો પછી, શું કારણ છે કે ઉપનિષદમાં વર્ણવેલ આ સિદ્ધાંતની મનુના સમય સુધી એટલે કે લગભગ 400 વર્ષ પછી બ્રાહ્મણોના આચરણ પર કોઈ અસર પડી ન હતી. ત્રીજું, જો આત્માના પુનર્જન્મના સિદ્ધાંતને કારણે બ્રાહ્મણો શાકાહારી બન્યા, તો પછી બ્રાહ્મણો પણ શાકાહારી કેમ ન થયા? મારા મતે, આ બ્રાહ્મણોની વ્યૂહરચનાનો એક ભાગ છે કે તેઓ માંસાહારી રહેવાને બદલે ગાય-પૂજક બની ગયા. આ 'ગાય-પૂજા›નું રહસ્ય બૌદ્ધો અને બ્રાહ્મણો વચ્ચેના સંઘર્ષ અને તેમના દ્વારા લેવાયેલા પગલાંમાં શોધવું પડશે કે બૌદ્ધોને હરાવવા માટે બ્રાહ્મણોએ શું કર્યું. ભારતમાં બૌદ્ધો અને બ્રાહ્મણો વચ્ચેનો સંઘર્ષ તે ઇતિહાસની નિર્ણાયક ઘટના છે. આ વાસ્તવિકતાને સ્વીકાર્યા વિના, હિંદુ ધર્મના કેટલાક ભાગોને સમજાવી શકાય નહીં. કમનસીબે, ભારતીય ઈતિહાસકારોની દૃષ્ટિએ આ બૌદ્ધ-બ્રાહ્મણ સંઘર્ષનું મહત્ત્વ સંપૂર્ણપણે પરોક્ષ રહ્યું છે. તેઓ જાણે છે કે બ્રાહ્મણવાદ કહેવાય છે, પરંતુ તેઓ સંપૂર્ણપણે અજાણ હોય છે કે આ વિચારો લગભગ 400 વર્ષોથી એકબીજાને દૂર કરવા માટે સંઘર્ષ કરે છે અને ભારતીય ધર્મ, સમાજ અને રાજકારણ પર તેમની અસર હજુ પણ છે.

સમગ્ર સંઘર્ષની વાર્તા કહેવા માટે અહીં જગ્યા નથી. બે-ચાર મહત્વની બાબતોનો ઉલ્લેખ કરી શકાય. એક સમય હતો જ્યારે મોટાભાગના ભારતીયો બૌદ્ધ હતા. સેંકડો વર્ષો સુધી આ ભારતીય લોકોનો ધર્મ રહ્યો. તેણે બ્રાહ્મણવાદ પર વૈચારિક અને સાંસ્કૃતિક એવા હુમલાઓ કર્યા જેવા કોઈએ કર્યા ન હતા. બ્રાહ્મણવાદ અધોગતિમાં હતો અને જો સંપૂર્ણ અધોગતિમાં ન હતો, તો પણ તેણે પોતાને બચાવવાનો હતો. બૌદ્ધ ધર્મના વિસ્તરણને કારણે, બ્રાહ્મણોએ ન તો શાહી દરબારમાં અને ન તો જાહેરમાં તેમની શક્તિ ગુમાવી દીધી હતી પરંતુ તેમણે બૌદ્ધ ધર્મના હાથે જે હાર સહન કરી હતી તેનાથી તેઓ પીડાતા હતા અને તેમની શક્તિ અને ગૌરવ પુનઃપ્રાપ્ત કરવા માટે દરેક રીતે પ્રયાસ કરી રહ્યા હતા. બૌદ્ધ ધર્મની લોકોના મન પર એટલી ઊંડી અસર હતી અને તેઓ તેનાથી એટલા પ્રભાવિત થયા કે બ્રાહ્મણો માટે બૌદ્ધ ધર્મ સાથે કોઈપણ રીતે સ્પર્ધા કરવી સંપૂર્ણપણે અશક્ય હતી. તેમનો એકમાત્ર ઉપાય એ હતો કે બૌદ્ધોની જીવનશૈલી અપનાવવી અને આ બાબતમાં તેમને વટાવીને

ચરમસીમાએ જવું. બુદ્ધના પરિનિર્વાણ પછી, બૌદ્ધોએ બુદ્ધની મૂર્તિઓ અને સ્તૂપ બનાવવાનું શરૂ કર્યું અને બ્રાહ્મણોએ તેનું અનુસરણ કર્યું. તેઓએ પોતાના મંદિરો બનાવ્યા અને તેમાં શિવ, વિષ્ણુ, રામ અને કૃષ્ણ વગેરેની મૂર્તિઓ સ્થાપિત કરી. બુદ્ધ મૂર્તિની પૂજાથી પ્રભાવિત લોકોને કોઈક રીતે આકર્ષવાનો હેતુ હતો. આ રીતે મંદિરો અને મૂર્તિઓ માટે એક એવી જગ્યા બનાવવામાં આવી જેનું હિન્દુ ધર્મમાં કોઈ સ્થાન નથી. બૌદ્ધોએ બ્રાહ્મણ ધર્મનો ત્યાગ કર્યો હતો જેમાં પશુઓનું બલિદાન અને ખાસ કરીને ગૌહત્યાના યજ્ઞો સામેલ હતા. તેના બે કારણો હતા - એક, તેઓ ખેતી કરતા લોકો હતા અને બીજું, ગાય ખૂબ જ ઉપયોગી હતી. તે સમયે બ્રાહ્મણ ગાયને ઘાતક ગણીને નફરતનો આશય બની ગયો હોય તેવી જ રીતે અતિથિ પણ 'ગૌમાંસ' બનવાની ઘટનાઓને કારણે ધિક્કારનો વિષય બની ગયો હોય તેવી શક્યતા વધુ છે. કારણ કે જ્યારે પણ કોઈ મહેમાન આવે ત્યારે તેમના સન્માનમાં ગાયને મારી નાખવાની હતી. આવી સ્થિતિમાં, પોતાની સ્થિતિ સુધારવા માટે, બ્રાહ્મણોએ યજ્ઞના રૂપમાં જે 'પૂજા' અને તેની સાથે ચાલતી ગૌહત્યાનો ત્યાગ કરવો તે તેમના શ્રેષ્ઠ હિતમાં માન્યું.

ગૌમાંસ ખાવાનું છોડી દેવાનો બ્રાહ્મણોનો હેતુ બૌદ્ધ સાધુઓ પર તેમની શ્રેષ્ઠતા છીનવી લેવાનો હતો. આ બ્રાહ્મણો શાકાહારી બન્યા તેથી સાબિત થાય છે. નહીં તો બ્રાહ્મણ શાકાહારી કેમ થયો? આનો જવાબ એ છે કે શાકાહારી બન્યા વિના તે બૌદ્ધ ધર્મના પ્રસારને કારણે તેમના પગ નીચેથી સરકી ગયેલી જમીન પાછી મેળવી શક્યા ન હોત. આ સંદર્ભે, એ યાદ રાખવા જેવું છે કે બૌદ્ધોની તુલનામાં, બ્રાહ્મણોને એક બાબતમાં જનતાની નજરમાં હલકી ગુણવત્તાવાળા ગણવામાં આવતા હતા. આ મામલો પ્રાણીઓની કતલનો હતો, જે બ્રાહ્મણવાદનો સાર હતો અને જેનો બૌદ્ધ ધર્મ સંપૂર્ણપણે વિરોધ કરતો હતો. તે સ્વાભાવિક છે કે જે લોકો ખેતી પર નિર્ભર છે, ત્યાં બૌદ્ધ ધર્મ માટે આદર અને બ્રાહ્મણ ધર્મ પ્રત્યે નફરત હોવી જોઈએ જેમાં અન્ય પ્રાણીઓની સાથે ગાય અને બળદની પણ કતલ કરવામાં આવે છે. બ્રાહ્મણો તેમના ભૂતકાળના સન્માનને બચાવવા શું કરી શકે? તે સિવાય કોઈએ બૌદ્ધ સાધુઓ કરતાં એક ડગલું આગળ જઈને માત્ર ગૌમાંસ ખાવાનું છોડી દેવું જોઈએ નહીં પણ શાકાહારી પણ બની જવું જોઈએ. શાકાહારી બનવામાં બ્રાહ્મણોનો આ હેતુ હતો. આ ઘણી રીતે સાબિત થઈ શકે છે.

જો બ્રાહ્મણોએ પશુબલિને ખરાબ માન્યું હોત અને સિદ્ધાંતના દૃષ્ટિકોણથી તેમનું વર્તન બદલ્યું હોત, તો તેઓને યજ્ઞો માટે પ્રાણીઓની હત્યા કરવાનો ઇનકાર કરવો પૂરતો હતો. તેના માટે શાકાહારી બનવું

જરૂરી ન હતું પણ તે શાકાહારી જ રહ્યો. આ સ્પષ્ટ કરે છે કે તેની દ્રષ્ટિ ઊંડી હતી, અને તેના માટે અન્ય કોઈપણ રીતે શાકાહારી બનવું સંપૂર્ણપણે બિનજરૂરી હતું; કારણ કે તમામ બૌદ્ધ સાધુઓ શાકાહારી ન હતા. આ નિવેદન કેટલાક લોકોને આશ્ચર્યચકિત કરી શકે છે; કારણ કે એક સામાન્ય માન્યતા છે કે અહિંસા અને શાકાહાર વચ્ચે આવશ્યક સંબંધ છે. એક સામાન્ય માન્યતા છે કે બૌદ્ધ સાધુઓ માંસને સ્પર્શતા નથી. પરંતુ આ એક ભૂલ છે. હકીકત એ છે કે સાધુ ત્રિકટી પરિશુદ્ધ (ત્રણ રીતે શુદ્ધ) માછલીના માંસનું સેવન કરી શકે છે. પાછળથી તે પાંચ પ્રકારના થઈ ગયા. ચીની પ્રવાસી હ્યુએન ચુઆંગ તેનાથી પરિચિત હતો. તેમાંથી શુદ્ધ પ્રકારના માંસને સાન-ચિંગ કહેવામાં આવે છે. શ્રી થોમસ વોલ્ટર્સે આ રીતે સાધુઓમાં આ પ્રથાનું મૂળ સમજાવ્યું છે. તેમની વાત મુજબ:-

"બુદ્ધના સમયમાં, વૈશાલીમાં સિંહ નામનો એક શ્રીમંત સેનાપતિ હતો, જેણે બૌદ્ધ ધર્મ સ્વીકાર્યો હતો. તે સાધુ હુકમના પરોપકારી નેતા બન્યા અને સાધુઓને માંસ અને ખોરાકની અછત ન થવા દીધી. જ્યારે તે જાણવા મળ્યું. જ્યારે સાધુઓએ આવો તૈયાર ખોરાક લીધો, ત્યારે તપસ્વી સાધુઓએ આ સાંભળ્યું અને સાધુઓને એકઠા કર્યા તેથી ભગવાને તેમને સંબોધીને કહ્યું, હે સાધુઓ, તમે જે પ્રાણીને માર્યાનું જોયું હોય અથવા સાંભળ્યું હોય તેનું માંસ ન ખાવું જોઈએ. તમે મંજૂર માંસ, એટલે કે એવા પ્રાણીનું માંસ જે જોયું કે સાંભળ્યું નથી કે તે આપણા માટે મારવામાં આવ્યું છે.

તે આપણા માટે માર્યો ગયો હતો અને તેમાં કોઈ શંકા ન હોવી જોઈએ કે તે આપણા માટે માર્યો ગયો હતો. પાલી અને સુફેન વિનય પિટક અનુસાર, મધ્યાહ્ન ભોજન બુદ્ધ અને સાધુઓને આપવામાં આવ્યું હતું. તે ભોજન માટે બળદના શબની વ્યવસ્થા કરવામાં આવી હતી. જૈન નિગ્રંથાઓએ સાધુઓની ટીકા કરી. બુદ્ધે ત્રિકોટી પરિશુદ્ધનો આ નવો નિયમ બનાવ્યો. માંસ ખાનારા સાધુઓ હવેથી મારા માટે 'ત્રિકોટી-પરિશુદ્ધ' ચાઇનીઝ અનુવાદ, 'ન જોયું, ન સાંભળ્યું, ન શંકાસ્પદ' ની રીતે મારા માટે પ્રહાર કરવામાં આવ્યા. પછી સાધુઓ માટે વધુ બે પ્રકારના માંસ સૂચવવામાં આવ્યા હતા. એક પ્રાણી કે જેનું કુદરતી મૃત્યુ થયું હોય, અને જેને શિકારી પક્ષી અથવા અન્ય કોઈ જંગલી પ્રાણી દ્વારા મારવામાં આવ્યું હોય. આમ પાંચ પ્રકારના માંસ હતા જે બૌદ્ધ મુક્તપણે ખાઈ શકે છે. પછી આ 'ન જોયેલું, ન સાંભળેલુ' એક જાતિ બની અને તેમાં 'કુદરતી મૃત્યુ' અને 'પક્ષીઓની હત્યા›ને ભેળવીને એક પ્રતીક બને છે.

જ્યારે બૌદ્ધ સાધુઓ માંસ ખાતા હતા, ત્યારે બ્રાહ્મણોએ તેને છોડવાની

જરૂર નહોતી. તો પછી શા માટે બ્રાહ્મણોએ માંસાહાર છોડીને શાકાહારી બન્યા? તેનું કારણ એ હતું કે તે લોકોની નજરમાં બૌદ્ધ સાધુઓ સાથે સમાન સ્તરે ઊભા રહેવા માંગતા ન હતા.

જો બ્રાહ્મણોએ યજ્ઞ કરવાનું અને તેમાં ગાયોની કતલ કરવાનું બંધ કર્યું હોત, તો જ મર્યાદિત પરિણામ આવ્યું હોત. વધુમાં વધુ, આનાથી બ્રાહ્મણો અને બૌદ્ધોને સમાન ધોરણે મૂકવામાં આવત. જો તેઓએ માંસાહારી ખોરાક અંગે બૌદ્ધ સાધુઓને અનુસર્યા હોત તો પણ એવું જ થયું હોત. આ કારણે બ્રાહ્મણોને પોતાને બૌદ્ધોથી ચડિયાતો બનાવવાનો મોકો ન મળ્યો. જે તેની આકાંક્ષા હતી. યજ્ઞોમાં ગૌહત્યાનો વિરોધ કરીને બૌદ્ધોએ લોકોના હૃદયમાં આદર મેળવ્યો હતો અને બ્રાહ્મણો તેમને આ પદ પરથી હાંકી કાઢવા માંગતા હતા. તેમના ઉદ્દેશ્યને પરિપૂર્ણ કરવા માટે, બ્રાહ્મણોએ એક હિંમતવાન નીતિનું પાલન કરવું પડ્યું જેમાં પરિણામો માટે કોઈ વિચારણા ન હતી. ‘આત્યંતિક›ને ‘પ્રચંડ›થી હરાવવાની આ નીતિ છે. આ યુદ્ધની વ્યૂહરચના છે જેનો ઉપયોગ તમામ જમણેરીઓ ડાબેરીઓને હાંકી કાઢવા માટે કરે છે. બૌદ્ધોને હરાવવાનો એકમાત્ર રસ્તો તેમનાથી એક ડગલું આગળ જઈને શાકાહારી બનવાનો હતો.

આ વિચારના સમર્થનમાં કે જે બ્રાહ્મણોએ ગાયની પૂજા શરૂ કરી અને માંસાહારી ખોરાક છોડી દીધો અને શાકાહારી બન્યા, તે માત્ર બૌદ્ધોને હરાવવા માટે કર્યું; બીજો પુરાવો આપી શકાય. આ તે તારીખ છે જ્યારે ગૌહત્યા એક મહાન ધાર્મિક વિધિ બની ગઈ હતી. એ વાત જાણીતી છે કે અશોક ગૌહત્યાને ગુનો માનતા ન હતા. ઘણા લોકો તેમની પાસેથી અપેક્ષા રાખે છે કે તેમણે ગૌહત્યા રોકવા માટે પગલાં લેવા જોઈએ. પ્રો. વિન્સર સ્મિથને આ આશ્ચર્યજનક લાગે છે, પરંતુ તેમાં આશ્ચર્યજનક કંઈ નથી.

બૌદ્ધ ધર્મ સામાન્ય રીતે પ્રાણીઓના બલિદાનનો વિરોધ કરતો હતો. તેને ગાય પ્રત્યે ખાસ લગાવ નહોતો. તેથી અશોકને આ ‘ગાય સંરક્ષણ’ માટે કોઈ કાયદો બનાવવાની કોઈ ખાસ જરૂર નહોતી. તે ખૂબ જ આશ્ચર્યજનક છે કે જેમણે ‘ગૌહત્યા›ને મહાપાપ જાહેર કર્યું તે ગુપ્ત રાજાઓ હતા, જેઓ હિન્દુ ધર્મના મહાન પ્રચારક હતા. તે હિંદુ ધર્મનો, જે યજ્ઞો માટે ગાયોની કતલની પરવાનગી આપે છે. ડૉ. ભંડારકર કહે છે:-

“અમારી પાસે અકાટ્ય શિલાલેખીય પુરાવા છે કે પાંચમી સદીના પ્રારંભમાં ગૌહત્યાને એક ભયંકર પાપ માનવામાં આવતું હતું, જે બ્રાહ્મણને મારવા જેટલું ભયંકર હતું. ગુપ્ત વંશ, જેના છેલ્લા શ્લોકમાં લખ્યું છે - જે કોઈ આ દાનમાં દખલ કરશે, તે ગૌહત્યાનો દોષી હશે, ગુરુ- સ્કંદગુપ્તના દાદા ચંદ્રગુપ્ત બીજાનો એક લેખ પણ છે જે ગૌહત્યાને બ્રાહ્મણ હત્યા

સમાન પાપ માને છે. આમાં 93 ગુપ્ત સંવત્સર આપવામાં આવ્યું છે જે 412 ઈ.સ.ની સમકક્ષ છે, જે પશ્ચિમમાં ઉભેલા સાંચીના પ્રસિદ્ધ બૌદ્ધ સ્તૂપમાં કહેવામાં આવ્યું છે કે જે કોઈ આ પ્રણાલીનું ઉલ્લંઘન કરશે તે 'ગાય-હત્યા' અથવા 'પંચ-અન્તર્ય'નું પાપ કરશે. બ્રાહ્મણવાદ અને બૌદ્ધ ધર્મના અનુયાયીઓને ડરાવવાનો હેતુ છે, તેઓ માતાની હત્યા છે અને બુદ્ધની હત્યા છે. માત્ર બે જ મહાપાપ છે જેમાં એક સદાચારી બ્રાહ્મણને ડરાવવામાં આવે છે - ગાયની હત્યા કરવી, બ્રાહ્મણની હત્યા કરવી, બ્રાહ્મણની હત્યા કરવી એ દેખીતી રીતે જ એક મહાન પાપ છે; કારણ કે અસ્તિત્વમાં છે તે તમામ સ્મૃતિઓમાં, બ્રાહ્મણની હત્યાને મહાપાતક માનવામાં આવે છે, પરંતુ આપ્તંબ, મનુ, યાજ્ઞવલ્ક્ય અને અન્યોમાં ગૌહત્યાને માત્ર ઉપપાતક માનવામાં આવે છે. પરંતુ અહીં તેને બ્રહ્મા હત્યા સાથે જોડીને અને બૌદ્ધ ઉપદેશો સાથે બંનેને સમાન દરજ્જો આપવાથી સ્પષ્ટ થાય છે કે પાંચમી સદીની શરૂઆતમાં ગૌહત્યાને મહાપાતકની શ્રેણીમાં સામેલ કરવામાં આવી છે. આમ, ગૌહત્યાને ઓછામાં ઓછી એક સદી પહેલા એટલે કે ચોથી સદીની શરૂઆતમાં 'મહાપાતક' માનવામાં આવી હોવી જોઈએ."

સવાલ એ થાય છે કે હિંદુ રાજા પાસે ગૌહત્યા વિરુદ્ધ એટલે કે મનુ વિરુદ્ધ નિયમ બનાવવાનું શું હતું? જવાબ એ છે કે બ્રાહ્મણોએ બૌદ્ધ સાધુઓ પર તેમની શ્રેષ્ઠતા સાબિત કરવા માટે વૈદિક ધર્મનો એક ભાગ છોડવો ફરજિયાત બન્યો. જો અમારું વિશ્લેષણ સાચું છે, તો આ સ્પષ્ટ છે. તે ગાય પૂજા બૌદ્ધ અને બ્રાહ્મણવાદ વચ્ચેના સંઘર્ષનું પરિણામ છે. બ્રાહ્મણો તેમનું ગુમાવેલું સ્થાન પાછું મેળવવા માટે આ એક સાધન હતું. ■

14.

ગૌમાંસ અને માંસાહાર ખાવાથી છૂટાછવાયા લોકો શા માટે અસ્પૃશ્ય બન્યા?

જ્યારે બ્રાહ્મણો અને બિનબ્રાહ્મણોએ ગૌમાંસ ખાવાનું બંધ કર્યું અને છૂટા પડી ગયેલા લોકોએ ગૌમાંસ ખાવાનું ચાલુ રાખ્યું ત્યારે એવી પરિસ્થિતિ ઊભી થઈ જે જૂની પરિસ્થિતિથી અલગ હતી. હવે ફરક એ છે કે જૂની પરિસ્થિતિમાં બધા ગાય અને ગાયનું માંસ ખાતા હતા. આ નવી પરિસ્થિતિમાં એક વર્ગે ખાવાનું બંધ કરી દીધું હતું, બીજો વર્ગ ખાતો હતો. આ તફાવત આંખનો દુખાવો હતો. દરેક વ્યક્તિ તેને જોઈ શકતો હતો. આમ છતાં આ તફાવતનું પરિણામ સમાજમાં આટલો મોટો તફાવત આવી શક્યો ન હોત, જેટલો આ અસ્પૃશ્યતામાં જોવા મળે છે. આ એક સામાજિક ભેદ રહી શક્યો હોત. એવા ઘણા ઉદાહરણો છે જ્યાં પ્રજાતિના વિવિધ ભાગો વિવિધ પ્રકારનો ખોરાક લે છે. એકને કંઈક ગમતું હોય તો પણ બીજાને નાપસંદ થાય, આ તફાવત બંને વચ્ચે કોઈ પણ પ્રકારની દીવાલ ઊભી કરતો નથી.

તેથી, ભારતમાં ગાય-માંસાહારવાદે વસાહતી જાતિઓ અને અલગ-અલગ લોકો વચ્ચે દીવાલ ઊભી કરી તેનું કોઈ ખાસ કારણ હોવું જોઈએ? આનું કારણ શું હોઈ શકે? મારો જવાબ એ છે કે જો ગૌમાંસ ખાવાનો ધર્મ સાથે કોઈ સંબંધ ન હોત અને તે ફક્ત વ્યક્તિગત સ્વાદ અને અરુચિની બાબત હોત, તો જેઓ ગૌમાંસ ખાય છે અને જેઓ નથી ખાતા તેમની વચ્ચે કોઈ દિવાલ ન હોત. કમનસીબે, માંસાહાર ખાવું એ સામાન્ય દુન્યવી બાબત બની ગઈ અને ધર્મનો પ્રશ્ન બની ગયો. આવું એટલા માટે થયું કારણ કે બ્રાહ્મણોએ ગાયને પવિત્ર પ્રાણી બનાવ્યું હતું. આ કારણે ગૌમાંસ ખાવું 'અધાર્મિક' બની ગયું. આ અલગ થયેલા લોકોને સમાજમાંથી બહિષ્કૃત કરવામાં આવ્યા હતા કારણ કે તેઓ 'કાયદેસર' હતા.

જે લોકો સમાજના જીવનમાં 'ધર્મ›નું સ્થાન નથી સમજી શકતા તેમના માટે આ જવાબ કદાચ બહુ સ્પષ્ટ ન હોય તેઓ પૂછી શકે છે કે આ મતભેદોનું કારણ ધર્મ કેમ બન્યો? ધર્મ વિશે નીચેની બે બાબતો ધ્યાનમાં રાખવામાં આવે તો આ બાબત સ્પષ્ટ થઈ જશે.

સૌ પ્રથમ આપણે 'ધર્મ'ની વ્યાખ્યા લઈએ. આ એક વ્યાપક વિધાન છે જે તમામ ધર્મોને લાગુ પડે છે. દરેક ધર્મ માન્યતાઓ અને પ્રથાઓનો સ્વીકૃત સમૂહ છે, જે (1) 'ધાર્મિક' વસ્તુઓ સાથે વ્યવહાર કરે છે, અને જે (2) તે વસ્તુઓમાં માનનારા લોકોને 'જાતિ' બનાવે છે. બીજી રીતે કહીએ તો દરેક ધર્મમાં બે બાબતો હોય છે. એક તો ધર્મને પવિત્ર વસ્તુઓથી અલગ કરી શકાતો નથી; બીજું એ કે 'ધર્મ' એક સામૂહિક વસ્તુ છે જેને સમાજથી અલગ કરી શકાતી નથી.

'ધર્મ'નો પ્રથમ ભાગ ધારે છે કે બધી વસ્તુઓ - ભલે ભૌતિક હોય કે બિન-ભૌતિક, જે પણ માણસના વિચારોનું ભવિષ્ય બનાવે છે, તે બે સ્પષ્ટ વર્ગોમાં વહેંચાયેલી છે, જે ધાર્મિક અને બિન-ધાર્મિક અથવા સામાન્ય દુન્યવી કહેવાય છે.

આ 'ધર્મ'ની વ્યાખ્યા કરે છે. 'ધર્મ'નું કર્તવ્ય સમજવા માટે 'ધર્મ' સંબંધી નીચેની બાબતો પર ધ્યાન આપવું જરૂરી છે.

સૌપ્રથમ નોંધ લેવા જેવી બાબત એ છે કે જે વસ્તુઓ પવિત્ર માનવામાં આવે છે તે માત્ર દુન્યવી વસ્તુઓ કરતાં ઉચ્ચ સ્થાન કે દરજ્જો ધરાવતી નથી. તેઓ સંપૂર્ણપણે અલગ છે. પવિત્ર અને દુન્યવી વસ્તુઓની 'જાતિ' સરખી નથી હોતી, બંને વચ્ચે સંપૂર્ણ વિરોધ છે. પ્રો. દુરાખીનનું નિવેદન છે:-

'સારા' અને 'ખરાબ'નો પરંપરાગત વિરોધ આનાથી વધુ કંઈ નથી કારણ કે 'સારા' અને 'ખરાબ' બંને એક જ 'જાતિ'ના બે વિરોધી તત્વો છે, એટલે કે આધાર છે; જેમ આરોગ્ય અને માંદગી એ એક જ જીવન ચક્રના બે અલગ અલગ પાસાઓ છે. પરંતુ માનવ મનની પવિત્ર અને બિનસાંપ્રદાયિક કલ્પના દરેક જગ્યાએ બે જુદી જુદી 'જાતિ' - બે સંપૂર્ણપણે અલગ વિશ્વોની કલ્પના છે જેમાં કંઈપણ સામ્ય નથી.

વધુ જિજ્ઞાસુ સજ્જનોને કદાચ એ જાણવાનું ગમશે કે દુનિયામાં પુરુષોને પવિત્ર અને સાંપ્રદાયિકની એકબીજાના વિરોધી તરીકે કલ્પના કરવા માટે દબાણ કેમ કર્યું? આપણે અહીં આ ચર્ચામાં પ્રવેશવાની જરૂર નથી, કારણ કે તે આપણા વર્તમાન હેતુને પૂર્ણ કરવા માટે જરૂરી નથી.

"આ બાબતમાં નોંધનીય બીજી બાબત એ છે કે 'પવિત્ર વસ્તુઓ'ની સંખ્યા નિશ્ચિત નથી. એક ધર્મની પવિત્ર વસ્તુઓ અને બીજા ધર્મની 'પવિત્ર વસ્તુઓ' વચ્ચે અનંત તફાવત છે. 'આત્મા' અને 'ઈશ્વર' ' ખડક,

પ્રાણી, પાણીનો સ્રોત, પથ્થરનો ટુકડો, ઘર, એક શબ્દમાં કંઈપણ પવિત્ર ગણી શકાય.

પવિત્ર વસ્તુઓ હંમેશા 'પ્રતિબંધ' સાથે સંકળાયેલી હોય છે, જેને પ્રતિબંધિત વસ્તુઓ (નિષેધ) કહી શકાય. પ્રો. દુરખેમને ફરીથી ટાંકવા માટે, «પવિત્ર વસ્તુઓ તે છે જે પ્રતિબંધો દ્વારા સુરક્ષિત છે અને જેને 'નિષેધ' બાકાત રાખે છે, અને સાંપ્રદાયિક વસ્તુઓ તે છે જેના પર આ પ્રતિબંધો લાગુ પડે છે અને જે પ્રથમ સ્થાને ટાળવામાં આવે છે. તે જ જરૂરી છે. «

ધાર્મિક પ્રતિબંધો ઘણા સ્વરૂપો લે છે. આમાં સૌથી મહત્વનો પ્રતિબંધ સંબંધનો છે. સંબંધના નિષેધનો આધાર એ છે કે જે 'સંસાર' છે તેને પવિત્ર સાથે કોઈ પ્રકારનો સંબંધ ન હોવો જોઈએ. 'સ્પર્શ' સિવાય, અન્ય ઘણી રીતે જોડાણ સ્થાપિત કરી શકાય છે. 'એક નજર નાખવી' એ પણ એક પ્રકારનો સંબંધ સ્થાપિત કરવાનો પ્રકાર છે. આ એટલા માટે છે કારણ કે અમુક સંજોગોમાં દુન્યવી (અપવિત્ર) લોકો માટે પવિત્ર વસ્તુઓ જોવાની મનાઈ છે. શબ્દ એટલે કે શ્વાસ જે લોકોનો ભાગ છે અને લોકોમાં ફેલાય છે તે પણ સંબંધનું બીજું સ્વરૂપ છે. તેથી કોસ્મિક તે (અપવિત્ર) માટે પવિત્ર વસ્તુઓને સંબોધવા અથવા ઉચ્ચારવા માટે પ્રતિબંધિત છે. ઉદાહરણ તરીકે, ફક્ત બ્રાહ્મણે જ વેદનો પાઠ કરવો જોઈએ, શુદ્રે નહીં. ખાવાના પરિણામે એક અસાધારણ નિકટતા ઊભી થાય છે. તેથી પવિત્ર પ્રાણીઓ અથવા પવિત્ર છોડ ખાવાની મનાઈ છે.

પવિત્ર વસ્તુઓ સાથે સંબંધિત પ્રતિબંધો વિવાદિત થઈ શકતા નથી. તેઓ વિવાદથી પર છે અને કોઈપણ જો અને પરંતુ વગર તેને સ્વીકારવા જોઈએ. જેઓ પવિત્ર છે તે 'અસ્પૃશ્ય' શબ્દના વિશેષ અર્થમાં 'અસ્પૃશ્ય' છે, એટલે કે વિવાદ તેમને કોઈપણ રીતે સ્પર્શી શકે નહીં. જે કરી શકાય છે તે છે પવિત્રનો આદર અને પાલન કરવાનું.

અને છેલ્લી વાત એ છે કે આ 'પવિત્ર વસ્તુઓ સંબંધિત પ્રતિબંધો' દરેકને લાગુ પડે છે. તેઓ સ્વયંસ્પષ્ટ સત્યો નથી. તે આજ્ઞાઓ છે. તેઓનું પાલન કરવું જોઈએ, અને શબ્દના સામાન્ય અર્થમાં નહીં, તેઓ અદમ્ય આદેશો છે. તેમનું પાલન ન કરવું એ 'ગુના' કરતા વધારે છે. આ 'પાપ' છે.

ઉપરોક્ત સારાંશ ધર્મના અવકાશ અને પ્રવૃત્તિને સમજાવવા માટે પૂરતો હોવો જોઈએ, તે વિષયની વધુ ચર્ચા બિનજરૂરી છે. જે પવિત્ર છે તેની સાથે વ્યવહાર કરવાના નિયમો અને તે પ્રમાણે કામ કરવાની રીતનું વિશ્લેષણ કરીને, કોઈપણ વ્યક્તિ સમજી શકશે કે ગૌમાંસ ખાવાથી છૂટાછવાયા લોકો શા માટે અસ્પૃશ્ય બન્યા. આ પ્રશ્નનો મારો જવાબ

સાચો છે. જવાબ મેં આપ્યો છે. એ જવાબના ઉંડાણ સુધી પહોંચવા માટે માત્ર પવિત્ર વસ્તુના નિયમો પ્રમાણે કામ કરવાની રીતનું વિશ્લેષણ કરવાની અને ગાયને પવિત્ર વસ્તુ સમજવાની જરૂર છે. તે સ્પષ્ટ થઈ જશે કે અસ્પૃશ્યતા એ 'પવિત્ર પ્રાણી' ગાયને ખાવાનો નિષેધ તોડવાનું પરિણામ છે.

ઉપર કહ્યું તેમ, બ્રાહ્મણોએ ગાયને પવિત્ર પ્રાણી બનાવ્યું. જીવતી અને મરેલી ગાયો વચ્ચે કોઈ ભેદ કરવાની જરૂર તેને સમજાતી ન હતી. ગાય જીવતી હોય કે મૃત પવિત્ર હતી. ગૌમાંસ ખાવું એ માત્ર 'ગુનો' ન હતો. જો તે માત્ર 'ગુનો' હોત, તો પરિણામ માત્ર 'સજા' હોત. ગૌમાંસ ખાવું એ 'પાપ' ગણાતું. જો કોઈ વ્યક્તિ ગાયને પવિત્ર પ્રાણી માનતો ન હોત, તો તે 'પાપ' માટે દોષિત હતો અને તેની સાથે સંગ કરવો પ્રતિબંધિત હતો. છૂટા પડી ગયેલા લોકો, જેમણે ગૌમાંસ ખાવાનું ચાલુ રાખ્યું, તેઓ 'પાપ' માટે દોષિત હતા.

એકવાર ગાયને પવિત્ર માનવામાં આવે છે અને 'અલગ આદિવાસીઓ' તેનું માંસ ખાવાનું ચાલુ રાખે છે

એ યાદ રાખવું કે તેમના નસીબમાં એક જ વસ્તુ છે અને તે એ છે કે તેઓ તેમની સાથે વાતચીત કરવાનું બંધ કરશે એટલે કે તેઓ 'અસ્પૃશ્ય' બની જશે.

આ વાત પૂરી કરતાં પહેલાં આ વિચાર સામેના બે સંભવિત વાંધાઓનો જવાબ આપવો જરૂરી લાગે છે. આ વિચાર સામે બે સ્પષ્ટ વાંધાઓ છે. એક તો શું પુરાવા છે કે 'અલગ થયેલા લોકો' મૃત ગાયનું માંસ ખાતા હતા? બીજો પ્રશ્ન એ છે કે જ્યારે બ્રાહ્મણો અને બિનબ્રાહ્મણોએ ગૌમાંસ ખાવાનું છોડી દીધું હતું, ત્યારે તેઓએ પણ તે ખાવાનું કેમ ન છોડ્યું? આ પ્રશ્નો 'અસ્પૃશ્યતા›ની ઉત્પત્તિ સંબંધી આ પુસ્તકમાં દર્શાવેલ સિદ્ધાંત સાથે સીધો સંબંધ ધરાવે છે. તેથી આનો ઉકેલ લાવવો પડશે.

વાસ્તવમાં પહેલો પ્રશ્ન યોગ્ય છે અને એક પ્રકારનો માપદંડ છે. જો 'અલગ થયેલા લોકો' શરૂઆતથી જ માંસાહારી હતા, તો તે સ્પષ્ટ છે કે આપણા નવા સિદ્ધાંત માટે કોઈ સ્થાન નથી કારણ કે જો તેઓ શરૂઆતથી જ માંસાહારી હતા અને પછી પણ તેઓને અસ્પૃશ્ય ગણવામાં આવતા ન હતા, તો તે એમ કહેવું ખોટું હશે કે તેઓ માંસાહારી હતા આ કારણે 'અલગ થયેલા લોકો' અસ્પૃશ્ય બની ગયા, જે સંપૂર્ણ ગાંડપણ ન હોય તો પણ બિલકુલ તાર્કિક નથી. બીજો પ્રશ્ન માપદંડ ન હોઈ શકે પણ તે યોગ્ય છે. જો બ્રાહ્મણોએ ગૌમાંસ ખાવાનું છોડી દીધું અને બિનબ્રાહ્મણોએ તેમનું અનુસરણ કર્યું, તો પછી આ 'અલગ થયેલા લોકોએ' પણ આવું કેમ ન કર્યું? જો બ્રાહ્મણો અને બિનબ્રાહ્મણો માટે ગાય પવિત્ર પ્રાણી બની

ગઈ હોવાથી કાયદાએ ગૌહત્યાને મહાપાપ ગણાવ્યું હતું, તો પછી આ છૂટાછવાયા લોકોને પણ ગૌમાંસ ખાવાથી કેમ રોકવામાં ન આવ્યા. જો તેઓને ગૌમાંસ ખાવાથી અટકાવવામાં આવ્યા હોત તો અસ્પૃશ્યતા ઊભી થઈ ન હોત.

પહેલા પ્રશ્નનો જવાબ એ છે કે જે સમયે એક જગ્યાએ વસેલી બંને જાતિઓ અને આ અલગ થઈ ગયેલા લોકો માંસાહારી હતા, તે સમયે પણ એક પરંપરા શરૂ થઈ હતી, જેના કારણે એક જગ્યાએ સ્થાયી થયેલા લોકો તાજું ગૌમાંસ ખાતા હતા. પરંતુ અલગ લોકો મૃત ગૌમાંસ. અમારી પાસે કોઈ ચોક્કસ પુરાવા નથી કે કોઈ પણ વસાહતી લોકોએ ક્યારેય મૃત ગાયનું માંસ ખાધું હોય, પરંતુ અમારી પાસે નકારાત્મક પુરાવા છે જે દર્શાવે છે કે આ 'અલગ થયેલા લોકો' દ્વારા મૃત ગાયનો ઈજારો હતો. આ સાક્ષી મહારાષ્ટ્રના મહારો સાથે સંબંધિત છે, મહારાષ્ટ્રના મહારો મૃત પ્રાણી પર તેમનો અધિકાર માને છે. તે ગામના દરેક હિંદુ સાથે સ્પર્ધા કરીને પોતાની સત્તા સાબિત કરે છે. મતલબ કે હિંદુ પોતાના મૃત પ્રાણીનું માંસ પણ ખાઈ શકતો નથી. તેણે તેને મહારોને જ સોંપવાનું છે. આ કહેવાની બીજી રીત છે કે જ્યારે ગૌમાંસ ખાવું એ સામાન્ય પ્રથા હતી, ત્યારે મહારો મૃત ગાયનું માંસ ખાતા હતા અને હિંદુઓ તાજું ગૌમાંસ ખાતા હતા. હવે એક જ પ્રશ્ન ઉભો થાય છે અને તે એ છે કે વર્તમાન માટે જે સાચું છે, શું ભૂતકાળ માટે પણ તે જ સાચું છે? શું આ, જે મહારાષ્ટ્ર માટે સાચું છે, સમગ્ર ભારતમાં સેટલ પક્ષો અને અલગ થયેલા લોકો વચ્ચેના સંબંધનું ઉદાહરણ ગણી શકાય? આ સંદર્ભે, મહારોમાં પ્રચલિત પરંપરાગત લોકકથાઓનો ઉલ્લેખ કરી શકાય. તેમનું કહેવું છે કે વિદર્ભ (બિદર) ના મુસ્લિમ રાજાએ તેમને આવા 52 અધિકારો આપ્યા હતા, જે અન્ય હિંદુઓ માટે ઉપલબ્ધ ન હતા. જો તે સ્વીકારવામાં આવે કે તે અધિકારો તેમને વિદર્ભના રાજા દ્વારા આપવામાં આવ્યા હતા, તો તે રાજાએ પ્રથમ વખત તે અધિકારોને જન્મ આપ્યો ન હોત. તે દૂરના ભૂતકાળમાંથી આવ્યો હોવો જોઈએ. રાજાએ માત્ર તેમને સ્થિર કર્યા હોત. આનો અર્થ એ થયો કે આ 'અલગ થયેલા લોકો'ના મૃત પ્રાણીઓને ખાવાની અને આ સ્થાયી જૂથોનું તાજું માંસ ખાવાની પ્રથા પ્રાચીન સમયથી પ્રચલિત છે. આ પ્રકારની પ્રથા પ્રચલિત બને તે ખૂબ જ સ્વાભાવિક છે. એક જગ્યાએ સ્થાયી થયેલા લોકો શ્રીમંત હતા. ખેતી અને પશુપાલન તેમની આજીવિકાનું સાધન હતું. આ 'અલગ થયેલા લોકો' ભિખારીઓની જાતિ હતી, જેમની પાસે આજીવિકાનું કોઈ સાધન ન હતું અને તેઓ હંમેશા એક જગ્યાએ સ્થાયી થયેલા લોકો પર નિર્ભર રહેતા હતા. ગૌમાંસ એ બંનેના આહારનો મુખ્ય ભાગ હતો, અને વસાહતીઓ

માટે ખોરાક માટે કોઈપણ પ્રાણીની કતલ કરવાનું શક્ય હતું. કારણ કે તેમની પાસે પ્રાણીઓ હતા. આ છૂટા પડી ગયેલા લોકો આ કરી શકતા ન હતા, કારણ કે તેમની પાસે એક પણ પ્રાણી ન હતું. આવા સંજોગોમાં, શું એ અસ્વાભાવિક છે કે જે લોકો એક જગ્યાએ સ્થાયી થયા છે તેઓ તેમના મૃત પશુઓને તેમની દેખરેખ રાખવાના બદલામાં અલગ પડેલા લોકોને વેતન તરીકે આપવાનું સ્વીકારે છે? ચોક્કસપણે નહીં. તેથી, તે સુરક્ષિત રીતે માની શકાય છે કે દૂરના ભૂતકાળમાં, બંને જૂથો દરેક જગ્યાએ સ્થાયી થયા હતા અને આ 'અલગ થયેલા લોકો' તે સમયે, એક જગ્યાએ સ્થાયી થયેલા જૂથો તાજા ગોમાંસ ખાતા હતા, અન્ય લોકોનું માંસ મૃત ગાય. એ પણ હકીકત એ છે કે આ પ્રથા માત્ર મહારાષ્ટ્રમાં જ નહીં સમગ્ર ભારતમાં પ્રચલિત હતી.

આનાથી પ્રથમ વાંધો ઉકેલાયો. હવે બીજા વાંધાને ધ્યાનમાં લો. ગુપ્ત રાજાઓએ ગૌહત્યા વિરુદ્ધ કાયદો બનાવ્યો હતો, જે ગાયોની કતલ કરનારાઓ માટે હતો. તે છૂટા પડેલા લોકોને લાગુ પડતું નથી, કારણ કે તેઓ ગાયોની કતલ કરતા ન હતા. તેઓ માત્ર મૃત ગાયોનું જ માંસ ખાતા હતા. તેમનું વર્તન ગૌહત્યા પર પ્રતિબંધ મૂકતા કાયદાની વિરુદ્ધ નહોતું. તેથી મૃત ગાયનું માંસ ખાવાની પ્રથા ચાલુ રાખવા દેવામાં આવી. જો આપણે માની લઈએ કે બ્રાહ્મણો અને બિનબ્રાહ્મણોએ ગૌમાંસ ખાવાનું છોડી દેવું એ અહિંસા સાથે સંબંધિત છે, તો તેમનું વર્તન પણ અહિંસા વિરુદ્ધ નહોતું. ગાયની કતલ કરવી એ હિંસા હતી, પણ મૃત ગાયનું માંસ ખાવું એ હિંસા ન હતી. તેથી 'મૃત ગાયનું માંસ ખાવાનું ચાલુ રાખવા માટે આ અલગ થયેલા લોકો માટે કોઈ પસ્તાવો કરવાનું કોઈ કારણ નહોતું. તેઓ જે કંઈ પણ કરી રહ્યા હતા, તેમાં ન તો કાયદો કે સિદ્ધાંત કોઈ પ્રકારનો અવરોધ ઊભો કરી શકત કારણ કે તે ન તો કાયદાની વિરુદ્ધ હતું કે ન તો સિદ્ધાંતની.

અને તેઓએ બ્રાહ્મણો અને બિનબ્રાહ્મણોનું અનુકરણ કેમ ન કર્યું? આના બે જવાબ છે - પ્રથમ, નકલ કરવી તેમના માટે ખૂબ ખર્ચાળ સોદો હતો. આ વિના તેઓ ભૂખે મરી ગયા હોત. બીજું, મૃત ગાયને વહન કરવું એ શરૂઆતમાં અધિકાર હતો, તેમ છતાં તે પછીથી ફરજિયાત ફરજ બની ગયું કારણ કે તેઓએ મૃત ગાયને વહન કરવાની હતી. તેથી, જેમ તેઓ પહેલા તેને ખાતા હતા, તેમ પછીથી પણ તેનું માંસ ખાવાનું ચાલુ રાખવામાં તેઓએ કોઈ નુકસાન જોયું નથી. તેથી, ઉપરોક્ત વાંધાઓને લીધે આપણો સિદ્ધાંત કોઈપણ રીતે અતાર્કિક નથી.

■

ભાગ-6

અસ્પૃશ્યતા અને તેનું મૂળ

15.

અપવિત્ર અને અસ્પૃશ્ય

'અસ્પૃશ્યતા' ક્યારે અસ્તિત્વમાં આવી? કટ્ટરવાદી કે રૂઢિચુસ્ત હિંદુઓ કહે છે કે આ પ્રાચીન સમયથી ચાલતું આવ્યું છે. તે કહે છે કે 'અસ્પૃશ્યતા'ને સમર્થન આપવું. એટલું જ નહીં તે સ્મૃતિઓમાં જોવા મળે છે, જે થોડા સમય પછીની છે, પરંતુ તે ધર્મસૂત્રોમાં પણ જોવા મળે છે, જે કેટલાક લેખકોના મતે ઇ.સ.ની કેટલીક સદીઓ પહેલાંથી છે.

'અસ્પૃશ્યતા'ની ઉત્પત્તિનો અભ્યાસ કરવા માટે, સવાલ એ છે કે શું 'અસ્પૃશ્યતા'ની પ્રથા કહેવાય છે તેટલી જૂની છે?

આ પ્રશ્નના જવાબ માટે, આપણે ધર્મસૂત્રોની તપાસ કરવી પડશે, જેથી આપણે નક્કી કરી શકીએ કે જ્યારે તેઓ અસ્પૃશ્યતા અને 'અસ્પૃશ્ય' વિશે વાત કરે છે ત્યારે ધર્મસૂત્રોનો અર્થ શું છે? આજે આપણે જે સમજીએ છીએ તે 'અસ્પૃશ્યતા›નો અર્થ શું તેઓ સમજે છે? કે જે વર્ગ માટે તેઓ 'અસ્પૃશ્ય' શબ્દ પ્રયોજે છે એ જ અર્થમાં આપણે જેને આજે 'અસ્પૃશ્ય' કહીએ છીએ?

પહેલા પહેલો પ્રશ્ન લો. ધાર્મિક ગ્રંથોનું વર્ણન કરવાથી નિઃશંકપણે ખબર પડે છે કે તેમાં એક વર્ગનું વર્ણન છે, જેને તેઓ 'અસ્પૃશ્ય' કહે છે. એમાં કોઈ શંકા નથી કે 'અસ્પર્શ' શબ્દનો અર્થ 'અસ્પૃશ્ય' થાય છે. તેમ છતાં પ્રશ્ન એ જ રહે છે કે શું ધર્મસૂત્રોના 'અસ્પૃશ્યો' આધુનિક ભારતના અસ્પૃશ્યો જેવા જ છે? આ પ્રશ્ન મહત્વપૂર્ણ બની જાય છે જ્યારે આપણે જાણીએ છીએ કે ધર્મસૂત્રો આવા બીજા ઘણા શબ્દોનો ઉપયોગ કરે છે - અંત્ય, અંત્યજા, અંત્યવાસિન અને બાહ્યવાદ. અગાઉની સ્મૃતિઓએ પણ આ શબ્દોનો ઉપયોગ કર્યો છે, વિવિધ સ્રોતો અને યાદીઓથી આ શબ્દોનો ઉપયોગ કયા અર્થમાં કર્યો છે તે જાણવું ઉપયોગી થશે. નીચે આપેલ કોષ્ટક આ હેતુ માટે સેવા આપે છે.

(1) અસ્પૃશ્ય

ધર્મસૂત્ર	સ્મૃતિ
1. વિષ્ણુ 5, 104	1. કાત્યાયન કારિકા 433,783

(2) અંત્યજ

ધર્મસૂત્ર	સ્મૃતિ
1. વશિષ્ઠ 16, 30	1. મનુ 4. 79, 8.68 2.
2. અપસ્થમ્બ 3, 1	2. યાજ્ઞવલ્ક્ય 1, 148,
3. અત્રિ 25	

(3) બાહ્ય

ધર્મસૂત્ર	સ્મૃતિ
1. અપસ્થમ્બ 12. 39. 18, 7	1. મનુ 2, 8
2. વિષ્ણુ 15, 14, 7	2. નારદ 1, 114

(4) અંત્યવાસિન

ધર્મસૂત્ર	સ્મૃતિ
1. ગૌતમ 31, 23, 32	1. મનુ 4, 79; 10, 39
2. વશિષ્ઠ 18, 3	2. મહાભારત શાંતિપર્વ 141, 29, 32
3. મધ્યમાંગીરસ યાજ્ઞવલ્ક્ય	3. મિતાક્ષરમાં 280 માં અવતરિત

(5) અસ્પૃશ્ય

ધર્મસૂત્ર	સ્મૃતિ
1. વિષ્ણુ 36, 7	1. મનુ 4, 61 8, 279
	2. યાજ્ઞવલ્ક્ય 12, 73
	3. યાજ્ઞવલ્ક્ય 3 પર મિતાક્ષરામાં અવતરિત વૃહદ્યમ સ્મૃતિ,
	4. અત્રિ
	5. વેદ વ્યાસ 1, 12, 13

બીજો પ્રશ્ન એ છે કે જે વર્ગો અંત્ય, અંત્યવાસીન અને બાહ્ય શબ્દોથી સમજાય છે, તે જ વર્ગો અસ્પૃશ્ય શબ્દથી સમજાય છે, જેનો અર્થ અસ્પૃશ્ય છે? બીજા શબ્દોમાં કહીએ તો શું એક જ વર્ગના લોકો માટે આ અલગ અલગ નામ છે?

તે દુર્ભાગ્યપૂર્ણ છે કે ધર્મસૂત્રો આ પ્રશ્નનો જવાબ આપવામાં મદદ કરતા નથી. 'અસ્પૃશ્ય' શબ્દ બે જગ્યાએ દેખાય છે (એક સૂત્રમાં અને એક સ્મૃતિમાં). પરંતુ આ શબ્દ જે જ્ઞાતિઓ દર્શાવે છે તેની ગણતરી ક્યાંય પણ કરવામાં આવી નથી. 'અંત્ય' શબ્દનું પણ એવું જ છે. જો કે 'અંત્ય' શબ્દ છ વાર (બે સૂત્રો અને ચાર સ્મૃતિઓમાં) દેખાય છે, તેમ છતાં એક વાર પણ ઉલ્લેખ નથી કે તેઓ કોણ છે? એ જ રીતે 'બાહ્ય' શબ્દ પણ ચાર જગ્યાએ જોવા મળે છે. (બે સૂત્રો અને બે સ્મૃતિઓમાં),

પરંતુ તેમાંથી કોઈ પણ આ શબ્દ હેઠળ કઈ જાતિઓ આવે છે તે લખ્યું નથી. અંત્યવાસિન અને અંત્યજ બંને શબ્દો અપવાદ છે. પરંતુ અહીં પણ, કેટલાક ધર્મસૂત્રમાં, તેમની ગણતરી સ્મૃતિઓમાં આપવામાં આવી છે - અત્રિ સ્મૃતિમાં અંત્યજ અને વ્યાસ સ્મૃતિમાં વેદ. તેઓ કોણ છે તે નીચેના લેખમાંથી સ્પષ્ટ થશે.

અંત્યવાસિન **મધ્યમ અંગીરસ**	**અત્રિ**	**અંત્યજ** **વેદ-વ્યાસ**
1. ચાંડાલ	1. નટ	1. ચાંડાલ
2. ક્ષાપક	2. મેંદ	2. ક્ષાપક
3. છત્ત	3. ભલ્લ	3. નટ
4. સૂત	4. રજક	4. મેંદ
5. વૈદેહિક	5. ચર્મકાર	5. ભલ્લ
6. માગદ	6. બુરુદ	6. રજક
7. આયોગવ	7. કૈવર્ત	7. ચર્મકાર
		8. વિરત
		9. દાસ
		10. ભટ્ટ
		11. કોલિક
		12. પુષ્કરન

ઉપરોક્ત કોષ્ટક પરથી સ્પષ્ટ થાય છે કે જ્યાં સુધી અંત્યવાસીન અને અંત્યજ શબ્દોના ઉપયોગની વાત છે, તો તેમાં ન તો કંઈ ચોક્કસ છે કે ન તો અર્થમાં કોઈ પ્રકારની સમાનતા છે. ઉદાહરણ તરીકે, મધ્યમાંગીરસ અને વેદવ્યાસ અનુસાર ચાંડાલ અને ક્ષાપક બંનેની પણ અંત્યવાસિન અને અંત્યજમાં ગણતરી કરવામાં આવે છે, પરંતુ જ્યારે મધ્યમાંગીરસની સરખામણી અત્રિ સાથે કરવામાં આવે છે. તેથી આ વિવિધ વર્ગોમાં વિભાજિત દેખાય છે. 'અંત્યજ' માટે પણ એવું જ છે. ઉદાહરણ તરીકે, વેદવ્યાસના મતે, 'ચાંડાલ' અને 'શ્વપાક' અંત્યજ છે પરંતુ અત્રિ અનુસાર, તેઓ અંત્યજ નથી. પછી અત્રિ અનુસાર બુરુડ અને કૈવર્ત અંત્યજ છે, પણ વેદ વ્યાસ અનુસાર તેઓ નથી. પછી વેદ વ્યાસ અનુસાર (1) વિરત (2) દાસ (3) ભટ્ટ (4) કોલિક અને (5) પુષ્કરણ અંત્યજ છે, પણ અત્રિ અનુસાર નહીં.

તેનો સાર માત્ર એટલો જ છે કે 'અસ્પૃશ્યો' કોણ હતા તે નક્કી કરવામાં ધાર્મિક સ્રોતો કે સ્મૃતિઓ આપણને કોઈ મદદ પૂરી પાડતી નથી. એ જ રીતે ધર્મસૂત્રો અને સ્મૃતિઓ પણ આપણને એ બાબતમાં

મદદ કરતા નથી કે જે વર્ગો અંત્યવાસીન, અંત્યજ કે બાહ્ય કહેવાતા હતા તે 'અસ્પૃશ્ય' હતા કે નહીં? શું આ નિર્ણય લેવાનો બીજો કોઈ રસ્તો છે કે આમાંથી કોઈ એક વર્ગ 'અસ્પૃશ્ય' કે અસ્પૃશ્યની શ્રેણીમાં આવે છે કે નહીં? આ દરેક કેટેગરી વિશે જે પણ માહિતી ઉપલબ્ધ છે તે આપણે એકત્રિત કરીએ તો સારું રહેશે. 'ડાબેરીઓને જ લો. તેઓ કોણ છે? શું તેઓ અસ્પૃશ્ય છે? મનુએ તેમનો ઉલ્લેખ કર્યો છે. તેમની સ્થિતિ સમજવા માટે, મનુની સામાજિક વર્ગીકરણની યોજનાનો ઉલ્લેખ કરવો જરૂરી છે. મનુ લોકોને અનેક વર્ગોમાં વહેંચે છે. પ્રથમ, તે (1) વૈદિક અને (2) દસ્યુનું રફ વર્ગીકરણ કરે છે. વધુમાં, તેઓ વૈદિક ગ્રંથોને ચાર પેટા વિભાગોમાં વિભાજિત કરે છે. (1) જેઓ ચાતુર્વર્ણ્યની અંદર છે, (2) જેઓ ચાતુર્વર્ણ્યની બહાર છે, (3) બ્રાત્ય, (4) પતિત અથવા જાતિ-બહિષ્કૃત છે.

ચાતુર્વર્ણ્યમાં વ્યક્તિની ગણતરી કરવામાં આવે છે કે નહીં તે તેના માતાપિતાના વર્ણ પર આધારિત છે. જો તે એક જ વર્ણના માતા-પિતાના સંતાન હતા, તો તેની ગણતરી આ ચતુર્વર્ણ્યમાં કરવામાં આવી હતી. જો તે વિવિધ વર્ણના માતા-પિતાનું સંતાન હોય, જેને મિશ્ર લગ્નનું પરિણામ કહી શકાય અથવા જેને મનુ વર્ણસંકર કહે છે, તો તેને ચાતુર્વર્ણ્યની બહાર ગણવામાં આવતો હતો. જેમને ચાતુર્વર્ણ્યની બહાર ગણવામાં આવે છે, તેની મનુએ બે શ્રેણીઓ બનાવી છે - (1) અનુલોમ (2) પ્રતિલોમ. અનુલોમ તે છે જેમના પિતા ઉચ્ચ વર્ણના છે પરંતુ માતા નીચલા વર્ણની છે અને પ્રતિલોમ વિપરીત છે એટલે કે જેમની માતા ઉચ્ચ વર્ણની છે અને પિતા નીચલા વર્ણના છે. ચાતુર્વર્ણ્યની બહાર હોવાને કારણે અનુલોમ અને પ્રતિલોમ બંને એક જ હોવા છતાં, મનુએ બંને વચ્ચે ભિન્નતા દર્શાવી છે. તે મૂળાક્ષરોના વ્યુત્ક્રમોને બાહ્ય અથવા માત્ર બહાર કહે છે અને વ્યુત્ક્રમોને ઊતરતા કહ્યા કરે છે. 'હીન' બાહ્ય લોકો કરતા નીચા દરજ્જાના હોય છે. પરંતુ મનુની નજરમાં ન તો 'બાહ્ય લોકો' 'અસ્પૃશ્ય' છે, ન તો માત્ર 'હીન›.

મનુ (4,79 માં) દ્વારા 'અંત્યો›ને વર્ગ તરીકે વર્ણવવામાં આવ્યા છે. હા, મનુ તેમને ગણતા નથી. મેધાતિથિએ તેમના ભાષ્યમાં સૂચવ્યું છે કે 'અંત્ય એટલે મલેચ્છ, જેમ કે મેડા વગેરે. બુહલરે 'અંત્ય›નું ભાષાંતર 'હીન જાતિના લોકો' તરીકે કર્યું છે.

મનુનો શ્લોક આ છે:-

> न संवसेच्च पतितैर्न चाण्डालैर्न पुल्कसैः॥
> न मूर्खेर्न विलिपप्तैश्च नान्त्यैर्नान्स्याव सायभिः॥ 4-71

આ રીતે, અંત્યોની અસ્પૃશ્યતાને કોઈપણ રીતે સમર્થન નથી. તે વધુ સંભવ છે કે આ નામ તે લોકોને આપવામાં આવ્યું હતું જેઓ ગામના છેડે રહેતા હતા. તેમને 'નીચી જાતિ' તરીકે ગણવામાં આવે છે તેનું કારણ બૃહદારણ્યક ઉપનિષદ (1,3) ની વાતમાં આવે છે, જેનો ઉલ્લેખ શ્રી કાણે દ્વારા કરવામાં આવ્યો છે. વાર્તા નીચે મુજબ છેઃ-

"દેવો અને દાનવો વચ્ચે યુદ્ધ થયું. દેવતાઓએ વિચાર્યું કે તેઓ તેના દ્વારા રાક્ષસો પર જીત મેળવી શકે છે. તેમાં એક વાક્ય છે કે આ દેવ (પ્રાણ) દ્વારા કરવામાં આવેલા પાપો (વાણી વગેરે) માટે, મૃત્યુ એક સ્વરૂપ હતું, તેને એક બાજુએ ફેંકી દેવાથી તેઓ દેવતાઓના અંત સુધી પહોંચ્યા. તેથી કોઈએ આર્યોની મર્યાદાથી આગળ ન જવું જોઈએ, ન તો દિશાઓના અંતે. તેણે વિચારવું જોઈએ કે આમ કરવાથી તે 'પંપન' એટલે કે મૃત્યુના હાથમાં આવી શકે છે.

'અંત્ય' શબ્દનો અર્થ આ ફકરામાં દેખાતા 'દિશામ્ અન્ત'ના અર્થ પર આધારિત છે. જો 'દિશામ્ અન્ત'નો અર્થ 'ગામની હદના છેડે' એવો લઈ શકાય અને તેને ખેંચાયેલો અર્થ ન સમજવો જોઈએ તો અંત્ય લોકો 'અસ્પૃશ્ય' હતા. તેનાથી એટલું સમજાય છે કે તેઓ ગામની સીમમાં રહેતા હતા.

જ્યાં સુધી 'અંત્યો›નો સંબંધ છે, આપણે તેમના વિશે જે જાણીએ છીએ તે તેમના 'અસ્પૃશ્ય' હોવાના વિચારનું ખંડન કરવા માટે પૂરતું છે. આ કેટલીક બાબતો પર ધ્યાન આપી શકાય છેઃ-

મહાભારતના શાંતિ પર્વ (109,9,11)માં અંત્યજ સૈનિક હોવાનો ઉલ્લેખ છે. સરસ્વતી વિલાસ અનુસાર, પિતામહે રાજાઓની સાત જાતિઓ વિશે વાત કરી છે, જેમની ગણતરી 'પ્રકૃતિના સ્વરૂપો›માં થતી હતી. પ્રકૃતિનો અર્થ એ છે કે વ્યવસાયિક શ્રેણીઓ જેમ કે ધોબી વગેરે.

આ શક સંવત 622 ના ભીલ્લાસ દ્વિતીયના સંગમનેર (તામ્રપત્ર) પરથી સ્પષ્ટ થાય છે. આ (તામ્રપત્ર) 18 પ્રકૃતિઓને એક ગામ દાનનો ઉલ્લેખ કરે છે. વીર મિત્રોદય કહે છે કે શ્રેણી એટલે રજક વગેરે જેવી અઢાર જ્ઞાતિઓ, જેને સામૂહિક રીતે અંત્યજ કહેવામાં આવે છે. આ બાબતોને ધ્યાનમાં લેતા, એવું કેવી રીતે કહી શકાય કે અંત્યજ લોકો 'અસ્પૃશ્ય' ગણાતા હતા. હવે 'અંત્યવાસિન' લો. તેઓ કોણ હતા? શું તેઓ અસ્પૃશ્ય હતા? અંત્યવાસીન શબ્દનો બે અર્થમાં ઉપયોગ થયો છે. તેનો એક અર્થ એવો છે કે જે બ્રહ્મચારી પોતાના ઘરમાં ગુરુની સાથે રહે છે. અંત્યવાસીન શબ્દ બ્રહ્મચારી માટે આવ્યો છે. કદાચ કારણ કે તે જ અંતમાં ભોજન કરે છે, તેને અંત્યવાસિનુ કહેવામાં આવે છે. મુદ્દો ગમે તે હોય, તે નિર્વિવાદ છે કે આ સંદર્ભમાં શબ્દનો અર્થ 'અસ્પૃશ્ય' એવો થઈ

શકે નહીં. જ્યારે માત્ર બ્રાહ્મણો, ક્ષત્રિયો અને વૈશ્ય જ બ્રહ્મચારી બની શકે ત્યારે આ કેવી રીતે થઈ શકે? બીજા અર્થમાં તે 'લોક સમૂહ' સૂચવે છે, પરંતુ તેમાં પણ શંકા છે કે આ શબ્દ 'અસ્પૃશ્ય›નો પર્યાય હતો.

'વશિષ્ઠ ધર્મ-સૂત્ર' (18, 3) અનુસાર તેઓ શુદ્ર પિતા અને વૈશ્ય માતાના સંતાનો છે, પરંતુ મનુના મતે (15, 89) તેઓ ચંડાલ પિતા અને નિષાદ માતાના સંતાનો છે. તેમના વર્ગ વિશે, મિતાક્ષરા કહે છે કે 'અંત્યજ' વિશે જે સાચું છે તે અંત્યવાસીઓ વિશે પણ સાચું ગણી શકાય.

જો આપણે અહીં વિરામ લઈએ અને આપણા પ્રાચીન સાહિત્યમાં 'અંત્યવાસીન›, 'અંત્ય અને અંત્યજ' વગેરેની સામાજિક સ્થિતિ વિશેની માહિતીને ધ્યાનમાં લઈએ, તો સ્પષ્ટ થાય છે કે આપણે 'અસ્પૃશ્ય' 'આધુનિક' અર્થમાં તેઓ 'અસ્પૃશ્ય' હતા. પરંતુ જેઓ હજુ પણ શંકા ધરાવે છે તેમને સંતોષવા માટે, આ પરીક્ષણ અન્ય દૃષ્ટિકોણથી કરી શકાય છે. 'અસ્પૃશ્યતા' શબ્દથી તેમનો અર્થ શું હતો તે ધ્યાનમાં લેવું.

આ હેતુને પરિપૂર્ણ કરવા માટે, ચાલો આપણે ધાર્મિક શાસ્ત્રોમાં બનાવેલા 'પ્રાયશ્ચિત' ના નિયમો લઈએ. આનો અભ્યાસ કરીને આપણે જોઈ શકીશું કે શું આજના ધાર્મિક સૂત્રોના સમયમાં પણ 'અસ્પૃશ્ય' શબ્દમાંથી એ જ અર્થ લેવામાં આવ્યો હતો કે કેમ?

ચાલો ઉદાહરણ તરીકે 'ચાંડાલ' લઈએ, જે 'અસ્પૃશ્ય' કહેવાય છે. સૌપ્રથમ તો એ ધ્યાનમાં રાખવાનું છે કે 'ચાંડાલ' શબ્દ કોઈ ચોક્કસ જાતિને સૂચિત કરતો નથી. તે ઘણા વિવિધ પ્રકારના લોકો માટેનો શબ્દ છે. શાસ્ત્રોમાં કુલ પાંચ પ્રકારના 'ચાંડાલ›નું વર્ણન કરવામાં આવ્યું છે. તેઓ છે (1) શૂદ્ર પિતા અને બ્રાહ્મણ માતાના બાળકો, (2) કુંવારી છોકરીના બાળકો, (3) સંબંધી સ્ત્રીના બાળકો, (4) જે સાધુ બનીને ગૃહસ્થીમાં પાછા ફરે છે તેના બાળકો, (5) વાળંદ પિતા અને બ્રાહ્મણ માતાના બાળકો.

કયો ચાંડાલ 'શુદ્ધ' હોવો જરૂરી છે તે કહેવું મુશ્કેલ છે. આપણે માની લઈએ છીએ કે બધા ચાંડાલોનુ 'શુદ્ધ' હોવું જરૂરી છે. શાસ્ત્રો દ્વારા શુદ્ધિકરણના કયા નિયમો સૂચવવામાં આવ્યા છે?

ગૌતમ ધર્મ સૂત્ર (16, 3) તે આદેશ આપે છે

જો કોઈ 'બહિરજાતિ' ચંડાલના સંપર્કમાં આવે, 'સુતક›ને કારણે સ્ત્રી 'અશુદ્ધ›, માસિક સ્રાવવાળી સ્ત્રી, મૃત શરીર અને તેમને સ્પર્શ કરનારા લોકોના સંપર્કમાં આવે તો તેઓ (કપડાં સહિત) સ્નાન કરીને શુદ્ધ કરી શકાય છે.

વશિષ્ઠ ધર્મ-સૂત્ર (4, 37) નો આદેશ નીચે મુજબ છે:-

"જેઓ યજ્ઞના સ્તંભ, શબપેટી, કબ્રસ્તાન, માસિક સ્રાવવાળી સ્ત્રી

અથવા હમણાં જ જન્મ આપેલી સ્ત્રી, અશુદ્ધ લોકો અથવા ચાંડાલને સ્પર્શ કરે છે, તેઓએ સ્નાન કરવું જોઈએ.

બૌધયાન વશિષ્ઠ સાથે સંમત છે, કારણ કે તેમનું ધર્મસૂત્ર (પ્રશ્ન 1, પ્રકરણ 5, વિભાગ 6, શ્લોક 5) પણ કહે છે.

"જો કોઈ બ્રાહ્મણ અપવિત્ર સ્થાને વાવેલા વૃક્ષ, ચિતા, યજ્ઞ-સ્તંભ, ચાંડાલ અથવા વેદ વેચનારને સ્પર્શ કરે તો તેણે પવિત્ર સ્નાન કરવું પડશે." મનુસ્મૃતિના નિયમો નીચે મુજબ છે:-

दिवाकीर्तिमुदक्यां च पतितं सूतिका तथा।

शवं तपृष्ट्रिटन चैव स्पृहं स्नानेन शुद्ध यदि। 15,85

અર્થ: જ્યારે બ્રાહ્મણ ચાંડાલને સ્પર્શ કરે છે, રજસ્વલા સ્ત્રીને, પડી ગયેલી વ્યક્તિને, ગર્ભવતી સ્ત્રીને, મૃતદેહને કે જેણે મૃતદેહને સ્પર્શ કર્યો હોય તેને સ્નાન કરવાથી તે પવિત્ર થઈ જાય છે.

श्वभिर्हतस्य यन्मांसं शुचि तन्मनुरब्रवीत।

क्रव्याभिहश्च अतस्यान्यैश्चाण्डालाद्यैश्च दस्युभिः । 15,131

અર્થ: કૂતરા દ્વારા માર્યા ગયેલા પ્રાણીઓનું માંસ, અન્ય કોઈ માંસાહારી પ્રાણી દ્વારા મારવામાં આવેલ પ્રાણીઓ.

उच्छिष्टेन तु संस्पृष्टो द्रव्यहस्तः कथं च न।

अनिश्चायैव तद्रव्यमाचान्तः शुचितामियात् ॥ 5, 143

અર્થ: કોઈપણ વસ્તુને કોઈપણ રીતે વહન કરતી વખતે, જો તે કોઈ 'અશુદ્ધ' વ્યક્તિ અથવા વસ્તુને સ્પર્શે છે, તો તે વસ્તુને રાખ્યા વિના, આચમન દ્વારા તે શુદ્ધ થઈ જશે.

'ધર્મ-સૂત્રો' અને 'મનુ-સ્મૃતિ'માંથી ટાંકેલા આ ગ્રંથોમાંથી નીચેની બાબતો સ્પષ્ટ થાય છે.

1) ચાંડાલના સ્પર્શથી માત્ર બ્રાહ્મણો અશુદ્ધ થયા.
2) સંભવતઃ, શુદ્ધ અને અશુદ્ધનો વિચાર ફક્ત ખાસ પ્રસંગોએ જ લેવામાં આવ્યો હતો.

જો આ તારણો સાચા હોય તો તે 'અશુદ્ધ' છે, 'અસ્પૃશ્યતા' નથી. 'અશુદ્ધ' અને 'અસ્પૃશ્ય' વચ્ચેનો તફાવત બહુ સ્પષ્ટ છે. 'અસ્પૃશ્ય' દરેકને 'અશુદ્ધ' બનાવે છે. પણ અશુદ્ધ તો બ્રાહ્મણને જ અપવિત્ર કરે છે. અશુદ્ધનો સ્પર્શ માત્ર કર્મકાંડના પ્રસંગે જ અશુદ્ધિનું કારણ બને છે. અસ્પૃશ્યનો સ્પર્શ હંમેશા.

બીજી દલીલ છે, જેનો હજુ સુધી ઉલ્લેખ કરવામાં આવ્યો નથી. આ વિચાર હંમેશા ધાર્મિક સ્ત્રોતોમાં જે જ્ઞાતિઓના નામનો ઉલ્લેખ કરવામાં આવ્યો છે તે 'અસ્પૃશ્ય' હતી તે વાત ખોટી સાબિત થાય છે. અત્યાર

સુધી, તે બીજા પ્રકરણમાં ‘કાઉન્સિલ ઓર્ડર’ ની જાતિ સૂચિ અને આ પ્રકરણમાં સ્મૃતિઓના આધારે બનાવેલ સૂચિની તુલનામાંથી ઉદ્ભવે છે. આ સરખામણી શું દર્શાવે છે? કોઈપણ જોઈ શકે છે, આ બતાવે છે.

1) સ્મૃતિઓમાં આપવામાં આવેલી જ્ઞાતિઓની મહત્તમ સંખ્યા માત્ર 12 છે, પરંતુ ‘કાઉન્સિલ ઓર્ડર્સ’માં જેમના નામ દેખાય છે તેમની સંખ્યા 429 સુધી પહોંચે છે.
2) એવી જ્ઞાતિઓ છે, જેમના નામ ‘કાઉન્સિલ ઓર્ડર’માં છે, પણ સ્મૃતિઓમાં નથી. 421માંથી 429 જ્ઞાતિઓ એવી છે કે જેમના નામ સ્મૃતિમાં પણ નથી.
3) એવી જ્ઞાતિઓ છે, જેમના નામ સ્મૃતિઓમાં છે, પણ ‘કાઉન્સિલ ઓર્ડર’ની યાદીમાં નથી.
4) એક જ જ્ઞાતિ છે જેમના નામ બંને યાદીમાં છે. પરંતુ ‘કાઉન્સિલ ઓર્ડર’ મુજબ દેશના અમુક ભાગોમાં જ તેઓને અસ્પૃશ્ય ગણવામાં આવે છે. ચમારને સમગ્ર ભારતમાં અસ્પૃશ્ય ગણવામાં આવે છે.

જેઓ ‘અશુદ્ધ’ અને ‘અસ્પૃશ્ય’ જુદાં છે એવું માનતા નથી, તેઓ ઉપરની બાબતોથી અજ્ઞાન જણાય છે. પરંતુ તેઓએ તેમના પર ધ્યાન આપવું પડશે. આ વસ્તુઓ એટલી ખાસ અને એટલી પ્રભાવશાળી છે કે આપણે સ્વીકારવું જ રહ્યું કે ‘અશુદ્ધ’ અને ‘અસ્પૃશ્ય’ અલગ છે.

પ્રથમ મુદ્દો જ લો. આ એક મહત્વપૂર્ણ પ્રશ્ન ઉભો કરે છે.

જો બંને યાદીઓ એક જ અને સમાન લોકોની છે, તો પછી બંને વચ્ચે આટલો તફાવત અને આટલો ફરક શા માટે છે? શાસ્ત્રોમાં જેમના નામનો ઉલ્લેખ છે તે જ્ઞાતિઓ ‘કાઉન્સિલ ઓર્ડર›ની યાદીમાં કેવી રીતે નથી? બીજી તરફ, ‘કાઉન્સિલ ઓર્ડર›ની યાદીમાં જે જ્ઞાતિઓના નામ આવે છે તે શાસ્ત્રોની યાદીમાં કેવી રીતે નથી? આ પહેલી મુશ્કેલી છે જેનો આપણે સામનો કરીએ છીએ.

જો આપણે માની લઈએ કે તેનો અર્થ ફક્ત એક જ પ્રકારના લોકો છે, તો તે સ્પષ્ટ છે કે ‘અસ્પૃશ્યતા’ જે શરૂઆતમાં ફક્ત બાર જાતિઓ સુધી મર્યાદિત હતી, કેવી રીતે થઈ તે 429 જાતિઓમાં ફેલાય છે? ‘અસ્પૃશ્યતા›ના આ વિશાળ સામ્રાજ્યના વિસ્તરણનું કારણ શું છે? જો આ 429 જ્ઞાતિઓ શાસ્ત્રોમાં દર્શાવેલ બાર જ્ઞાતિઓ સમાન છે, તો પછી આ ચારસો ઓગણત્રીસ જ્ઞાતિઓનું નામ કોઈ શાસ્ત્રમાં કેમ નથી?

એવું શક્ય નથી કે જ્યારે શાસ્ત્રો લખાયા ત્યારે આ ચારસો ઓગણત્રીસ જ્ઞાતિઓમાંથી એક પણ જાતિ અસ્તિત્વમાં ન હતી. જો બધા તેમાં ન હતા, તો પછી કેટલા હતા? શા માટે તેમના નામ શાસ્ત્રોમાં લખવામાં આવતા નથી? જો આપણે ધારીએ કે બંને યાદીઓ એક જ વર્ગના લોકોની છે, તો

આ પ્રશ્નોના કોઈ સંતોષકારક જવાબ આપવા મુશ્કેલ છે, અને જો આપણે સ્વીકારીએ કે બંને યાદીઓ બે અલગ-અલગ વર્ગના લોકોની છે, તો આ બધા પ્રશ્નો અદૃશ્ય થઈ જશે. હકીકતમાં, આ યાદીઓ બે અલગ-અલગ વર્ગના લોકોની હતી, શાસ્ત્રોની યાદી અશુદ્ધ લોકોની હતી અને 'કાઉન્સિલ ઓર્ડર્સ›ની યાદી 'અસ્પૃશ્ય' લોકોની હતી. આ કારણો છે કે શા માટે બંને યાદીઓ અલગ છે. યાદીઓમાં તફાવત એ હકીકતને સમર્થન આપે છે કે શાસ્ત્રોમાં ઉલ્લેખિત જાતિઓ માત્ર 'અશુદ્ધ' છે. તેમને આજના અસ્પૃશ્યો સાથે જોડવા એ ભૂલ છે.

હવે બીજી વાતનો વિચાર કરો. જો 'અશુદ્ધ' અને 'અસ્પૃશ્ય' એક જ છે, તો 429 જ્ઞાતિઓમાંથી બરાબર 427 જ્ઞાતિઓને સ્મૃતિઓ કેમ જાણતી નથી? સ્મૃતિના સમયમાં તે ચોક્કસપણે જાતિના સ્વરૂપમાં અસ્તિત્વમાં હશે. જો તેઓ અત્યારે અસ્પૃશ્ય છે, તો તેઓ તે સમયે પણ અસ્પૃશ્ય રહ્યા હશે. તો પછી યાદીમાં તેનું નામ કેમ નથી?

હવે ત્રીજો મુદ્દો લો. જો 'અશુદ્ધ' અને અસ્પૃશ્ય એક જ છે, તો પછી જે જ્ઞાતિઓના નામ સ્મૃતિઓમાં દેખાય છે તેઓના નામ 'કાઉન્સિલ ઓર્ડર્સ›ની યાદીમાં કેમ નથી આવતા? આ પ્રશ્નના બે જ જવાબ હોઈ શકે. એક તો તે એક સમયે 'અસ્પૃશ્ય' હોવા છતાં, પછીથી તે 'અસ્પૃશ્ય' રહ્યા નથી. બીજું, બંને યાદીઓમાં જ્ઞાતિઓના નામ છે, જે સંપૂર્ણપણે અલગ શ્રેણીઓથી સંબંધિત છે. પહેલો જવાબ પાયાવિહોણો છે કારણ કે અસ્પૃશ્યતા કાયમી છે. સમય તેને ભૂંસી પણ શકતો નથી અને છીનવી પણ શકતો નથી. એકમાત્ર સંભવિત જવાબ બીજો છે.

હવે ચોથો મુદ્દો લો. આ બંને યાદીમાં માત્ર ચમારને જ સ્થાન કેમ મળ્યું? જવાબ એ ન હોઈ શકે કે બંને યાદીઓ એક જ વર્ગના લોકોની છે. જો આ સાચો જવાબ હોત તો માત્ર ચમાર જ નહીં, પણ સ્મૃતિ યાદીમાં આપવામાં આવેલી અન્ય તમામ જ્ઞાતિઓના નામ બંને યાદીમાં દેખાયા હોત; પણ તેવું છે નહીં. સાચો જવાબ એ છે કે બંને યાદીઓ બે અલગ-અલગ વર્ગના લોકોની છે. કેટલાક અસ્પૃશ્યોની યાદીમાં 'અશુદ્ધ' પણ છે. આનું કારણ એ છે કે જેઓ એક સમયે અપવિત્ર હતા તેઓ પછીથી અસ્પૃશ્ય બની ગયા. બંને લિસ્ટમાં 'ચમાર›નું નામ દેખાય છે એ વાત સાચી છે. પરંતુ આ સાબિતી ન હોઈ શકે કે 'અશુદ્ધ' અને 'અસ્પૃશ્ય' વચ્ચે કોઈ તફાવત નથી. આ સાબિત કરે છે કે ચમાર, જે એક સમયે 'અશુદ્ધ' હતો, તે પછીથી 'અસ્પૃશ્ય' બની ગયો. આથી તેનું નામ બંનેમાં સામેલ જોવા મળે છે.

સ્મૃતિઓમાં દર્શાવેલ બાર જ્ઞાતિઓમાંથી એકલા ચમારોને 'અસ્પૃશ્ય' કેમ બનાવવામાં આવ્યા? આનું કારણ સમજવું મુશ્કેલ નથી. જે વસ્તુએ

'ચમાર' અને અન્ય 'અશુદ્ધ' જાતિઓ વચ્ચે ભેદભાવની દીવાલ ઊભી કરી છે તે છે તેમનો માંસાહાર. જે સમયે ગાયને 'પવિત્રતા›નો દરજ્જો મળ્યો અને માંસાહાર કે ગાય ખાવી એ 'પાપ' બની ગયું, તે સમયે 'અશુદ્ધ' લોકોમાં માત્ર માંસાહારી લોકો જ 'અસ્પૃશ્ય' બની ગયા. માત્ર ચમાર જ ગૌમાંસ ખાનાર જાતિ છે, તેથી બંને યાદીમાં આ એકમાત્ર જાતિનું નામ દેખાય છે. ચમાર સંબંધિત પ્રશ્નનો જવાબ બે બાબતોના સંબંધમાં નિર્ણાયક છે. આ એ હકીકતનો નિષ્કર્ષ છે કે 'અશુદ્ધ' અસ્પૃશ્યોથી અલગ છે અને તે હકીકતનું પણ નિર્ણાયક છે કે ગૌમાંસ ખાવું એ અસ્પૃશ્યતાનું મૂળ છે, જે 'અસ્પૃશ્ય›થી 'અશુદ્ધ›ને અલગ કરે છે.

અસ્પૃશ્યતા અને અશુદ્ધતા એક જ નથી, આ હકીકત અસ્પૃશ્યતાનો મુદ્દો નક્કી કરવામાં ખૂબ મહત્વ ધરાવે છે. આ વિના, અસ્પૃશ્યતાના સમયને ઠીક કરવાનો પ્રયાસ કરવાથી માર્ગથી ભટકી જવાશે.

■

16.

બહિષ્કૃત લોકો ક્યારે અસ્પૃશ્ય બન્યા?

અત્યાર સુધી થયેલી ચર્ચાઓ પરથી એ સાબિત થયું છે કે એક સમય એવો હતો જ્યારે ભારતના દરેક ગામડાના બે ભાગ હતા. એક સ્થાયી થયેલા લોકોનો, બીજો છૂટા પડી ગયેલા લોકોનો. જોકે બંને દૂર રહેતા હતા. 'સ્થાયી' લોકો ગામની અંદર હતા અને 'અલગ થયેલા' લોકો ગામની બહાર હતા. તેમ છતાં બંનેના સામાજિક વ્યવહારમાં કોઈ પ્રકારનો અવરોધ ન હતો. જ્યારે ગાયને પવિત્રતાનો દરજ્જો મળ્યો અને ગૌમાંસ ખાવાની મનાઈ હતી ત્યારે સમાજ બે ભાગમાં વહેંચાઈ ગયો. વસાહતી જાતિઓ સ્પર્શયોગ્ય જાતિ બની અને વિખરાયેલી જાતિઓ અસ્પૃશ્ય બની ગઈ. વિચારવા જેવો છેલ્લો પ્રશ્ન એ છે કે વિખૂટા પડી ગયેલા લોકોને ક્યારે અસ્પૃશ્ય માનવામાં આવ્યા. અસ્પૃશ્યતાની ઉત્પત્તિની ચોક્કસ તારીખ નક્કી કરવામાં મુશ્કેલીઓ સ્પષ્ટ છે. અસ્પૃશ્યતા' એ સામાજિક મનોવિજ્ઞાનનું એક પાસું છે. તે એક પ્રકારનો સામાજિક દ્વેષ છે જે એક જૂથનો બીજા જૂથ સામે છે. આ સામાજિક મનોવિજ્ઞાનનું જ વિકૃત અને વૃદ્ધિશીલ સ્વરૂપ છે, જેને તેનો આકાર વિકસાવવામાં થોડો સમય લાગ્યો હશે. તેથી, કોઈ પણ એવી વસ્તુના અસ્તિત્વમાં આવવાની ચોક્કસ તારીખ નક્કી કરવાનો દાવો કરી શકતું નથી જે કદાચ બીજ સ્વરૂપમાં ઉદ્ભવ્યું હતું અને રક્તબીજ બનીને સર્વવ્યાપી બન્યું હતું. અસ્પૃશ્યતાનું બીજ ક્યારે ખીલ્યું હશે તે અકલ્પનીય છે. કોઈપણ ચોક્કસ તારીખને છોડી દો, તેની આસપાસ કોઈ અંદાજ લગાવી શકાય, નિશ્ચિત તારીખ શક્ય નથી. પરંતુ અંદાજિત તારીખ આપી શકાય છે. આ માટે, આપણે સૌ પ્રથમ ઉપરની મર્યાદા નક્કી કરવાની છે, જ્યારે 'અસ્પૃશ્યતા' અસ્તિત્વમાં ન હતી, અને પછી નીચેની મર્યાદા, જ્યારે 'અસ્પૃશ્યતા' શરૂ થઈ હતી. ઉપરની મર્યાદા નક્કી કરવા માટે સૌપ્રથમ ધ્યાન રાખવા જેવી બાબત એ છે કે જેને અંત્યજ કહેવામાં આવે છે તેનો ઉલ્લેખ વેદોમાં કરવામાં આવ્યો

છે. પરંતુ એટલું જ નહીં કે તેમને 'અસ્પૃશ્ય' ગણવામાં આવતા ન હતા, પરંતુ તેમને 'અશુદ્ધ' પણ ગણવામાં આવતા ન હતા. આ પરિણામના સમર્થનમાં શ્રી કેનનું આ નિવેદન ટાંકી શકાય છે.

"પ્રારંભિક વૈદિક સાહિત્યમાં આવા ઘણા નામો છે, જેને સ્મૃતિ લેખકોએ 'અંત્યજ' કહ્યા છે. ચર્મણા ઋગ્વેદ (8, 8, 38) માં દેખાય છે. વાજસનેય-સંહિતામાં ચાંડાલ અને પોલેક્ષ દેખાય છે,

વેદ અને વપ્તા (વાણંદ) પણ ઋગ્વેદમાં જોવા મળે છે, વિદલાકાર અથવા વિદ લરક (સ્મૃતિસના બુરુડના પ્રતિનિધિઓ) વાજસનેય-સંહિતા અને તૈત્તિરીય બ્રાહ્મણમાં જોવા મળે છે. વાજસનેયી સંહિતામાં વસાહપાલપુલી (ધોબીન સ્મૃતિઓના રજકના પ્રતિનિધિ). પરંતુ આ ફકરાઓમાં એવો કોઈ સંકેત નથી કે જો લોકો 'જાતિ' બની ગયા હોત તો પણ તેઓ 'અસ્પૃશ્ય' હતા." (ધર્મશાસ્ત્ર ભાગ 2)

આમ વૈદિક કાળમાં ક્યાંય અસ્પૃશ્યતા નહોતી. જ્યાં સુધી 'ધર્મસૂત્રો'ના સમયની વાત છે, આપણે જોયું છે કે તે સમયે 'અશુદ્ધિ' હતી, પણ 'અસ્પૃશ્યતા' નહોતી.

શું મનુના સમયમાં 'અસ્પૃશ્યતા' હતી? આ પ્રશ્નનો ઝડપથી જવાબ આપી શકાતો નથી. મનુસ્મૃતિમાં એક શ્લોક છે, જેમાં મનુ કહે છે કે ચાર જ વર્ણો છે, પાંચમું નથી. આ શ્લોક કોયડાના રૂપમાં છે, જે નીચે મુજબ છે:

ब्राह्मण क्षत्रियोवैंश्यस्त्रोवर्णा द्विजातयः।

चतुर्थ एकजातिस्तु शुद्रों नास्ति तु पंचम।। 10,4

આનો અર્થ શું છે તે કહેવું સરળ નથી. તે સ્પષ્ટ છે કે જે સમયે મનુસ્મૃતિના લેખકે તેને લખ્યું હતું તે સમયે કંઈક વિવાદ ચાલતો હોવો જોઈએ. મનુએ અહીં એ જ વિવાદને શાંત કરવાનો પ્રયાસ કર્યો છે. સ્પષ્ટ જણાય છે કે આ વિવાદ 'ચાતુર્વર્ણ્ય સંબંધી કેટલીક જ્ઞાતિ›ને લઈને થયો હોવો જોઈએ. એટલું જ સ્પષ્ટ છે કે વિવાદનું કેન્દ્ર શું રહ્યું હશે? ટૂંકમાં, વિવાદનો વિષય એ રહ્યો જ હશે કે શું કોઈ ચોક્કસ જ્ઞાતિને ચાતુર્વર્ણ્યની બહારની પાંચમી 'જ્ઞાતિ' ગણવી જોઈએ? આ ખૂબ જ સ્પષ્ટ છે. શું સ્પષ્ટ નથી કે આ વિવાદ કઈ 'જાતિ' વિશે હતો? આ એટલા માટે છે કારણ કે મનુએ તે 'જાતિ' ના નામનો ઉલ્લેખ કર્યો નથી જેના સંદર્ભમાં વિવાદ હતો.

આ શ્લોક પણ કોયડાનું રૂપ ધારણ કરે છે કારણ કે મનુનો નિર્ણય પણ અસ્પષ્ટ છે. મનુ ફરમાવે છે કે પાંચમો વર્ણ નથી. સામાન્ય વિધાન તરીકે, તેનો એક અર્થ છે જે દરેકને સમજાય છે. પરંતુ જ્યારે આ નિર્ણય કોઈ ચોક્કસ જાતિ માટે લાગુ કરવામાં આવે ત્યારે તેનો અર્થ શું છે કે

જેની સ્થિતિ વિવાદનો વિષય હતી? તે સ્પષ્ટ છે કે તેના બે અર્થ છે. આનો અર્થ એવો પણ થઈ શકે કે કોઈ પાંચમું વર્ણ ન હોવાથી, તે ચોક્કસ જાતિ આ ચાર વર્ણમાં કોઈપણ એક હેઠળ સ્વીકારવામાં આવી હોવી જોઈએ; અને તેનો બીજો અર્થ એ પણ હોઈ શકે કે માત્ર ચાર વર્ણો હોવાને કારણે પાંચમો હોઈ શકતો નથી, તેથી તે ચોક્કસ જાતિને સંપૂર્ણપણે ચાતુર્વર્ણ્યની બહાર ગણવામાં આવી હશે. સનાતની હિંદુઓનો પરંપરાગત મત એ છે કે મનુસ્મૃતિનું આ અવતરણ 'અસ્પૃશ્ય' સાથે સંબંધિત છે. તે 'અસ્પૃશ્ય›ની સ્થિતિ હતી જે વિવાદનો વિષય હતો; અને મનુનો નિર્ણય માત્ર અસ્પૃશ્યોના દરજ્જાને લગતો છે. આ અર્થ એટલો જબરદસ્ત બની ગયો છે કે તે હિંદુઓના બે સંપ્રદાયોની ધારણા તરફ દોરી ગયો છે.

સવાલ એ છે કે શું ઉચ્ચ જ્ઞાતિના હિન્દુઓ અને બિન-જ્ઞાતિના હિન્દુઓ એટલે કે અસ્પૃશ્યોનો આ વિચાર યોગ્ય છે?

મનુના આ શ્લોકનો અર્થ શું છે? શું તેનો અર્થ 'અસ્પૃશ્ય' થાય છે? શક્ય છે કે આ વિષય પરની ચર્ચા વિવાદાસ્પદ પ્રશ્નથી દૂર લાગે, પરંતુ એવું નથી. કારણ કે જો આ શ્લોક માત્ર અસ્પૃશ્યોને લગતો હોય તો તે સાબિત કરી શકાય છે કે મનુના સમયમાં અસ્પૃશ્યતા હતી. આ એક પરિણામ છે જે સીધા વિચારણા હેઠળના વિષય સાથે સંબંધિત છે. તેથી આ મુદ્દા પર ચર્ચા થવી જોઈએ.

મારો મક્કમ અભિપ્રાય છે કે ઉપરનો અર્થ ખોટો છે. હું માનું છું કે આ શ્લોકને અસ્પૃશ્યો સાથે કોઈ લેવાદેવા નથી. મનુએ ક્યાંય કહ્યું નથી કે કઈ જાતિનો દરજ્જો વિવાદનો વિષય હતો અને જેના વિશે મનુએ પોતાનો નિર્ણય આપ્યો તે અસ્પૃશ્યોની જાતિ હતી કે બીજી કોઈ જાતિ હતી? મારા મતના સમર્થનમાં કે આ શ્લોકને કોઈ પણ રીતે 'અસ્પૃશ્યો' સાથે કોઈ લેવાદેવા નથી, હું બે બાબતો પર આધાર રાખું છું. પહેલી વાત એ છે કે મનુના સમયમાં 'અસ્પૃશ્યતા' નહોતી. એ વખતે તો 'અશુદ્ધિ' જ હતી. ચાંડાલ પ્રત્યે મનુની લાગણી માત્ર નફરતની છે. એ ચાંડાલ પણ માત્ર 'અશુદ્ધ' હતો. આમ થવાથી, આ શ્લોકનો કોઈપણ રીતે અસ્પૃશ્યતા સાથે કોઈ સંબંધ હોઈ શકે નહીં. બીજું, અમારી પાસે સમર્થન માટે પુરાવા છે કે આ શ્લોક 'અસ્પૃશ્યો' સાથે સંબંધિત નથી પરંતુ 'ગુલામો' સાથે સંબંધિત છે. આ વિચારનો આધાર 'નારદ સ્મૃતિ›ના તે શ્લોકની ભાષા છે, જે આ પુસ્તકના સાતમા અધ્યાયમાં ટાંકવામાં આવી છે જ્યાં 'અસ્પૃશ્યતાના આધાર તરીકે વ્યવસાયો›ની ચર્ચા કરવામાં આવી છે. નોંધનીય છે કે નારદ-સ્મૃતિમાં દાસોનો ઉલ્લેખ પાંચમા વર્ણ તરીકે કરવામાં આવ્યો છે. જો નારદ-સ્મૃતિમાં પાંચમા વર્ણનો અર્થ ગુલામ

થઈ શકે, તો મનુસ્મૃતિમાં પાંચમા વર્ણનો અર્થ ગુલામ ન હોવો જોઈએ તેનું કોઈ કારણ નથી. જો આ દલીલ સાચી હોય, તો તે વિધાનના મૂળને કાપી નાખે છે કે મનુના સમયમાં 'અસ્પૃશ્યતા' હતી અને મનુ 'અસ્પૃશ્યોને' જાતિ વ્યવસ્થા હેઠળ સમાવવા માટે તૈયાર ન હતા. આ કારણોસર, મનુસ્મૃતિનો આ શ્લોક 'અસ્પૃશ્યતા' સાથે સંબંધિત નથી અને તેથી તેને માનવાનું કોઈ કારણ નથી કે મનુના સમયે અસ્પૃશ્યતા હતી.

આ રીતે આપણે 'અસ્પૃશ્યતા›ની ઉત્પત્તિની મર્યાદા ચોક્કસપણે નક્કી કરી શકીએ છીએ. આપણે ચોક્કસપણે કહી શકીએ કે મનુસ્મૃતિએ અસ્પૃશ્યતા નિવારણનો આદેશ આપ્યો ન હતો, તેમ છતાં એક મહત્વપૂર્ણ પ્રશ્ન રહે છે. મનુસ્મૃતિનો સમય શું છે? આ પ્રશ્નના જવાબ વિના, સામાન્ય માણસ માટે ચોક્કસ સમયગાળામાં 'અસ્પૃશ્યતા›ના અસ્તિત્વ અથવા ન હોવા વિશે કંઈપણ કહેવું મુશ્કેલ છે. મનુસ્મૃતિના સમયગાળાને લઈને પંડિતોમાં કોઈ એકમત નથી. કેટલાક તેને ખૂબ પ્રાચીન માને છે અને કેટલાક ખૂબ આધુનિક. દરેક બાબતને ધ્યાનમાં લેતા પ્રો. બુહલરે મનુ સ્મૃતિ માટે એક સમય નક્કી કર્યો છે, જે સાચો લાગે છે.

શ્રી બુહલરના જણાવ્યા મુજબ, મનુ સ્મૃતિ આજે આપણે જાણીએ છીએ તે બીજી સદીમાં અસ્તિત્વમાં આવી હતી. માત્ર પ્રો. બુહલરે પોતે મનુસ્મૃતિ માટે આવો ચોક્કસ સમય નક્કી કર્યો હતો.

શ્રી દફતરી પણ આ જ નિષ્કર્ષ પર પહોંચ્યા છે. તેમનો મત એવો છે કે મનુસ્મૃતિ 185 ઇ.સ. પૂર્વમાં લખાઈ હતી. તે પછી અસ્તિત્વમાં આવ. આ પહેલા નહીં. શ્રી દફ્તરી દલીલ કરે છે કે મૌર્ય વંશના બૌદ્ધ રાજા વૃદ્રપ્રથની હત્યા સાથે સીધો સંબંધ છે, જે તેના બ્રાહ્મણ સેનાપતિ પુષ્યમિત્ર દ્વારા કરવામાં આવી હતી. આ અકસ્માત 185 ઇ.સ. પૂર્વમાં થયો હોવાથી, મનુસ્મૃતિ 185 ઇ.સ. પૂર્વ પછી લખાઈ હોવી જોઈએ. આવા પરિણામને સમર્થન આપવા માટે, પુષ્યમિત્ર દ્વારા બૃહદ્રથ મૌર્યની હત્યા અને મનુસ્મૃતિના લેખન વચ્ચેના જોડાણને મજબૂત અને અનિવાર્ય પુરાવા સાથે સાબિત કરવાની જરૂર છે. કમનસીબે શ્રી દફતરીએ તેમ ન કર્યું. તેથી, તેમના પરિણામો પાયાવિહોણા હોવાનું જણાય છે અને આ પ્રકારના સંબંધની સ્થાપના જરૂરી છે. સદભાગ્યે આ સંદર્ભે જુબાનીની કોઈ કમી નથી. કમનસીબે, પુષ્યમિત્ર દ્વારા બૃહદ્રથ મૌર્યની હત્યા પર કોઈનું ધ્યાન ગયું નથી, અથવા જોઈએ તેટલું ધ્યાન આકર્ષિત કર્યું નથી. ઈતિહાસકારોએ તેને બે વ્યક્તિઓ વચ્ચેના અંગત વિવાદનું સ્વરૂપ આપીને તેને સામાન્ય ઘટના ગણાવી છે, જો આપણે તેના પરિણામો પર ધ્યાન આપીએ તો તે એક યુગ સર્જનારી ઘટના હતી. આ ઘટનાનું

મહત્વ એ હકીકત દ્વારા માપી શકાતું નથી કે તે બે રાજવંશોનું પરિવર્તન હતું એટલે કે મૌર્યો દ્વારા શ્રૃંગાઓની બદલી. આ ફ્રેંચ ક્રાંતિ કરતાં મોટી નહિ તો એટલી તો મોટી રાજકીય ક્રાંતિ હતી. આ એક ક્રાંતિ હતી - ‘લાલ ક્રાંતિ›. તેનો હેતુ બૌદ્ધ રાજાઓને ઉથલાવી દેવાનો હતો. તેના સ્થાપક અને નિર્દેશક બ્રાહ્મણ હતા. પુષ્યમિત્ર દ્વારા બૃહદ્રથની હત્યા આ જ બાબતનું સૂચક છે.

વિજયી બ્રાહ્મણવાદને ઘણી વસ્તુઓની જરૂર હતી. સ્વાભાવિક રીતે, આ માટે તે ચાતુર્વર્ણ્યને દેશનો કાયદો બનાવે તે જરૂરી હતું. બૌદ્ધો તેનો અસ્વીકાર કરતા હતા. તે જરૂરી હતું કે પશુ બલિદાન, જેના પર બૌદ્ધોએ પ્રતિબંધ મૂક્યો હતો, તેને કાયદેસર કરવામાં આવે. પણ તેને આનાથી વધુ કંઈકની જરૂર હતી. બૌદ્ધ રાજાઓ વિરુદ્ધ આ ક્રાંતિ લાવીને, બ્રાહ્મણવાદે દેશના બે પ્રચલિત નિયમોનું ઉલ્લંઘન કર્યું, જેને દરેક વ્યક્તિ પવિત્ર અને અવિશ્વસનીય માનતા હતા. પહેલો નિયમ એવો હતો કે બ્રાહ્મણ માટે હથિયારને અડવું એ પાપ છે. બીજા નિયમ મુજબ, રાજાનું શરીર પવિત્ર હતું અને તેની હત્યા પાપ. વિજયી બ્રાહ્મણવાદને તેના પાપોને સમર્થન આપવા માટે એક પવિત્ર લખાણની જરૂર હતી, જે બધા માટે સાબિતી હશે. ‘મનુસ્મૃતિ›ની એક ધ્યાન ખેંચનારી વિશેષતા એ છે કે તે માત્ર ચાતુર્વર્ણ્યને જ ભૂમિનો કાયદો બનાવે છે અને કાયદાના દૃષ્ટિકોણથી માત્ર પશુ બલિદાનને ન્યાયી ઠેરવતું નથી, પરંતુ તે એ પણ જણાવે છે કે બ્રાહ્મણને ક્યારે શસ્ત્રો રાખવાની મંજૂરી આપવી જોઈએ. ક્યારે હાથમાં લેવું જોઈએ અને જ્યારે તે રાજાને મર્યા પછી પણ દુ:ખી ન થાય. આ બાબતમાં ‘મનુસ્મૃતિ›એ કંઈક એવું કર્યું છે જે પહેલાં કોઈ સ્મૃતિએ કર્યું નથી. આ સાવ નવો રસ્તો છે, આ સાવ નવો સિદ્ધાંત છે. ‘મનુસ્મૃતિ›ને આવું કરવાની શું જરૂર હતી? આનો એક જ જવાબ છે, પુષ્યમિત્રે કરેલી રાજ્ય ક્રાંતિને દાર્શનિક સમર્થન આપવા માટે.

પુષ્યમિત્ર અને મનુસ્મૃતિના આ નવા સિદ્ધાંત વચ્ચેનો સંબંધ દર્શાવે છે કે ‘મનુસ્મૃતિ’ 185 ઇ.સ. પૂર્વે પછી અસ્તિત્વમાં આવી હતી. આ એક તારીખ છે જે પ્રો. બુહલરની તારીખથી બહુ દૂર નથી. એકવાર ‘મનુસ્મૃતિ›નો સમયગાળો નક્કી થઈ જાય તો આપણે કહી શકીએ કે બીજી સદીમાં ‘અસ્પૃશ્યતા’ નહોતી.

હવે આપણે ‘અસ્પૃશ્યતા›ની ઉત્પત્તિની નીચલી મર્યાદા અંગેના નિર્ણય તરફ ધ્યાન આપીએ. આ માટે આપણે એવા ચીની પ્રવાસીઓ પાસે જવું પડશે જેઓ ભારત આવ્યા હતા અને જેમણે તેમના સમયના ભારતીયોના રિવાજો અને પરંપરાઓનો ઉલ્લેખ કર્યો હતો. આમાં ફા-હીન નામના ચીની પ્રવાસીનું નિવેદન ખાસ છે. તેઓ 400 ઇ.સ.માં

ભારત આવ્યા હતા. તેણે જે કંઈ જોયું અને લખ્યું તે નીચેનો ફકરામાં દેખાય છે: -

"આની દક્ષિણે (મથુરા) કહેવાતા મધ્ય પ્રદેશ છે. અહીંનું વાતાવરણ ગરમ સમશીતોષ્ણ છે, અહીં કોઈ હિમ નથી કે બરફ પડતો નથી. લોકો સમૃદ્ધ છે. તેમના પર કોઈ વ્યક્તિગત કર નથી અને તેઓ અન્ય વસ્તુઓથી પણ મુક્ત છે. સરકારી પ્રતિબંધો જેઓ સરકારી જમીન ખેડતા હોય તેઓને તેમના નફાનો હિસ્સો સરકારને આપવો પડે છે, જો તેઓ તેને ખેડવાનું બંધ કરવા ઇચ્છે તો તે પણ કરી શકે છે. રાજા શારીરિક દંડ વિના શાસન કરે છે. અપરાધીઓને પરિસ્થિતિ અનુસાર હલકો કે ભારે દંડ અપાય છે. તેઓ વારંવાર બળવો કરે તો માત્ર તેમનો જમણો હાથ કાપી નાખવામાં આવે છે. રાજાની આજુબાજુ રહેનાર તેના અંગરક્ષકોને નિશ્ચિત વેતન અપાય છે. દેશભરમાં ચાંડાલો સિવાય કોઈ કોઈની હત્યા કરતું નથી, દારૂ પીતું નથી, ન તો તેઓ લસણ કે ડુંગળી ખાતા હોય છે. તે અન્યોથી અલગ રહે છે. તે વસતી કે બજારમાં પ્રવેશે તો તેઓ પોતાને બીજાથી અલગ કરવા માટે લાકડાના ટુકડાથી એક પ્રકારનો અવાજ કરતા રહે છે.

આનાથી લોકો તેમના આગમનથી વાકેફ થાય છે અને તેઓ તેનાથી બચીને ચાલે છે. આ પ્રદેશમાં ન તો તેઓ ડુક્કર રાખે છે કે ન તો મરઘીઓ. તેઓ પશુઓની ખરીદી અને વેચાણ કરતા નથી. અહીંના ખુલ્લા બજારોમાં કસાઈઓ નથી. અને દારૂની દુકાનો નથી. તેઓ ખરીદી અને વેચાણમાં ગાયનો ઉપયોગ કરે છે. ચાંડાલનું કામ માત્ર શિકાર કરવાનું અને માછલી વેચવાનું છે.»

શું આ નિવેદન ફા-હીનના સમયમાં 'અસ્પૃશ્યતા›ના અસ્તિત્વના પુરાવા તરીકે સ્વીકારી શકાય? ચાંડાલો સાથે કેવી રીતે વ્યવહાર કરવામાં આવતો હતો તેના વર્ણનના એક ભાગ પરથી એવું તારણ કાઢી શકાય છે કે ફા-હીનના સમયમાં 'અસ્પૃશ્યતા' અસ્તિત્વમાં હતી.

પરંતુ આ પરિણામ સ્વીકારવામાં મુશ્કેલી છે. મુશ્કેલી ઊભી એટલે થાય છે કારણ કે જે કંઈપણ કહેવામાં આવ્યું છે તે ચાંડાલ વિશે છે. 'અસ્પૃશ્યતા›ના અસ્તિત્વ કે અનઅસ્તિત્ત્વને સાબિત કરવા માટે 'ચાંડાલ›નું ઉદાહરણ સારું નથી. બ્રાહ્મણો 'ચાંડાલ›ને તેમના પરંપરાગત દુશ્મનો માને છે. તેમના પર ઘૃણાસ્પદ વર્તનનો આરોપ મૂકવો, તેમના પ્રત્યે અપમાનજનક શબ્દોનો ઉપયોગ કરવો અને તેમની નફરત સંતોષવા માટે તેઓ તેમના પ્રત્યે સંપૂર્ણ રીતે કૃત્રિમ વર્તન કરે તે સ્વાભાવિક છે. તેથી, ચાંડાલ વિશે જે પણ કહેવામાં આવે છે, તે ખૂબ જ કાળજીપૂર્વક વિચારીને માનવું જોઈએ.

આ દલીલ માત્ર અનુમાનિત નથી. જેમને આ દલીલ નબળી લાગે છે તેઓ ‘કાદમ્બરી›માં ચાંડાલ પ્રત્યે બાણના જુદા વર્તનને પુરાવા તરીકે ગણી શકે છે. કાદમ્બરીની વાર્તા ખૂબ જટિલ છે. હકીકતમાં, અમારે તેની સાથે ખાસ સંબંધ પણ નથી. અમારા હેતુ માટે, આટલી માહિતી પૂરતી છે કે આ વાર્તા વૈશમ્પાયન નામના પોપટ દ્વારા રાજા શુદ્રકને સંભળાવવામાં આવી છે, જેનો ઉછેર એક ચાંડાલ કન્યાએ કર્યો છે. કાદમ્બરીના નીચેના અવતરણ આપણા માટે મહત્વપૂર્ણ છે. બાણે ચાંડાલ સમાધાન વિશે જે વર્ણન આપ્યું છે તેનાથી શરૂઆત કરવી વધુ સારી રહેશે. તે આમ છે-

“મેં અસંસ્કારીઓની વસાહત જોઈ - દુષ્કૃત્યોનું સાચું બજાર, છોકરાઓ ચારેબાજુ શિકાર કરે છે, તેમના કૂતરાઓને છોડે છે, તેમના બાજને તાલીમ આપે છે, તેમની જાળ સુધારે છે, શસ્ત્રો વહન કરે છે, માછીમારી કરે છે, પોશાકથી ભૂતની જેમ ભયભીત કરે છે. તેમની વસાહતોના દરવાજા, ચારેબાજુથી ઘેરાયેલા છે. વાંસના ગાઢ જંગલો, ઘરોમાંથી નીકળતો ધુમાડો, રસ્તા પર કચરાના ઢગલા પર પડેલા હાડકાં, ઝૂંપડીઓના આંગણામાં ચરબી અને માંસના કાદવ, માંસનો ખોરાક, બરછટ રેશમના કપડાં, બેઠકો જોઈ શકાતી હતી. સૂકા ચામડા, પશુઓ અને ગાયો, સંભોગ, સ્ત્રીઓ અને દારૂ, દેવતાઓને રક્ત બલિદાન, પ્રાણીઓની કતલ, તે સ્થાન નરકનું પ્રતીક હતું.”

આ પ્રકારની વસાહતની ચાંડાલ કન્યા પોપટ સાથે રાજા શુદ્રકના મહેલમાં જાય છે. રાજા શુદ્રક તેના દરબારીઓ સાથે દરબારમાં બેઠા છે. દ્વારપાલ અંદર આવે છે અને નીચેની માહિતી આપે છે. «મહારાજ, દક્ષિણ તરફથી આવેલી એક ચાંડાલ કન્યા દરવાજા પર ઉભી છે. તે ત્રિશંકુ વંશની સુંદરતા છે જે આકાશમાં ચઢી ગઈ હતી પણ ક્રોધિત ઈન્દ્રની ગર્જનાને કારણે જમીન પર પડી ગઈ હતી. તેની પાસે એક પોપટ છે. એક પિંજરામાં અને તે, મારા દ્વારા, મહારાજ, તમને આ વિનંતી કરે છે કે તમે સમુદ્રની જેમ વિશ્વના તમામ રત્નો મેળવવા માટે સક્ષમ છો કે આ પોપટ વિશ્વની એક અદ્ભુત અજાયબી અને અમૂલ્ય રત્ન છે તે તમને અર્પણ કરવા માટે લાવ્યો છું અને તમારા માટે હું દર્શન કરવા માંગુ છું, તમે તેનો સંદેશ સાંભળ્યો છે.

આ રીતે તેમણે ભાષણ કર્યું. રાજા, જેની ઉત્સુકતા જાગી હતી, તેણે દરબારીઓ તરફ જોયું અને ‘કેમ નહીં, તેને આવવા દો’ કહીને પરવાનગી આપી. પછી શાહી હુકમ મળતાં જ

દ્વારપાલે તે ચાંડાલ છોકરીને અંદર આવવા દીધી. તે આવી અને તેના દરબારીઓએ પહેલા તેના તરફ ધ્યાન આપ્યું નહીં. રાજાનું ધ્યાન આકર્ષિત કરવા તેણે વાંસની લાકડી ચિત્રિત ભૂમિ પર પછાડી.

આગળ બાણ સુંદરતાનું વર્ણન કરે છે: «પછી રાજાએ, 'ત્યાં જુઓ' કહીને, દ્વારપાલની સૂચના મુજબ, તે ચાંડાલ છોકરીના પોશાક પર ખૂબ ધ્યાનથી જોયું. એક માણસ તેની સામે ચાલી રહ્યો હતો, જેના વાળ બાંધેલા હતા. તેના વાળ લાંબા આયુષ્યને લીધે સફેદ હતા, જેમના અંગો સતત મહેનતને કારણે મજબૂત હતા, અને જેનો દેખાવ અવગણવા યોગ્ય ન હતો, તેની પાછળ સફેદ વસ્ત્રો પહેરેલો એક ચાંડાલ છોકરો હતો. પિંજરાનો રંગ સોનેરી હોવા છતાં તેના પર પડછાયો પડવાને કારણે તે (ચંડાલ-કન્યા) પોતે કૃષ્ણ જેવી દેખાતી હતી, જેણે એક વખત છીનવી લીધી હતી. દાનવોમાંથી અમૃત જાણે કે નીલમની મૂર્તિ, જે તેના પગ સુધી લટકતી હતી, તેના કાનમાંથી લટકતી વાદળી કમર પર ચમકતી હતી. ઉગતા ચંદ્રના કિરણોને કારણે તેના ગાલનો રંગ રાતના ચહેરા જેવો સફેદ થઈ ગયો હતો. તેના કપાળ પર ગોરોચનનું નાનું તિલક હતું, જાણે ત્રીજી આંખ હોય. તે પર્વતારોહી પાર્વતી જેવી દેખાતી હતી જે ભગવાન શિવના શરીર પર શોભતી હતી. તે શ્રી (લક્ષ્મી) જેવી સુંદર હતી, જેના વસ્ત્રો નારાયણની વાદળી છાયાના વૈભવથી શોભતા હતા; અથવા રતિની જેમ, જે ક્રોધિત શિવ દ્વારા બળી ગયેલા કામદેવના અગ્નિમાંથી ઉદ્ભવતા ધુમાડાથી કાળી થઈ ગઈ હતી; અથવા યમુનાની જેમ, જે બલરામના હળથી ખેંચાઈ જવાના ભયથી ભાગી રહી હતી, અથવા તેના કમળ જેવા પગમાંથી ડાળીઓ ઉપાડનાર ઊંડા લાખમાંથી, દુર્ગાના લોહીવાળા પગની જેમ જેણે મહિષાસુર રાક્ષસનો નાશ કર્યો હતો.

"તેની આંગળીઓની ઊંડી લાલાશને કારણે તેના નખ ગુલાબી હતા, ચિત્રિત ભૂમિ તેના હળવા સ્પર્શ માટે ખૂબ જ ખરબચડી હતી. તે આગળ વધી અને તેના પગ જમીન પર મૂક્યા જાણે તે બે કમળની ડાળીઓ હોય." "તેના પગમાંથી નીકળતા અગ્નિના કિરણોએ તેને ઘેરી લીધું, જાણે કે તે અગ્નિ (ભગવાન)ની ભુજાઓથી ઘેરાયેલી હોય, જાણે કે, તેની સુંદરતાથી મોહિત થઈને, તે તેના જન્મની અશુદ્ધિઓને દૂર કરીને બ્રહ્માનું 'કૃત'ને અકૃત બનાવવાનો પ્રયાસ કરી રહી હોય." "તેની કમર જાણે તારાઓની પંક્તિ તેના કપાળ પર પ્રેમના હાથથી જડેલી હતી; તેના ગળામાં મોટા ચમકતા મોતીઓનો તાર હતો, જાણે ગંગાનો પ્રવાહ હમણાં જ ધોવાઇ ગયો હોય.

યમુનાએ રંગ આપ્યો હોય.

"પાનખર ઋતુની જેમ, તેણે તેની કમળ જેવી આંખો ખોલી. વર્ષાઋતુના વાદળોની જેમ, તેના કાળા વાળ હતા, મલય પર્વતમાળાની જેમ, તે ચંદનથી લદાયેલી હતી, રાશિચક્રની જેમ, તે મોતીથી જડેલી હતી; સરસ્વતીની જેમ તેનો હાથ કમળ જેવો સુંદર હતો. મૂર્છાની જેમ

તેના હૃદય પર શક્તિ હતી, તે જ રીતે, કમળના તળાવને હાથીઓ દ્વારા સ્પર્શ કરવામાં આવે છે તે માત્ર આનંદદાયક છે; તે ઝરણા જેવી હતી; તેની કમર એક હાથથી બાંધી શકાતી હતી અને તેના સોનેરી વાળ અલકાપુરીના રાજાની લક્ષ્મી જેવા હતા."

"રાજાને આશ્ચર્ય થયું. તે વિચારવા લાગ્યો કે, 'સર્જકે આ સુંદરતા ખોટી જગ્યાએ બનાવી છે. કારણ કે જો તે ચાંડાલ સ્વરૂપની મજાક ઉડાવવા માટે જન્મી છે અને આખી દુનિયામાં સુંદરતાની સંપત્તિની મજાક ઉડાવવામાં આવી રહી છે. જો એવું હોય તો એવી જ્ઞાતિમાં કેમ જન્મી કે કોઈ તેનો ઉપયોગ ન કરી શકે, પ્રજાપતિએ માતંગ જ્ઞાતિના સ્પર્શને લીધે સજા ભોગવવી પડી શકે આ અસ્પૃશ્ય સુંદરતા, જે હાથથી બનાવેલા અંગોમાંથી નથી આવી શકતી, તે ક્યાંથી આવે છે અને, તેનું સ્વરૂપ સુંદર હોવા છતાં, તેના જન્મની નીચતાને લીધે, તે નશ્વર જગતની લક્ષ્મી જેવા દેવોની નિરંતર નિંદાનું કારણ છે. અને તેની સુંદરતાના કારણે, તેણે બ્રહ્માના મનમાં ભય ઉત્પન્ન કર્યો જેણે આ પ્રકારનું વિચિત્ર સર્જન કર્યું તે સમયે તે છોકરી, જે તેની ઉંમરથી વધુ હતી, તે ખૂબ જ આત્મવિશ્વાસ સાથે તેની આગળ પ્રણામ કરતી હતી. તેના કાન સુધી ફૂલોથી લદાયેલી તે નમી અને ચિત્રિત ભૂમિ પર આગળ વધી, તેનો નોકર તે પોપટને લઈ ગયો જે હમણાં જ પાંજરામાં પ્રવેશ્યો હતો અને, બે ડગલાં આગળ વધીને, તેણે રાજાને બતાવ્યો અને કહ્યું:

"સાહેબ! આ પોપટનું નામ વૈશમ્પાયન છે. તે તમામ શાસ્ત્રોનો અર્થ જાણે છે. તે રાજકારણ સાથે વ્યવહાર કરવામાં કુશળ છે. તે વાર્તાઓ, ઇતિહાસ અને પુરાણોના વિદ્વાન છે. તે સંગીતના તાલથી પરિચિત છે. આ સુંદર અનોખો આધુનિક પ્રેમી તે વાર્તાઓ અને કવિતાઓ રચતો હતો, તે વાંસળી વગાડવામાં નિપુણ હતો, તે નૃત્યની કળામાં નિપુણ હતો, તે રમતગમત અને ઘોડાઓમાં બહાદુર હતો, તે સમગ્ર પૃથ્વીની નિશાનીઓનો જાણકાર છે મારા સ્વામીની દીકરી, એમ વિચારીને કે જેમ મોતીનું સ્થાન સમુદ્રમાં છે, તેવી જ રીતે આ પૃથ્વીની સંપત્તિ છે તેથી તમને અર્પણ કરવા લાવી છે. રાજન મહેરબાની કરીને સ્વીકારો."

જ્યારે આપણે આ ચાંડાલ-કન્યાનું વર્ણન વાંચીએ છીએ ત્યારે અનેક પ્રશ્નો ઉદ્ભવે છે. સૌ પ્રથમ કે આ વર્ણન ફા-હીનના વર્ણનથી કેટલું અલગ છે? બીજું બાણ વાત્સ્યાયન બ્રાહ્મણ છે. આ વાત્સ્યાયન બ્રાહ્મણે ચાંડાલ વસતીનું આ રીતે વર્ણન કર્યા પછી, ચાંડાલ કન્યાની આવી ભવ્યતાનું વર્ણન કરવામાં કોઈ સંકોચ નથી. શું આ વર્ણન 'અસ્પૃશ્યતા' સાથે સંકળાયેલા પ્રથમ દરજ્જાની તિરસ્કારની લાગણી સાથે સંબદ્ધ છે? જો ચાંડાલો અસ્પૃશ્ય હોત તો અસ્પૃશ્ય છોકરી રાજાના મહેલમાં કેવી રીતે

જઈ શકે? બાણ કેવી રીતે અસ્પૃશ્ય માટે આવી ભાષાનો ઉપયોગ કરી શકે? અધોગતિ વિશે ભૂલી જાઓ, બાણના સમયમાં ચાંડાલોમાં પણ રાજવંશો હતા. બાણ પોતે ચંડાલકન્યાને ચાંડાલ રાજ કુમારી કહે છે. બ્રાહ્મણે કાદમ્બરી 600 ઇ.સ. આસપાસ લખી હતી. મતલબ કે 600 ઈ.સ. સુધી ચાંડાલને અસ્પૃશ્ય માનવામાં આવતા ન હતા. આના પરથી એવું લાગે છે કે ફા-હીન દ્વારા વર્ણવેલ પરિસ્થિતિ આવી શકે છે. જો કે તે અસ્પૃશ્યતાની સરહદને સ્પર્શે છે, તે અસ્પૃશ્ય ન હોઈ શકે. શક્ય છે કે આ અશુદ્ધતાની મર્યાદા છે. બ્રાહ્મણોને આ પ્રકારની 'શુદ્ધિ'નો અતિરેક કરવાની ખરાબ ટેવ પડી ગઈ છે. આ વધુ શક્ય લાગે છે જો આપણે યાદ રાખીએ કે ફા હિએન જ્યારે ભારત આવ્યા ત્યારે તે ગુપ્ત રાજાઓના શાસન હેઠળ હતું. ગુપ્ત નરેશ બ્રાહ્મણવાદના સમર્થક હતા. આ તે સમય છે જ્યારે બ્રાહ્મણવાદ પુનર્જીવિત થયો હતો અને વિજયી થયો હતો. તે તદ્દન શક્ય છે કે ફાહિયેન જે વર્ણવે છે તે 'અસ્પૃશ્યતા' નથી પરંતુ બ્રાહ્મણો આ ધાર્મિક અશુદ્ધતાને વિસ્તારવા માંગતા હતા તે મર્યાદા છે. આ ધાર્મિક અશુદ્ધતા કેટલીક જાતિઓ સાથે સંકળાયેલી હતી, ખાસ કરીને ચાંડાલ. ભારત આવેલો બીજો ચીની પ્રવાસી યુવાન ચુઆંગ હતો. તેઓ 629 ઇ.સ.માં ભારત આવ્યા હતા. તેઓ 16 વર્ષ સુધી ભારતમાં રહ્યા અને લોકોના રીત-રિવાજો અને દેશના એક છેડેથી બીજા છેડા સુધીની તેમની મુસાફરીનો ખૂબ જ સાચો અહેવાલ તેમની પાછળ છોડી ગયા છે. ભારતના ઘરો અને શહેરોની સામાન્ય સ્થિતિનું વર્ણન કરતાં તેઓ કહે છે

"તેઓ જે વસાહતો અને શહેરોમાં રહે છે તેની દિવાલો ઊંચી અને પહોળી છે, પરંતુ રસ્તાઓ સાંકડા અને વાંકાચૂકા છે. દુકાનો રસ્તા પર છે અને ધર્મશાળાઓ રસ્તાની બાજુમાં છે. કસાઈઓ, ધોબીઓ, નટો, નર્તકો, વેશ્યાઓ, અને ભંગીઓની સ્ત્રીઓને ચોક્કસ નિશાની દ્વારા અલગ કરવામાં આવે છે, અને જ્યારે પણ તેઓને કોઈ ઘર પાસેથી પસાર થવું પડે છે, ત્યારે તેઓ ડાબી બાજુએ જાય છે અને ખૂબ જ સંકોચાઈ જાય છે."

ઉપરનું ઉદાહરણ એટલું નાનું છે કે તેમાંથી કોઈ ચોક્કસ નિષ્કર્ષ કાઢવો અશક્ય છે. પરંતુ આમાં એક વાત મહત્વની છે, અને તે એ છે કે ફા-હીન દ્વારા આપવામાં આવેલ વર્ણન માત્ર ચાંડાલ સાથે સંબંધિત છે, અને યુઆન ચાંગનું વર્ણન ચાંડાલ સિવાયની અન્ય જાતિઓને પણ લાગુ પડે છે. આ બહુ મહત્વની બાબત છે. આવા વર્ણન સામે કોઈ દલીલ ન લઈ શકાય કારણ કે તે ચાંડાલો સિવાયની અન્ય જાતિઓને લાગુ પડે છે, તેથી તે તદ્દન શક્ય છે કે જ્યારે યુઆન ચાંગ ભારતમાં આવ્યા ત્યારે અસ્પૃશ્યતા અસ્તિત્વમાં આવી હતી.

ઉપર જે કહેવામાં આવ્યું છે તેના આધારે આપણે આ કહી શકીએ. તે અસ્પૃશ્યતા 200 ઇ.સ. માં અસ્તિત્વમાં ન હતી, પરંતુ 600 ઇ.સ. સુધીમાં તે અસ્તિત્વમાં આવી હતી.

અસ્પૃશ્યતાની ઉત્પત્તિ નક્કી કરવા માટે આ બે ઉપલી અને નીચલી મર્યાદા છે. શું આપણે 'અસ્પૃશ્યતા'ની ઉત્પત્તિની કોઈ તારીખ નક્કી કરી શકીએ જે લગભગ સાચી હોય? મને લાગે છે કે જો આપણે ગૌમાંસ ખાવાથી શરૂઆત કરીએ તો આપણે કહી શકીએ કે ગૌમાંસ ખાવાનું 'અસ્પૃશ્યતા'ના મૂળમાં છે. જો આપણે ગૌમાંસ ખાવાના નિષેધને આપણી વિચારસરણીનો આધાર બનાવીએ, તો તેનો અર્થ એ થાય કે 'અસ્પૃશ્યતા'ની ઉત્પત્તિનો સીધો સંબંધ ગૌહત્યા અને ગૌમાંસ ખાવાના પ્રતિબંધ સાથે હોવો જોઈએ. જો આપણે કહી શકીએ કે ગાયની હત્યા ક્યારે ગુનો બની ગયો અને ક્યારે ગૌમાંસ ખાવું એ પાપ બન્યું, તો આપણે 'અસ્પૃશ્યતા'ની ઉત્પત્તિની તારીખ નક્કી કરી શકીએ જે લગભગ સાચી હોય.

ગૌહત્યાને ગુનો જાહેર કર્યો? આપણે જાણીએ છીએ કે મનુએ ન તો ગૌમાંસ ખાવાની મનાઈ કરી હતી કે ન તો ગાયની કતલને ગુનો બનાવ્યો હતો. આ ક્યારે ગુનો બન્યો? જેમ કે ડૉ.ડી.આર. ભંડારકરે સ્પષ્ટતા કરી છે કે ચોથી સદીમાં ગુપ્ત રાજાઓ દ્વારા ગૌહત્યાને મૃત્યુદંડને સજાપાત્ર અપરાધ જાહેર કરવામાં આવ્યો હતો.

તેથી જ આપણે અમુક વિશ્વાસ સાથે કહી શકીએ કે અસ્પૃશ્યતાનો ઉદ્ભવ ઈ.સ. 400ની આસપાસ થયો હતો. તે બૌદ્ધ ધર્મ અને બ્રાહ્મણવાદ વચ્ચેના સંઘર્ષમાંથી ઉદ્ભવ્યું. આ સંઘર્ષે ભારતનો ઈતિહાસ સંપૂર્ણપણે બદલી નાખ્યો છે. ભારતીય ઈતિહાસના વિદ્યાર્થીઓએ તેના અભ્યાસની ઉપેક્ષા કરી છે તે ખેદજનક છે.

■■■